( ਅਹਿਸਾਸ ਦੇ ਸਫਲਤਾ ਪੂਰਵਕ ਪ੍ਰਕਾਸ਼ਿਤ ਹੋਣ ਤੋਂ ਬਾਅਦ )

# ਕਲਪ

**ਐਡੀਟਰ/ ਲੇਖਕ:**

ਇਹ ਮੈਂ ਹਾਂ, ਜੋ ਅੱਜ ਮਿਲੀ ਹਾਂ
ਜੋ ਪਹਿਲਾਂ ਕਦੇ ਨਹੀਂ ਮਿਲੀ,
ਚਾਹੇ ਵੱਖਰੀ ਹਾਂ!
ਪਰ ਇਹੀ ਮੈਂ ਹਾਂ।

— ਨਵਜੋਤ ਕੌਰ ਸਿੱਧੂ

**Email:** sidhu.jyot@yahoo.com
**Instagram:** sidhu.jyot
**Facebook:** sidhu.jyot
**Twitter:** sidhujyot

**ISBN:** 978-1-9995626-2-5

ਸ਼ਬਦ ਛੋਟੇ ਲੱਗਦੇ ਜੇ ਕਿੱਧਰੇ ਓਹਨਾਂ ਦਾ ਕਿਰਦਾਰ ਬਿਆਨ ਕਰਨਾ ਪੈ ਜਾਵੇ। ਬੜਾ ਕੁਝ ਅਧੂਰਾ ਰਹਿ ਗਿਆ ਤੇ ਅਕਸਰ ਰਹਿ ਜਾਂਦਾ, ਜਦ ਇਨਸਾਨ ਇਹ ਦੁਨੀਆਂ ਨੂੰ ਅਲਵਿਦਾ ਕਹਿ ਜਾਂਦਾ। ਕੁਝ ਇਹੋ ਜਿਹਾ ਹੀ ਰਿਸ਼ਤਾ ਸੀ ਓਹਨਾਂ ਨਾਲ ਜਿਹਨਾਂ ਨੂੰ ਅਸੀਂ ਸਭ ਨੇ ੨ ਦਸੰਬਰ ੨੦੨੨ ਨੂੰ ਅਲਵਿਦਾ ਆਖ ਦਿੱਤਾ। ਓਹਨਾਂ ਨਾਲ ਬਿਤਾਇਆ ਸਮਾਂ, ਤੇ ਕੀਤੀਆਂ ਗੱਲਾਂ ਸ਼ਾਇਦ ਮੇਰੇ ਖੁਦ ਦੇ ਬੁਢਾਪੇ ਤੱਕ ਚੇਤੇ ਰਹਿਣਗੀਆਂ ਜੇ ਰੱਬ ਨੇ ਇੰਨੀ ਉਮਰ ਬਖਸ਼ੀ ਤਾਂ। ਕਿਵੇਂ ਕਿਰਦਾਰ ਬਿਆਨ ਕਰ ਦਿਆਂ ਉਸ ਇਨਸਾਨ ਦਾ, ਜਿਸਨੂੰ ਖੋ ਕੇ ਅੱਜ ਅਸੀਂ ਸਿਰਫ ਕੱਲੇ ਬਹਿਕੇ ਰੋ ਸਕਦੇ ਹਾਂ ਪਰ ਕਿਸੇ ਨੂੰ ਦੱਸਕੇ ਨਹੀਂ। ਕਿਉਂਕਿ ਓਹ ਸਾਂਝ ਸਿਰਫ ਦੋ ਇਨਸਾਨਾਂ ਵਿਚਕਾਰ ਹੁੰਦੀ ਹੈ ਜੋ ਕਦੇ ਨਹੀਂ ਬਿਆਨ ਕੀਤੀ ਜਾ ਸਕਦੀ। ਕਲਪ ਦੇ ਪਛੇਤੇ ਪ੍ਰਕਾਸ਼ਿਤ ਹੋਣ ਪਿੱਛੇ ਕਾਰਣ ਸੀ ਕਿਸੇ ਬਹੁਤ ਹੀ ਕਰੀਬੀ ਦਾ ਇਸ ਦੁਨੀਆਂ ਤੋਂ ਚਲੇ ਜਾਣਾ। ਪਰ ਇਹਨਾਂ ਕਿਤਾਬਾਂ ਦੇ ਢੇਰ 'ਚੋਂ, ਓਹ ਕਦੇ ਥਿਆਉਣੇ ਨਹੀਂ ਤੇ ਨਾ ਹੀ ਕਦੇ ਮੁੜ ਓਹਨਾਂ ਦੇ ਬੋਲ ਸੁਣਾਈ ਦੇਣੇ ਨੇ।

— ਮਾਸਟਰ ਰਘਬੀਰ ਸਿੰਘ ਬਦੇਸ਼ਾ

ਮੇਰਾ ਜਮਨ ਭਾਵੇਂ ਦੋ ਜਿੰਦੜੀਆਂ ਦੀ ਜਿਨਸੀ ਭਾਵਨਾਵਾਂ ਦਾ ਨਤੀਜਾ ਸੀ ਪਰ ਮੈਂ ਵਾਹਿਗੁਰੂ ਨੂੰ ਇਸ ਦਿੱਤੀ ਜ਼ਿੰਦਗੀ ਦਾ ਲੱਖ-ਲੱਖ ਧੰਨਵਾਦ ਕਰਦੀ ਹਾਂ। ਚੌਰਾਸੀ ਲੱਖ ਜੂਨਾਂ 'ਚੋਂ ਮਿਲੀ ਇਹ ਮਨੁੱਖਤਾ ਦੀ ਜ਼ਿੰਦਗੀ, ਜਿਸ ਵਿੱਚ ਮੇਰਾ ਕਿਰਦਾਰ ਇੱਕ ਔਰਤ ਦਾ ਰਿਹਾ ਹੈ। ਉਮਰ ਵੀ ਪਰਮਾਤਮਾ ਦੀ ਦਿੱਤੀ ਇੱਕ ਬਖ਼ਸ਼ ਹੈ ਜਿਸਦਾ ਅਨੁਮਾਨ ਮੈਂ, ਤੁਸੀਂ ਤੇ ਆਪਾਂ ਕਦੇ ਨਹੀਂ ਲਗਾ ਸਕਦੇ। ਅਰਦਾਸ ਕਰਦੀ ਹਾਂ ਕਿ ਇਹ ਭਟਕਣਾ ਦਾ ਮੇਲ ਪਰਮਾਤਮਾ ਨਾਲ ਹੋ ਜਾਵੇ। ਰੂਹ ਨੂੰ ਛੁਟਕਾਰਾ ਪੈ ਜਾਵੇ ਇਹ ਦੁਨਿਆਵੀ ਝਮੇਲੇ ਤੋਂ ਜਿਸ ਵਿੱਚ ਆਪਾਂ ਕਿੱਧਰੇ ਗਵਾਚੇ ਤੇ ਅਲਝੇ ਹੋਏ ਹਾਂ।

ਇਨਸਾਨੀ ਸੁਭਾਅ 'ਤੇ ਗੌਰ ਕਰੀਏ ਤਾਂ ਕਈ ਤਰਕ ਸਾਹਮਣੇ ਆਉਂਦੇ ਹਨ ਜਿੰਨ੍ਹਾਂ ਨੂੰ ਪਰਖਣਾ, ਅਪਣਾਉਣਾ, ਨਕਾਰਨਾ ਪਰਸਥਿਤੀ ਦੇ ਮੁਤਾਬਕ ਕਈ ਵਾਰ ਜ਼ਰੂਰੀ ਬਣ ਜਾਂਦਾ ਹੈ। ਇੱਕ ਦੂਜੇ ਦੀ ਮਨੋਦਸ਼ਾ ਸਮਝਣੀ ਇੱਕ ਜੀਵਨ ਨੂੰ ਸੌਖਾ ਕਰ ਸਕਦਾ ਹੈ। ਪਰ ਸਮਾਜ ਦਾ ਬੋਝ, ਆਪਣੇ ਅੰਦਰ ਦੀ ਹਉਮੈ, ਮਨਮਤ ਦੀ ਸੰਤੁਸ਼ਟੀ ਕਈ ਵਾਰ ਇਨਸਾਨ ਨੂੰ ਆਪਣਿਆਂ ਕੋਲੋਂ ਹੀ ਹਾਰਨ 'ਤੇ ਮਜ਼ਬੂਰ ਕਰ ਦਿੰਦੀ ਹੈ। ਕਈ ਮਸਲੇ ਹੱਲ ਹੋਣ ਦੀ ਜਗ੍ਹਾ, ਐਸੀਆਂ ਗਲਤੀਆਂ ਤੇ ਨਤੀਜਿਆਂ ਦਾ ਪ੍ਰਣਾਮ ਭੁਗਤ ਲੈਂਦੇ ਹਨ ਕਿ ਸਿਵਾਏ ਪਛਤਾਵੇ ਤੋਂ ਇਨਸਾਨ ਕੋਲ ਚੇਤੇ ਕਰਨ ਨੂੰ ਕੁਝ ਵੀ ਨਹੀਂ ਰਹਿੰਦਾ। ਵਕਤ ਆਪਣੇ ਛਿੱਟੇ ਹੰਝੂਆਂ ਨਾਲ ਭਿੱਜੇ ਸਰੀਰਾਂ ਕੋਲ ਛੱਡ ਜਾਂਦਾ ਹੈ ਤਾਂ ਜੋ ਭਵਿੱਖ ਅਫਸੋਸ ਦੀਆਂ ਕੜੀਆਂ ਤੋਂ ਕਿੱਧਰੇ ਬਾਂਝਾ ਨਾ ਰਹਿ ਜਾਵੇ।

ਕਿੰਨਾ ਚੰਗਾ ਹੁੰਦਾ ਜੇ ਸਾਰੇ ਸਾਰਿਆਂ ਨਾਲ ਚੰਗੇ ਹੁੰਦੇ
ਪਰ ਕੁਝ ਆਕੜ ਦੇ ਮਾਰਿਆਂ ਤੇ ਈਰਖਾ ਦੇ ਸਾੜਿਆਂ ਤੋਂ
ਇਹ ਕਿੱਥੇ ਹੁੰਦਾ?

ਪਿਆਰ ਵੀ ਕਰਿਆਂ ਹੀ ਹੁੰਦਾ
ਤੇ ਇੱਜ਼ਤ ਵੀ ਦਿਆਂ ਹੀ ਕਮਾਈ ਜਾਂਦੀ।

ਬੋਲਣ ਦਾ ਨਜ਼ਰੀਆ ਤੁਹਾਡੀ ਅਕਲ ਬਿਆਨ ਕਰਦਾ
ਕਿ ਕਿੰਨੀ ਕੁ ਹੈ ਤੇ ਕਿੰਨੀ ਕੁ ਆਉਣੀ ਬਾਕੀ ਹੈ।

ਨਿੱਤ ਕਲੇਸ਼ ਦਾ ਕੋਈ ਲਕਸ਼ ਨਹੀਂ ਹੁੰਦਾ
ਸੂਲ ਵਾਂਗੂੰ ਟੰਗ ਖੜੀ ਰੱਖਣ ਦਾ ਕੋਈ ਪ੍ਰਣਾਮ ਨਹੀਂ ਹੁੰਦਾ।

ਕਿਸੇ ਨੂੰ ਕਹਿਣ ਤੋਂ ਪਹਿਲਾਂ ਖੁਦ 'ਤੇ ਅਜ਼ਮਾਓ ਕਿ ਅਸੀਂ ਕਿੱਥੇ ਖੜੇ ਹਾਂ
ਨਾ ਕਿ ਬੈਂ-ਬੈਂ ਕਰਕੇ ਖੁਦ ਸਿਆਣੇ ਲੱਗੀ ਜਾਓ।

ਹੋਛਾਪਣ, ਕੰਮਜ਼ੋਰੀ, ਨਿਕੰਮਾਪਣ ਖਰਾਬੀ ਖੁਦ ਦੀ ਹੀ ਕਰਦੇ,
ਕਦੇ ਕਿਸੇ ਦੀ ਨਹੀਂ।

" ਕੁਝ ਕਹਾਣੀਆਂ, ਕਹਾਣੀਆਂ ਘੱਟ ਤੇ ਹਕੀਕਤ ਜ਼ਿਆਦਾ ਹੁੰਦੀਆਂ। ਕਈ ਕਹਾਣੀਆਂ ਦੀ ਕਹਾਣੀ ਲਿਖਣ ਵਾਲਾ ਕੋਈ ਨਹੀਂ ਹੁੰਦਾ। ਕੁਝ ਕਹਾਣੀਆਂ ਵੇਲੇ ਜਿਵੇਂ ਕਲਮ ਦੀ ਸਿਹਾਈ ਹੀ ਮੁੱਕ ਜਾਂਦੀ, ਕਾਗਜ਼ 'ਤੇ ਥਾਂ ਥੁੜ੍ਹ ਜਾਂਦੀ, ਹੱਥਾਂ ਨੂੰ ਜ਼ਿੰਦਰੇ ਲੱਗ ਜਾਂਦੇ, ਦੱਸਣ ਵਾਲੀਆਂ ਜ਼ੁਬਾਨਾਂ ਥਥਲਾਉਣ ਲੱਗ ਜਾਂਦੀਆਂ ਤੇ ਦਿਖਾਉਣ ਵਾਲਾ ਮੀਡੀਆ ਵਿਕਣ ਲੱਗ ਜਾਂਦਾ। ਕੁਝ ਅਜਿਹੇ ਹੀ ਅਣਕਹੀਆਂ ਕਹਾਣੀਆਂ ਦਾ ਸੰਗ੍ਰਹਿ ਬਿਆਨ ਕਰਦਾ ਹੈ ਕਲਪ ਦੀ ਪ੍ਰਕਿਰਤੀ ਨੂੰ।"

— ਨਵਜੋਤ ਕੌਰ ਸਿੱਧੂ

## ਕਲਪ ਦਾ ਆਗਮਨ

ਅਹਿਸਾਸ ਇੱਕ ਚਾਅ ਸੀ। ਇੱਕ ਸੁਪਨਾ ਸੀ। ਸਾਰੀ ਜ਼ਿੰਦਗੀ ਭੱਜ-ਨੱਠ ਕਰਕੇ ਸੁਪਨਿਆਂ ਨੂੰ ਕੌਣ ਨਹੀਂ ਪੂਰਾ ਕਰਨਾ ਚਾਹੁੰਦਾ। ਪਰ ਕਹਿੰਦੇ ਜਦ ਸੁਪਨੇ ਪੂਰੇ ਹੋ ਜਾਣ, ਜ਼ਿੰਦਗੀ 'ਚ ਖਾਲੀਪਨ ਆਉਣ ਲੱਗ ਜਾਂਦਾ ਤੇ ਅਜਿਹਾ ਹੀ ਤਜ਼ੁਰਬਾ ਮੇਰੀ ਜ਼ਿੰਦਗੀ ਨੇ ਵੀ ਕੀਤਾ। ਅਹਿਸਾਸ ਦੇ ਪ੍ਰਕਾਸ਼ਿਤ ਹੋਣ ਤੋਂ ਬਾਅਦ ਮਾਨੋ ਮੇਰੀ ਜ਼ਿੰਦਗੀ ਰੁੱਕ ਜਿਹੀ ਗਈ ਹੋਵੇ। ਦਿਮਾਗ ਸ਼ਾਂਤ ਹੋ ਗਿਆ ਸੀ ਜਿਵੇਂ ਅਪਣਾ ਰਿਹਾ ਹੋਵੇ ਕਿਤੇ ਵੀ ਟਿੱਕ ਜਾਣ ਨੂੰ। ਡਰ ਸੀ ਕਿ ਕਿੱਧਰੇ ਇਹ ਖਾਲੀਪਨ ਕਿਸੇ ਹੋਰ ਇਨਸਾਨ ਨਾਲ ਨਾ ਭਰ ਜਾਵੇ ਜਾਂ ਕਿੱਧਰੇ ਮੈਨੂੰ ਹੀ ਨਾ ਖਾ ਜਾਵੇ। ਇਸੇ ਲਈ ਫਿਰ ਤੋਂ ਕਲਮ ਚੁੱਕੀ ਆਪਣੀ ਕਲਪ ਨੂੰ ਤੋੜਨ ਲਈ ਤੇ ਆਪਣੀ ਚੁੱਪ ਨੂੰ ਲਿਖਣ ਲਈ। ਕਿਉਂਕਿ ਕਲਮ ਹੀ ਮੇਰੇ ਸਭ ਹਾਵ-ਭਾਵਾਂ ਦਾ ਜਵਾਬ ਸੀ। ਉਮੀਦ ਸੀ। ਤੜਪ ਸੀ। ਜੋਸ਼ ਸੀ। ਰੋਸਾ ਸੀ। ਹੜਬੜਾਹਟ ਸੀ। ਤੇ ਮੇਰੀ ਤਾਕਤ ਸੀ।

# ਕਲਪ ਦੀ ਉਪਜ

ਖਾਲੀਪਨ ਜਿਹਾ ਸ਼ਬਦ ਸੁਨਣ 'ਚ ਭਾਵੇਂ ਸਰਲ ਜਾਪਦਾ ਹੈ ਪਰ ਹੈ ਨਹੀਂ। ਕਿਉਂਕਿ ਜੋ ਇਸਨੂੰ ਮਹਿਸੂਸ ਕਰਦਾ ਉਸਦੇ ਹਾਵ-ਭਾਵ ਪੂਰੀ ਜ਼ਿੰਦਗੀ ਲਈ ਬਦਲ ਜਾਂਦੇ। ਮੌਤ ਨੂੰ ਨੇੜਿਓਂ ਹੋ ਤੱਕਣਾ, ਖਾਲੀਪਨ ਤੋਂ ਘੱਟ ਨਹੀਂ। ਜ਼ਿੰਦਗੀ ਜੀਨ ਦਾ ਸਵਾਦ ਬਦਲ ਜਾਂਦਾ। ਰਹਿਣੀ ਤੇ ਬਹਿਣੀ ਦੀ ਕਦਰ ਬਦਲ ਜਾਂਦੀ। ਆਪਣਿਆਂ ਤੇ ਪਰਾਇਆਂ ਨਾਲ ਲਗਾਅ ਬਦਲ ਜਾਂਦਾ। ਉਜਾੜ ਤੇ ਇਕੱਲੇਪਨ 'ਚ ਫਰਕ ਪੈ ਜਾਂਦਾ। ਜ਼ਿੰਦਗੀ ਦੇ ਸੋਹਣੇ ਰੰਗ-ਬਿਰੰਗੇ ਫੁੱਲ ਅਕਸਰ ਖੁਸ਼ਕ ਹੋ ਜਾਂਦੇ। ਜਿਉਣ ਤੇ ਮਰਨ ਦੀ ਸੀਮਾ ਬਦਲ ਜਾਂਦੀ। ਨਵੇਕਲਾ ਜਿਹਾ ਸੁਵੱਖਤਾ, ਆਥਣ ਤੇ ਰਾਤ ਜਿਵੇਂ ਚੁੱਪ-ਚਾਪ ਹੋ ਜਾਂਦੇ। ਅਹਿਸਾਸ ਰੁੱਕ ਜਾਂਦੇ, ਸਾਹ ਮੁੱਕ ਜਾਂਦੇ, ਅੱਖਾਂ ਅੱਡੀਆਂ ਰਹਿ ਜਾਂਦੀਆਂ, ਅਤੀਤ ਦਾ ਅੰਤ ਹੋ ਜਾਂਦਾ, ਮੌਜੂਦਾ ਅਲੋਪ ਹੋ ਜਾਂਦਾ, ਅੱਗਾ ਘੁੱਪ ਹੋ ਜਾਂਦਾ। ਖੌਫ ਦਾ ਵਜੂਦ ਖਤਮ ਹੋ ਜਾਂਦਾ। ਸੰਗੀਆਂ ਤੋਂ ਉਮੀਦ, ਪਰਾਇਆਂ ਦੀ ਜੀਤ, ਅਣਜਾਣਿਆਂ ਦਾ ਹਾਸਾ, ਵੈਰੀਆਂ ਦਾ ਤਮਾਸ਼ਾ, ਦਿਲਾਂ ਦੀ ਰੀਸ, ਆਸਾਂ ਦਾ ਕਟੋਰਾ, ਸਭ ਮਾਨੋ ਖੇਚਲ ਦੇਣੋ ਹੱਟ ਜਾਂਦੇ। ਇੱਕ ਕਲਪ ਜਿਹੀ ਰਹਿ ਜਾਂਦੀ ਜੋ ਨਾ ਤਾਂ ਜਿਉਣ ਦਿੰਦੀ ਤੇ ਨਾ ਹੀ ਮਰਨ। ਪਰ ਉਸ ਵਕਤ ਕਲਪ ਕਿਸੇ ਤੋਂ ਨਹੀਂ ਰਹਿੰਦੀ, ਫੇਰ ਚਾਹੇ ਮਨ ਕਿੰਨਾ ਹੀ ਕਿਉਂ ਨਾ ਕਲਪੇ।

## ਅੱਖੋਂ ਉਝਲ ਚਾਅ

ਓਹ ਤਾਂ ਕੀ ?
ਰੋਣਾ ਵੀ ਬਹੁਤ ਦੂਰ ਰਹਿ ਗਿਆ ਸੀ ਉਹਦੇ ਪਿੱਛੇ
ਓਹਦੀ ਯਾਦ ਤਾਂ ਕੀ ?
ਓਹਦਾ ਚਿਹਰਾ ਵੀ ਲੱਗਦਾ ਦੂਰ ਖਲੋਤਾ ਕਿਤੇ
ਚੱਲ ਕੋਈ ਨਹੀਂ
ਅੱਜ ਮਨ
ਆਸਾਂ ਦਾ ਵਿਹੜਾ ਤਿਆਗ ਗਿਆ ਸੀ
ਜਿੱਥੇ ਮਨ ਝੂੰਮਣ ਦੀ ਜਗਾਹ
ਹੁਣ ਕਿੱਕਲੀ ਪਾਉਣੀ ਵੀ ਛੱਡ ਗਿਆ ਸੀ
ਕਿੱਧਰੇ ਗਵਾਚ ਗਿਆ ਸੀ
ਜਾਂ ਕਹਿ ਦਿਆਂ ਕਿ ਖੁਦ ਨੂੰ ਲੱਭ ਰਿਹਾ ਸੀ
ਪਰ ਉਸਤੋਂ ਬੜੀ ਦੂਰ ਸੀ
ਜਿੰਦਾਂ ਕਿੱਧਰੇ ਸੁੰਨਸਾਨ ਪਰਬਤਾਂ 'ਚ
ਇੱਕ ਠੰਢੀ ਹਵਾ ਦੇ ਬੁੱਲੇ ਵਾਂਗ ਹੋਵੇ
ਜਿਸਨੂੰ ਉਡੀਕ ਕਿਸੇ ਦੀ ਨਹੀਂ
ਬਸ ਆਪਣੇ ਆਪ 'ਚ ਗਵਾਚਣ ਦੀ ਤਾਂਗ ਹੋਵੇ।

## ਮਿੱਟੀ

ਸਰੀਰ ਇੱਕ ਮਿੱਟੀ ਹੈ
ਇਸਦੇ ਅੰਗ ਵੀ ਮਿੱਟੀ ਹਨ
ਇਸ 'ਤੇ ਪਾਈ
ਹਰ ਇੱਕ ਵਸਤੂ ਮਿੱਟੀ ਹੈ
ਇਸਦਾ ਮਿੱਟੀ ਨੂੰ ਛੂਹਣਾ, ਮਿੱਟੀ ਹੈ।

ਸਭ ਇੱਕ ਹੈ
ਮਿੱਟੀ ਦੀ ਬਣਤਰ ਹੈ
ਜਿਸ ਮਿੱਟੀ ਦਾ ਕਿਣਕਾਂ ਹਾਂ
ਉਸਦੇ ਸਵਾਦ ਵਿੱਚ ਰੰਗ ਜਾਣਾ ਵੀ
ਮਿੱਟੀ ਹੈ।

ਅੰਗ ਮਿੱਟੀ 'ਤੇ ਲੱਗਣ
ਜਾਂ ਵਸਤੂ ਮਿੱਟੀ ਨੂੰ ਲੱਗੇ
ਹੈ ਸਭ ਮਿੱਟੀ
ਮਿੱਟੀ ਸਾਡੀ ਉਪਜ ਹੈ
ਮਿੱਟੀ ਸਾਡਾ ਅੰਤ ਹੈ
ਮਿੱਟੀ ਨੂੰ ਛੂਹਣਾ
ਮਿੱਟੀ 'ਤੇ ਰੱਖਣਾ
ਸਭ ਮਿੱਟੀ ਹੈ।

ਅਸੀਂ ਇੱਕ ਹਾਂ
'ਤੇ ਅੰਤ ਇੱਕ ਹੋ ਜਾਣਾ
ਚੀਜ਼ਾਂ ਦਾ ਮੋਹ ਤਿਆਗ ਜਾਣਾ
ਸਭ ਬਰਾਬਰ ਕਰ ਜਾਣਾ
ਵਿਯੋਗ 'ਚ ਤੜਪਦੀ ਆਤਮਾ ਨੇ
ਆਖਿਰ ਮਿੱਟੀ ਹੀ ਹੋ ਜਾਣਾ।

ਮੈਂ ਵੀ ਮਿੱਟੀ
ਤੂੰ ਵੀ ਮਿੱਟੀ
ਇਸ ਮਿੱਟੀ ਦੀ ਦੇਣ ਹਾਂ ਅਸੀਂ
ਜੋ ਪਾਇਆ ਓਹ ਵੀ ਮਿੱਟੀ
ਜੋ ਰਚਿਆ ਓਹ ਵੀ ਮਿੱਟੀ
ਕੀ ਛੋਟਾ ਕੀ ਵੱਡਾ ਸਾਥੋਂ
ਸਭ ਹੋ ਜਾਣਾ ਅੰਤ ਨੂੰ ਮਿੱਟੀ
ਮਿੱਟੀ ਹੀ ਹੈ ਰਚਨਾ ਸਾਡੀ
ਮਿੱਟੀ ਹੀ ਹੈ ਟੀਚਾ
ਸਭ ਇੱਕ ਬਰਾਬਰ
ਛੱਡ ਗ੍ਰਿਹਸਤ ਜੀਵਨ ਤੋਂ
ਇੱਥੇ ਕੋਈ ਨਾ ਕਿਸੇ ਤੋਂ ਨੀਚਾ।

**ਕਲਪ ਦਾ ਪਾਲਣਹਾਰ**

ਅੱਜ ਉਸਦੀ ਹਾਲਤ ਸਮਝ ਆ ਰਹੀ ਸੀ
ਉਸਦਾ ਰੋਣਾ
ਉਸਦਾ ਤੱਕਣਾ
ਉਸਦਾ ਮਹਿਸੂਸ ਕਰਨਾ
ਜੋ ਤਦ ਕਦੇ ਨਹੀਂ ਸਮਝ ਆਇਆ।

ਉਸਦਾ ਲਾਡ
ਉਸਦਾ ਪਿਆਰ
ਸਮਝਣ ਦੀ ਤਾਕਤ ਮੇਰੇ 'ਚ ਕਦੇ ਨਹੀਂ ਆਈ
ਉਸਦੀ ਕਲਪ ਮੇਰੇ ਗੁੱਸੇ ਤੋਂ ਵੱਡੀ ਸੀ
ਉਸਦਾ ਅਹਿਸਾਸ
ਮੇਰੀ ਨਰਾਜ਼ਗੀ ਤੋਂ ਵੱਡਾ ਸੀ
ਪਰ ਸਮਝ ਕਦੇ ਨਹੀਂ ਆਇਆ।

ਓਦੋਂ ਤੱਕ, ਜਦ ਤੱਕ
ਸਭ ਅੱਖੀਂ ਨਾ ਵੇਖ ਲੈਂਦੀ
ਖੁਦ ਉਥੇ ਨਾ ਪਹੁੰਚ ਜਾਂਦੀ
ਖੁਦ ਮਹਿਸੂਸ ਨਾ ਕਰ ਲੈਂਦੀ
ਅੱਜ ਉਸਦੇ ਹਰ ਇੱਕ ਅਹਿਸਾਸ ਦੀ
ਸਮਝ ਆ ਗਈ ਸੀ।

ਉਸਦੀ ਹਾਲਤ ਦੀ ਡੂੰਘਾਈ ਜਾਣ ਲਈ ਸੀ
ਉਸਦੇ ਪਿਆਰ ਦੀ ਸੀਮਾ ਜਾਣ ਲਈ ਸੀ
ਉਸਦੀ ਚਿੰਤਾ ਦੀ ਗਹਿਰਾਈ ਪਤਾ ਲੱਗ ਗਈ ਸੀ
ਪਰ ਹੁਣ ਨਾ ਚਾਅ ਕੇ ਵੀ ਬਹੁਤ ਦੇਰ ਹੋ ਗਈ ਸੀ।

ਆਪਣੀ ਵਾਰੀ ਦੀ ਉਡੀਕ ਹੋਣ ਲੱਗ ਗਈ ਸੀ
ਦੇਖਾਂ! ਮੈਂ ਕਿੰਝ ਸੰਭਾਲਾਂਗੀ
ਕਿੰਝ ਪਰੋਆਂਗੀ
ਆਪਣੀ ਕਲਪ ਨੂੰ
ਕਿੰਝ ਪਾਲਾਂਗੀ
ਕਿੰਝ ਰੱਖ ਪਾਵਾਂਗੀ।

## ਪੰਘੂੜੇ ਦਾ ਚਾਲਕ

ਪੰਘੂੜਾ ਲੈਣਾ
ਇਹ ਕਹਿੰਦਿਆਂ
ਉਸਦਾ ਬਚਪਨ
ਛੱਲਾਂ ਮਾਰ-ਮਾਰ ਬਾਹਰ ਆ ਰਿਹਾ ਸੀ।

ਇੱਕ ਜੀਵਨ ਸਾਥੀ ਦੀ ਜਗਾਹ
ਜਵਾਕ ਨਜ਼ਰ ਆ ਰਿਹਾ ਸੀ।
ਜਾਨਣ ਦੀ ਕੋਸ਼ਿਸ਼ ਕੀਤੀ
ਤਾਂ ਡਰ ਸੀ ਉਸ 'ਚ
ਜ਼ਿੰਦਗੀ ਜਿਉਣ ਦਾ।
ਇੱਕਲੇਪਣ 'ਚ ਰਹਿਣ ਦਾ।

ਉਹ ਅਕਸਰ ਰੋ ਲੈਂਦੀ
ਜਵਾਕ ਬਣ ਜਾਂਦੀ।
ਸਮਝ ਤਾਂ ਸਾਰੀ ਸੀ ਉਸਨੂੰ
ਦਿਲ ਸਾਫ ਸੀ ਇੱਕ ਬੱਚੇ ਵਾਂਗ
ਅਨਭੋਲ ਸੀ
ਜੋ ਅਕਸਰ ਹਾਸੇ, ਰੋਸੇ ਤੇ ਰੋਣੇ 'ਚ ਗਵਾਚਿਆ ਰਹਿੰਦਾ।

ਮੈਂ ਆਇਆ ਤਾਂ ਇਕੱਲੇ ਜੀਵਨ ਸਾਥੀ ਲਈ ਸੀ
ਪਰ ਸਦਾ ਲਈ ਉਸਦੀ ਜ਼ਿੰਦਗੀ ਦੇ
ਪੰਘੂੜੇ ਦਾ ਚਾਲਕ ਬਣ ਗਿਆ।
ਜ਼ਿੰਦਗੀ ਕੱਟਣ ਨਾਲੋਂ ਜਿਉਣ ਲੱਗ ਗਿਆ।
ਉਸਦੇ ਸਫਰ ਦਾ ਹਮਸਫਰ ਬਣ ਗਿਆ।
ਉਸਦੇ ਖਾਲੀਪਨ ਦਾ ਠਹਿਰਾਵ ਬਣ ਗਿਆ।
ਤੇ ਉਸਦੇ ਬਚਪਨੇ ਦਾ ਖੁਆਬ ਬਣ ਗਿਆ।

## ਅੱਖੀਆਂ ਦੀ ਤ੍ਰੇਲ

ਦਰਦ ਸੀ ਨਿਰਾ ਉਨ੍ਹਾਂ ਅੱਖਾਂ 'ਚ
ਜੋ ਤਾਜ਼ੀ-ਤਾਜ਼ੀ ਇਕੱਲ ਦੇਖ ਰਹੀਆਂ ਸੀ
ਜੋ ਸ਼ਾਇਦ ਉਨ੍ਹਾਂ ਨੇ
ਪੰਜਾਹ ਕੁ ਵਰ੍ਹੇ ਪਹਿਲਾਂ ਦੇਖੀ ਹੋਣੀ
ਅੱਖਾਂ ਹੰਝੂਆਂ 'ਚ ਥੋੜੀਆਂ-ਥੋੜੀਆਂ ਨਮ
ਬੁੱਲ੍ਹਾਂ ਨੂੰ ਮੁਸਕਰਾਉਣਾ ਸਿਖਾ ਰਹੀਆਂ ਸੀ
ਪਰ ਝੱਲੀਆਂ ਇਹ ਭੁੱਲ ਗਈਆਂ
ਕਿ ਉਨ੍ਹਾਂ ਨੂੰ ਪੜ੍ਹਨ ਵਾਲੀਆਂ ਹਜ਼ਾਰਾਂ ਹੋਰ ਅੱਖਾਂ ਨੇ।
ਇੰਨ੍ਹਾਂ ਅੱਖਾਂ 'ਚ ਅੱਜ ਸੱਜਰੀ ਤ੍ਰੇਲ ਸੀ
ਜਿੰਨ੍ਹਾਂ ਨੂੰ ਮਾਨੋ ਕਿਸੇ ਨਾਲ
ਕੋਈ ਸ਼ਿਕਾਇਤ ਨਾ ਹੋਵੇ।


ਸਹਿਜੇ ਸੁਭਾਅ 'ਚ ਜ਼ਿੰਦਗੀ ਕੱਟ ਰਹੀਆਂ ਸੀ
ਉਸ ਨਾਲ
ਜਿਸਦਾ ਜੀਵਨ ਦੁਖਾਂਤ 'ਚ ਆਕੇ
ਅੱਜ ਇਕੱਲ ਦਾ ਰੂਪ ਲੈ ਬੈਠਾ।
ਇਹ ਅੱਖਾਂ ਸਭ ਦੇਖਕੇ ਵੀ ਖਾਲੀ ਸਨ
ਕਿਉਂਕਿ ਅੱਜ ਉਨ੍ਹਾਂ ਦੇ ਸਰੀਰ ਦਾ ਸਾਂਈ
ਉਸਨੂੰ ਇਸ ਜਗ 'ਤੇ ਇਕੱਲਿਆਂ ਛੱਡ ਗਿਆ ਸੀ
ਅੱਜ ਖਾਲੀਪਨ ਸੀ ਉਨ੍ਹਾਂ ਅੱਖਾਂ 'ਚ
ਚੁੱਪ ਸੀ ਬੁੱਲ੍ਹਾਂ 'ਚ
ਸਰੀਰ ਇਕੱਲ 'ਚ ਸੀ
ਦਿਮਾਗ ਬੜਾ ਹੀ ਸ਼ਾਂਤ ਸੀ
ਤੇ ਮਨ ਬੜਾ ਹੀ ਅਡੋਲ ਸੀ।

## ਉਸਨੇ ਵੀ ਛੱਡ ਜਾਣਾ

ਓਹਨੇ ਇੱਕ ਦਿਨ ਛੱਡ ਜਾਣਾ
ਮੇਰੇ ਅੰਦਰੋਂ ਨਿਕਲ ਜਾਣਾ
ਮੈਨੂੰ ਵਿਸਾਰ ਜਾਣਾ
ਉਸ ਦਿਨ ਮੈਂ ਕੌਣ ਹੋਵਾਂਗੀ?
ਉਸ ਦਿਨ ਮੈਂ ਕੀ ਕਰਾਂਗੀ?
ਕਿਸ ਨਾਲ ਫਿਰਾਂਗੀ?
ਕਿਸ ਨਾਲ ਗੱਲਾਂ ਕਰਾਂਗੀ?
ਕਿਸ ਕੋਲ ਭੇਦ ਖੋਲਾਂਗੀ?
ਕਿਸਨੂੰ ਪਰਖਾਂਗੀ?
ਕਿਸਨੂੰ ਟੋਆਂਗੀ?
ਕਿਸਨੂੰ ਚਾਹਾਂਗੀ?
ਕਿਸਨੂੰ ਭਾਲਾਂਗੀ?
ਉਸ ਦਿਨ ਤਾਂ ਮੈਂ, ਮੈਂ ਨਹੀਂ ਰਹਿਣਾ
ਉਸ ਦਿਨ ਤਾਂ ਮੈਂ, ਕੁਝ ਵੀ ਨਹੀਂ ਹੋਣਾ
ਉਸ ਦਿਨ ਤਾਂ ਮੈਂ ਇਹ ਦੁਨੀਆਂ ਛੱਡ
ਇੱਕ ਸਰੀਰ ਬਣ ਜਾਣਾ
ਜਿਸਦਾ ਅਰਥ ਕੋਈ ਨਹੀਂ
ਜਿਸਦੀ ਮਿਸਾਲ ਕੋਈ ਨਹੀਂ
ਜਿਸਦੀ ਸੁਗੰਧ ਵੀ ਮੁਸ਼ਕ ਹੋ ਜਾਣੀ
ਜਿਸਨੂੰ ਫੁਕਣ ਤੋਂ ਸਿਵਾਏ
ਹੋਰ ਕੋਈ ਵਿਕਲਪ ਨਹੀਂ ਰਹਿਣਾ।

## ਬੱਲੇ ਓਹ ਚਲਾਕ ਸੱਜਣਾ

ਸਾਡੀ ਵਾਰੀ, ਅਸੀਂ ਸੀ ਪਰਾਏ
ਆਪਦੀ ਵਾਰੀ ਸਾਨੂੰ ਮੰਨੇ ਕਰੀਬੀਂ
ਸਾਡੀ ਵਾਰੀ ਸੀ ਖੇਡ ਰਚਾਇਆ
ਹੁਣ ਵਧਾਵੇਂ ਨਜ਼ਦੀਕੀ
ਅੱਜ ਆਖੇਂ ਸਭ ਇੱਕਮ-ਜਿੱਕਾ
ਓਦੋਂ ਭੁੱਲਿਆ ਯਾਰ ਸਮੀਪੀ
ਥੋੜੀ ਵਾਰੀ ਅਸੀਂ ਖਾਸ ਸੀ ਲੱਗਦੇ
ਸਾਡੀ ਵਾਰੀ ਤੁਸਾਂ ਬਾਤ ਨਾ ਕੀਤੀ
ਓਦੋਂ ਬੜੇ ਤੁਸਾਂ ਪੇਚ ਸੀ ਖੇਡੇ
ਦੁੱਖ ਦੇਕੇ ਪਗਾਈ ਰੀਤੀ
ਹੰਝੂਆਂ ਦੀ ਬਰਸਾਤ ਕਰਾਕੇ
ਜ਼ਹਿਰ ਉਘਲਿਆ ਕਈਂ ਤਰੀਕੀ
ਚੰਗੇ ਦਾ ਦਿਖਾਵਾ ਰਚਿਆ
ਭੰਡ ਨਾਮ ਸਾਡਾ ਹਰੇਕੀਂ
ਦੇਖਣਾ ਸੁਣਨਾ ਅੱਜ ਹੈ ਅਸੀਂ
ਅਜ਼ਮਾ ਚੁੱਪ ਸਾਡੀ ਹੈ ਨੀਤੀ
ਅਸੀਂ ਲੱਗਦੇ ਸੀ ਥੋੰਨੂੰ ਓਦੋਂ
ਥੋੜੇ ਝੂਠੇ ਥੋੜੇ ਬਤਮੀਜ਼ੀ
ਤੁਸੀਂ ਲੱਖਾਂ ਭੁੱਲਾਂ ਬਖਸ਼ਾਕੇ ਅੱਜ
ਜਮਾਂ ਰੱਬ ਮਾਰ ਹੈ ਕੀਤੀ
ਚੱਲ ਅਸੀਂ ਸੀ ਮਾੜੇ, ਅਸੀਂ ਹਾਂ ਮਾੜੇ
ਤੁਸੀਂ ਜਿੱਤੇ, ਮੁਬਾਰਕ ਦਿੱਤੀ
ਥੋਨੂੰ ਭੁੱਲਿਆ ਸਭ ਕੁਝ ਚਾਹੇ
ਸਾਨੂੰ ਸਭ ਯਾਦ ਸ਼ਬਦ ਤੇ ਮੀਤੀ।

**ਦੋ ਤਰ੍ਹਾਂ ਦੇ ਲੋਕ ਹੁੰਦੇ** — ਇੱਕ ਬਾਰੀਕ ਬੁੱਧੀ ਦੇ ਤੇ ਇੱਕ ਮੋਟੀ ਬੁੱਧੀ ਦੇ। ਬਾਰੀਕ ਉਹ ਜੋ ਇੱਕ-ਇੱਕ ਸ਼ਬਦ ਵੀ ਸੋਚ ਸਮਝ ਕੇ ਬੋਲਦੇ ਤਾਂ ਜੋ ਕਿਸੇ ਨੂੰ ਠੇਸ ਨਾ ਪਹੁੰਚੇ। ਮੋਟੀ ਬੁੱਧੀ ਦੇ ਉਹ ਜਿੰਨ੍ਹਾਂ ਨੇ ਖਾ ਪੀ ਡਕਾਰ ਮਾਰਨ ਦੀ ਗੱਲ ਕਰਨੀ। ਜਿੰਨ੍ਹਾਂ ਨੂੰ ਜ਼ਿੰਦਗੀ ਦੀ ਅਸਲੀ ਸਮਝ ਜਵਾਨੀ ਮੌਕੇ ਤਾਂ ਬਿਲਕੁਲ ਨਹੀਂ ਆਉਂਦੀ।

ਉਦਾਹਰਣ ਵਜੋਂ ਕਹਿ ਦਿਆਂ ਇੱਕ ਉਹ ਵੀ ਰਾਜਾ ਜੋ ਨਿਮਰਤਾ ਨਾਲ ਪਰਜਾ 'ਤੇ ਰਾਜ ਕਰਦਾ ਤੇ ਸਾਰੀ ਉਮਰ ਪ੍ਰਮਾਤਮਾ ਦੇ ਸੋਹਲੇ ਆਪਣੇ ਹੱਥਾਂ ਨਾਲ ਲਿੱਖਦਾ ਤੇ ਇੱਕ ਉਹ ਵੀ ਜੋ ਸਾਰੀ ਉਮਰ ਆਪਣਾ ਰਾਜ-ਭਾਗ ਵਧਾਉਣ ਲਈ ਲੋਕਾਂ 'ਤੇ ਕਹਿਰ ਕਰਦਾ ਪਰ ਅੰਤ ਨੂੰ ਮ੍ਰਿਤ ਦੇਹ ਨਾਲ ਕੁਝ ਵੀ ਨਹੀਂ ਲੈਕੇ ਜਾਂਦਾ।

ਇਸੇ ਤਰ੍ਹਾਂ ਉਜਾੜ ਨੂੰ ਸਿਰਫ ਬਾਰੀਕ ਬੁੱਧੀ ਵਾਲਾ ਹੀ ਮਹਿਸੂਸ ਕਰ ਸਕਦਾ ਕਿਉਂਕਿ ਜੋ ਜ਼ਿੰਦਗੀ ਪੈਸੇ ਤੇ ਹੁਸਨ ਲਈ ਜਿਉਂਦਾ ਉਸਨੂੰ ਉਜਾੜ ਦਾ ਅਹਿਸਾਸ ਇੱਕ ਪਲ ਲਈ ਵੀ ਨਹੀਂ ਹੋ ਸਕਦਾ।

ਆਗਿਆ ਲੈ ਕੇ ਜਾਈਂ, ਮਾਂ ਦੀ ਉੱਚੀ ਜਿਹੀ ਅਵਾਜ਼ ਮੇਰੇ ਕੰਨ 'ਚ ਜਿਵੇਂ ਕਿੱਲ ਵਾਂਗ ਚੁੱਬ ਗਈ।

"ਕਾਹਦੀ ਆਗਿਆ?" ਝੱਟ ਮੇਰੇ ਮੂੰਹ 'ਚੋਂ ਨਿਕਲਿਆ।

"ਆਪਣੇ ਬਾਪੂ ਜੀ ਤੋਂ ਬਾਹਰ ਜਾਣ ਲੱਗਿਆਂ" — ਮਾਂ

ਮੇਰਾ ਮੂੰਹ ਲਟਕ ਗਿਆ ਇਹ ਸੁਣਦਿਆਂ ਹੀ ਕਿ ਕਿਹੋ ਜਿਹੀ ਜ਼ਿੰਦਗੀ ਦਿੱਤੀ ਰੱਬ ਨੇ? ਉਹ ਵੀ ਘਰ ਨੇ ਜਿੱਥੇ ਲੋਕਾਂ ਦੇ ਜਵਾਕ ਹਨੇਰੇ-ਕਵੇਲੇ ਵੀ ਆਉਣ ਤਾਂ ਵੀ ਫਰਕ ਨਹੀਂ ਪੈਂਦਾ ਤੇ ਇੱਥੇ ਬਾਹਰ ਜਾਣ ਲੱਗਿਆਂ ਵੀ ਦੱਸਕੇ ਜਾਣਾ ਪੈਂਦਾ। ਪਰ ਫੇਰ ਸੋਚਿਆ ਬਿਨ ਦੱਸੇ ਚਲਾ ਜਾਨਾ। ਥੋੜ੍ਹੇ ਕੁ ਕਦਮ ਹੀ ਪੁੱਟੇ ਸੀ ਹਾਲੇ, ਬਾਪੂ ਜੀ ਨੇ ਦਬਕਾ ਮਾਰਕੇ ਪੁੱਛਿਆ,

"ਕਿੱਧਰ ਨੂੰ ਮੂੰਹ ਚੁੱਕਿਆ?"

ਡਰ ਨਾਲ ਜਿਵੇਂ ਮੇਰੇ ਸਵਾਸ ਹੀ ਨਿਕਲ ਗਏ ਹੋਣ। ਬੇਬੇ ਜੀ ਸਹੀ ਕਹਿੰਦੇ ਸੀ ਕਿ ਦੱਸਕੇ ਜਾਵੀਂ ਨਹੀਂ ਤੇਰੇ ਬਾਅਦੋਂ ਉਹਨਾਂ ਦੇ ਕਿੰਨੀਆਂ ਝਿੜਕਾਂ ਪੈਣੀਆਂ, ਇਹ ਉਹ ਆਪਣੇ ਹੰਝੂਆਂ ਰਾਹੀਂ ਸ਼ਾਇਦ ਨਾ ਗਿਣਾ ਸਕਣ। ਦਿਮਾਗ ਹਾਲੇ ਸੋਚ ਹੀ ਰਿਹਾ ਸੀ ਕਿ ਬਾਪੂ ਜੀ ਨੇ ਹਲੋਰਦਿਆਂ ਕਿਹਾ ਚੱਲ ਮੇਰੇ ਨਾਲ ਪਸ਼ੂ ਨਹਿਲਾ ਨਾਲੇ ਉਨ੍ਹਾਂ ਦਾ ਗੋਹਾ ਹਟਵਾ। ਸੌ ਘੜਾ ਪਾਣੀ ਦਾ ਸਿਰ 'ਚ ਪੈ ਗਿਆ ਇਹ ਸੁਣਕੇ।

**ਅੱਜ ਸਾਰਾ ਦਿਨ ਡੰਗਰਾਂ ਨੂੰ ਬੰਨ੍ਹਣ ਤੇ ਨਿਹਲਾਉਣ 'ਚ ਹੀ ਨਿਕਲ ਗਿਆ**

ਛੁੱਟੀ ਕਾਹਦੀ ਆਈ ਸੀ, ਮੇਰੇ ਲਈ ਤਾਂ ਜੇਲੁ ਸੀ। ਘਰਦਿਆਂ ਦੀ ਸੋਚਣੀ "ਅਖੇ ਬਾਹਰ ਕੀ ਰੱਖਿਆ?" ਸੁਣ ਸੁਣ ਮੇਰਾ ਦਿਮਾਗ ਸੁੰਨ ਹੋ ਜਾਂਦਾ। ਦੱਸਵੀਂ ਦੀ ਬੋਰਡ ਦੀ ਪਰੀਖੀਆ ਦੇ ਸੋਚਿਆ ਸੀ ਹੁਣ ਐਸ਼ ਕਰਾਂਗੇ ਜਦ

ਤੱਕ ਅਗਲੀ ਜਮਾਤ ਵਿੱਚ ਦਾਖਲਾ ਨਹੀਂ ਹੋ ਜਾਂਦਾ ਪਰ ਘਰ ਰਹਿ-ਰਹਿ ਦਮ ਘੁੱਟਣ ਵਰਗਾ ਕਰ ਦਿੰਦੇ ਘਰਦੇ। ਸੋਚ ਜੋ ਵੱਖਰੀ ਸੀ ਤੇ ਕੁਝ ਅੱਲੜ ਉਮਰ ਦੇ ਉਬਾਲੇ ਕਿੱਥੇ ਟਿਕਣ ਦਿੰਦੇ ਘਰ।

ਘਰਦੇ ਕੰਮਾਂ ਕਾਰਾਂ ਤੇ ਮਾਂ-ਪਿਓ ਦੀਆਂ ਝਿੜਕਾਂ ਨਾਲ ਜਿਵੇਂ-ਤਿਵੇਂ ਕਰਕੇ ਅੱਜ ਛੁੱਟੀਆਂ ਦਾ ਆਖਰੀ ਦਿਨ ਸੀ। ਚਾਅ ਸੀ ਸੈਕੰਡਰੀ ਸਕੂਲ 'ਚ ਜਾਣ ਦਾ, ਪੜ੍ਹਨ ਦਾ, ਬਾਹਰ ਫਿਰਨ ਦਾ।

ਪਹਿਲੇ ਦਿਨ! ਨਵੇਂ ਅਧਿਆਪਕਾਂ ਤੇ ਨਵੇਂ ਵਿਦਿਆਰਥੀਆਂ ਨਾਲ ਮੁਲਾਕਾਤ ਹੋਈ। ਸਭ ਨੇ ਆਪਣਾ-ਆਪਣਾ ਨਾਮ ਖੜ੍ਹੇ ਹੋਕੇ ਉੱਚੀ ਦੇਣੀ ਪੂਰੀ ਕਲਾਸ ਵਿੱਚ ਉਚੇਰਿਆ। ਕੁਝ ਕੁ ਦਾ ਨਾਮ ਸੁਣਦਿਆਂ ਤੇ ਆਪਣਾ ਨਾਮ ਨਿਮਾਣ ਦਸਦਿਆਂ, ਧਿਆਨ ਧਰ ਬਾਕੀਆਂ ਦਾ ਸੁਣਨ ਲੱਗਾ।

ਇੱਕ ਧੀਮੀ ਜਿਹੀ, ਸਹਿਮੀ ਤੇ ਮਿੱਠ-ਬੋਲੜੀ ਅਵਾਜ਼ ਆਈ 'ਆਗਿਆ'। ਕਿਸੇ ਦੇ ਨਾਮ 'ਚ ਇੰਨੀ ਖਿੱਚ ਨਹੀਂ ਲੱਗੀ ਜਿੰਨੀ ਉਸਦਾ ਨਾਮ ਸੁਣਕੇ ਲੱਗੀ। ਮਨ ਵਿੱਚ ਕਈ ਸਵਾਲ ਪੈਦਾ ਹੋ ਗਏ ਉਹ ਨਾਮ ਸੁਣਕੇ। ਨਾਮ ਤਾਂ ਸੋਹਣਾ ਸੀ, ਪਰ ਸੁਣਕੇ ਜਿਵੇਂ ਤ੍ਰੇਲੀਆਂ ਛੁੱਟਣ ਲੱਗੀਆਂ। ਅੱਜ ਮੈਂ ਚੁੱਪ-ਚਾਪ ਸ਼ਾਂਤ ਹੋ ਘਰ ਆਇਆ। ਘਰਦਿਆਂ ਨੇ ਬੜੇ ਸਵਾਲ ਕੀਤੇ ਕਿ ਨਵੀਂ ਜਮਾਤ ਕਿਵੇਂ ਸੀ, ਕਿਵੇਂ ਲੱਗਿਆ? ਪੜ੍ਹਾਈ ਸੌਖੀ ਲੱਗੀ? ਪਰ ਮੇਰੇ ਕੋਲ ਇੱਕ ਹੀ ਜਵਾਬ ਸੀ, ਹਾਂ!ਹਾਂ!ਹਾਂ!

ਮਾਪਿਆਂ ਨੇ ਸੋਚਿਆ ਸ਼ਾਇਦ ਥੱਕ ਗਿਆ ਹੋਣਾ ਇਸੇ ਲਈ ਚੁੱਪ ਹੈ। ਸਭ ਦੇ ਬਿਸਤਰੇ ਵਿਹੜੇ 'ਚ ਵਿਛਾ, ਹਲੇ ਆਪਣੇ 'ਤੇ ਕਦਮ ਹੀ ਰੱਖਿਆ ਸੀ ਇੰਨੇ ਦਾਦਾ ਜੀ ਨੇ ਹਾਕ ਮਾਰੀ,

"ਓਹ ਸ਼ੇਰਾ! ਅੱਜ ਤੂੰ ਜਮਾਂ ਈ ਚੁੱਪ ਏ!"
ਓਹਨਾਂ ਦੇ ਪਿਆਰ ਅੱਗੇ ਮੈਂ ਚੁੱਪ ਤੋੜਨੀ ਮੁਨਾਸਿਫ ਸਮਝੀ।
"ਨਹੀਂ ਨਹੀਂ ਬਾਪੂ ਜੀ ਬਸ ਨੀਂਦ ਬੜੀ ਆਉਂਦੀ ਅੱਜ"।

ਖੇਸ ਤਾਣਕੇ ਦਾਤੀ ਫਰੇ ਦੇ ਸਾਹਮਣੇ, ਬਾਂਹ ਘੁਮਾ ਜਿਵੇਂ ਹੀ ਸਿਰ ਉੱਤੇ ਰੱਖੀ, ਆਗਿਆ ਯਾਦ ਆ ਗਈ। ਅਜੀਬ ਜੀ ਹਲਚੱਲ ਸੀ ਸਰੀਰ 'ਚ। ਮੈਂ ਤਾਂ ਦੇਖਿਆ ਵੀ ਨਹੀਂ ਸੀ ਚੰਗੀ ਤਰ੍ਹਾਂ ਉਸਨੂੰ, ਪਰ ਪਤਾ ਨਹੀਂ ਨਾਮ ਕਿਉਂ ਵਾਰ-ਵਾਰ ਮੱਥੇ ਵਿੱਚ ਠਣਕੀ ਜਾਂਦਾ ਸੀ। ਕੋਈ ਖਿੱਚ ਨਹੀਂ ਸੀ ਪਰ ਉਸ ਨਾਮ ਨੇ ਮੈਨੂੰ ਜਿਵੇਂ ਬੇਚੈਨ ਕਰ ਦਿੱਤਾ। ਨੀਂਦ ਤਿੱਤਰ ਹੋ ਗਈ, ਪਾਸੇ ਬਦਲੇ, ਦਿਮਾਗ ਸੌਣ ਦਾ ਨਾਮ ਹੀ ਨਹੀਂ ਲੈ ਰਿਹਾ ਸੀ। ਬੜੀ ਕੋਸ਼ਿਸ਼ ਕੀਤੀ ਕਿ ਸੌਂ ਜਾਵਾਂ ਪਰ ਨੀਂਦ ਕਿੱਥੇ ਆਈ ਉਸ ਦਿਨ। ਸੋਚਾਂ ਬੇਬੇ ਨੂੰ ਉਠਾ ਦੇਵਾਂ, ਖੌਰੇ ਕੋਈ ਦਵਾਈ ਲੈਕੇ ਹੀ ਨੀਂਦ ਆ ਜਾਵੇ। ਇਹ ਬੇਚੈਨੀ ਮੇਰੇ ਸਿਰ ਦਰਦ ਦਾ ਕਾਰਣ ਬਣ ਰਹੀ ਸੀ। ਮਸੀਂ ਕੋਈ ਇੱਕ ਦੋ ਵਜੇ ਅੱਖ ਲੱਗੀ ਹੋਣੀ ਉਹ ਵੀ ਵਾਹਿਗੁਰੂ ਦਾ ਜਾਪ ਕਰਕੇ। ਪਰ ਜਦ ਉੱਠਿਆ ਇੰਝ ਲੱਗਾ ਜਿਵੇਂ ਸੁੱਤਾ ਹੀ ਨਾ ਹੋਵਾਂ। ਦਿਮਾਗ ਤਾਂ ਹਲੇ ਵੀ ਸ਼ਾਂਤ ਨਹੀਂ ਸੀ ਹੋਇਆ, ਸਿਰ ਫੱਟ ਰਿਹਾ ਸੀ ਤੇ ਅੱਖਾਂ 'ਚ ਜਿਵੇਂ ਨੀਂਦ ਦੀ ਇੱਕ ਛਿੱਟ ਵੀ ਨਾ ਹੋਵੇ।

ਸਵੇਰੇ ਹੀ ਉੱਠ ਤਿਆਰ ਹੋ ਸਕੂਲ ਜਾਣ ਤੋਂ ਪਹਿਲਾਂ ਬੇਬੇ ਨੂੰ ਕਿਹਾ ਕਿ ਮਾਤਾ ਜੀ ਕੋਈ ਦਵਾਈ ਹੀ ਦੇ ਦਿੰਦੇ, ਮੇਰਾ ਸਿਰ ਬਹੁਤ ਪੀੜ ਕਰ ਰਿਹਾ। ਮਾਂ ਨੇ ਦਹੀਂ ਨਾਲ ਹਾਜਰੀ ਖਵਾ, ਦਵਾਈ ਦੇ ਦਿੱਤੀ ਤੇ ਕਿਹਾ ਅੱਜ ਆ ਕੇ ਅਰਾਮ ਕਰ ਲਵੀਂ। ਛੁੱਟੀਆਂ ਤੋਂ ਬਾਅਦ ਪੜ੍ਹਾਈ ਕਰਨੀ ਔਖੀ ਲੱਗੀ ਹੋਣੀ ਸ਼ਾਇਦ ਤਾਂ ਦੁੱਖਦਾ ਹੋਵੇ। ਮੈਂ ਇਹੋ ਮੰਨ ਸਕੂਲ ਚਲਾ ਗਿਆ। ਖਿੱਚ ਕੋਈ ਨਹੀਂ ਸੀ, ਨਾ ਹੀ ਉਸਦੇ ਰੂਪ ਦੀ ਤੇ ਨਾ ਹੀ ਕੋਈ ਸੂਰਤ ਦੀ। ਮਨ ਕਰਦਾ ਸੀ ਪਰ ਮੈਂ ਉਸ ਨਾਲ ਗੱਲ ਕਰਾਂ। ਅੱਧੀ ਛੁੱਟੀ ਦਾ ਇੰਤਜ਼ਾਰ ਖਤਮ ਹੁੰਦਿਆਂ ਹੀ ਮੈਂ ਝੱਟ ਉਸਦੇ ਡੈਸਕ ਵੱਲ ਗਿਆ ਤੇ ਕਿਹਾ ਮੈਂ ਨਿਮਾਣ ਤੇ ਉਹ ਅੱਗੋਂ ਚੁੱਪ ਸੀ।

ਮੈਂ ਆਖਿਆ ਤੁਹਾਡਾ ਨਾਮ ਕੀ ਹੈ?

ਓਹਨੇ ਹੌਲੀ ਜੇ ਕਿਹਾ "ਜੀ! ਆਗਿਆ"।
ਮੂੰਹ 'ਤੇ ਤਾਂ ਮੈਂ ਵੀ ਕਹਿ ਦਿੱਤਾ, "ਬੜਾ ਸੋਹਣਾ ਨਾਮ ਹੈ"।

ਪਰ ਮਨ ਅੰਦਰ ਚੱਲਦੀ ਕਸ਼ਮਕਸ਼ ਵਾਰੇ ਮੈਂ ਜ਼ਰਾ ਜਿਹਾ ਵੀ ਅੰਦਾਜ਼ਾ ਨਹੀਂ ਹੋਣ ਦਿੱਤਾ ਕਿ ਇਸ ਨਾਮ ਨੇ ਤਾਂ ਮੇਰੀ ਰਾਤਾਂ ਦੀ ਨੀਂਦ ਲੈ ਲਈ, ਮੇਰਾ ਚੈਨ ਖੋਹ ਲਿਆ, ਇੱਕ ਦਰਦ ਜਿਹਾ ਹਿੱਸੇ ਦੇ ਦਿੱਤਾ ਬਦਲੇ 'ਚ।

ਮੈਂ ਅੱਗੋਂ ਪੁੱਛਿਆ ਜੀ ਤੁਸੀਂ ਕਿਹੜੇ ਪਿੰਡ ਦੇ ਹੋ?
ਆਗਿਆ ਕਿਹਾ "ਸਰਹਿੰਦ"।

ਸਰਹਿੰਦ ਸੁਣਕੇ ਮੇਰੇ ਪੈਰਾਂ ਥੱਲੋਂ ਜ਼ਮੀਨ ਹੀ ਖਿਸਕ ਗਈ। ਨਿੱਕੀਆਂ ਜਿੰਦਾਂ, ਵੱਡੇ ਸਾਕੇ ਦਾਦੀ ਕੋਲੋਂ ਸੁਣਿਆ ਸੀ ਤੇ ਮੈਂ ਗਿਆ ਵੀ ਸੀ ਕਈ ਵਾਰ ਫਤਹਿਗੜ੍ਹ ਸਾਹਿਬ ਦੀ ਸਭਾ 'ਤੇ।

ਓਹਨੇ ਅੱਗੋਂ ਪੁੱਛਿਆ, " ਤੁਹਾਡਾ ਕਿਹੜਾ ਪਿੰਡ ਹੈ?"
ਮੈਂ ਆਖਿਆ "ਬਸੀ ਪਠਾਣਾ"।

ਬਸ ਇੰਨੀ ਗੱਲ ਹੋਣ ਤੋਂ ਬਾਅਦ ਓਹ ਆਪਣਾ ਟਿਫਨ ਚੁੱਕ ਗਰਾਉਂਡ 'ਚ ਬੈਠ ਰੋਟੀ ਖਾਣ ਚਲੀ ਗਈ। ਜੀਅ ਤਾਂ ਕਰਦਾ ਸੀ ਕਿ ਹੋਰ ਗੱਲ ਕਰਾਂ ਪਰ ਫੇਰ ਸੋਚਿਆ ਕਿਹੜੀ ਗੱਲ? ਛੱਡ ਮਨਾ ਓਹ ਤਾਂ ਭੋਲੀ ਜਿਹੀ ਐ, ਕਿਉਂ ਪਰੇਸ਼ਾਨ ਕਰਨਾ। ਪਰ ਉਸਦੇ ਨਾਮ ਦੀ ਖਿੱਚ ਮੈਨੂੰ ਅਜੇ ਵੀ ਟੁੱਟਣ ਨਹੀਂ ਦੇ ਰਹੀ ਸੀ। ਇੱਕ ਤਾਂਗ ਸੀ ਜਾਨਣ ਦੀ ਪਰ ਉਸਨੂੰ ਮਿਲਕੇ ਮੇਰੇ ਸਾਰੇ ਅਵਾਰਾਪਨ ਦੀ ਚਾਹਨਾ ਖਤਮ ਹੋ ਗਈ ਸੀ। ਘਰ ਆਕੇ ਵੀ ਕਿਤੇ ਜਾਣ ਨੂੰ ਦਿਲ ਨਾ ਕਰਦਾ। ਇੱਕ ਟਿਕਾਅ ਜਿਹਾ ਆ ਗਿਆ ਸੀ ਜ਼ਿੰਦਗੀ 'ਚ। ਪਹਿਲੇ ਦਿਨ ਹਲਚਲ ਤੇ ਅੱਜ ਟਿਕਾਅ। ਅਜੀਬ ਜਿਹੀ ਪਰਸਥਿਤੀ ਸੀ ਮੇਰੇ ਸਰੀਰ ਦੀ। ਮੈਨੂੰ ਵੀ ਸਮਝ ਨਾ ਆਈ ਕਿ ਕੱਲ ਬੇਚੈਨੀ ਤੇ ਅੱਜ ਸ਼ਾਂਤੀ। ਅੱਜ ਮੈਂ ਪਹਿਲੀ ਵਾਰ ਆਪਣੇ ਸੁਭਾਅ 'ਤੇ ਗੌਰ ਕੀਤੀ ਸੀ। ਅੱਜ ਤੱਕ ਤਾਂ ਕਦੇ ਸੋਚਿਆ ਹੀ ਨਹੀਂ ਸੀ ਕਿ ਮੈਂ ਕੌਣ ਹਾਂ, ਕੀ ਕਰਦਾ ਹਾਂ, ਕਿਉਂ ਜਿਉਂ ਰਿਹਾ ਹਾਂ, ਇਸ ਜ਼ਿੰਦਗੀ ਦਾ ਕੀ ਲਾਭ ਹੈ? ਪਰ ਅੱਜ ਬਾਕੀ ਸਭ ਸ਼ਾਂਤ ਹੋਕੇ, ਮੈਂ ਖੁਦ ਨੂੰ ਜਾਨਣਾ ਚਾਹੁੰਦਾ ਸਾਂ। ਮਾਨੋ ਇਹ ਨਵਾਂ ਸਿਲਸਿਲਾ ਹੀ ਛਿੜ ਗਿਆ ਸੀ ......

# ਸਿਲਸਿਲਾ ਕਾਹਦਾ?

ਇਹ ਤਾਂ ਘਰਦਿਆਂ ਲਈ ਜੰਗ ਛਿੜ ਗਈ ਸੀ ਜੋ ਰੋਜ਼ ਉਹ ਮੇਰੇ ਨਾਲ ਕਰਦੇ ਕਿ ਅਖੇ ਮੈਂ ਘਰ ਆਕੇ ਉਹਨਾਂ ਨਾਲ ਘੱਟ ਕਿਉਂ ਬੋਲਦਾ ਹਾਂ। ਕਿਉਂ ਮੇਰਾ ਸੁਭਾਅ ਤਬਦੀਲ ਹੁੰਦਾ ਜਾਂਦਾ ਹੈ, ਸ਼ਾਇਦ ਮੈਂ ਸਿਆਣਾ ਹੋ ਰਿਹਾ ਹਾਂ ਜਾਂ ਜ਼ਿੰਦਗੀ ਦੀ ਸਮਝ ਆਉਣ ਲੱਗ ਗਈ? ਇਹ ਸੋਚ ਉਹ ਵੀ ਮੈਨੂੰ ਹੁਣ ਘੱਟ ਹੀ ਬੁਲਾਉਂਦੇ। ਪਰ ਮੇਰਾ ਧਿਆਨ ਜਮਾਂ ਹੱਟਦਾ ਜਾਂਦਾ ਸੀ ਇਹਨਾਂ ਸੰਸਾਰਿਕ ਗੱਲਾਂ ਤੋਂ। ਮੈਂ ਭੁੱਲ ਗਿਆ ਸਾਂ ਮੇਰਾ ਪਰਿਵਾਰ, ਮੇਰੇ ਚਾਅ, ਮੇਰੀਆਂ ਰੀਝਾਂ, ਮੇਰੀ ਮਸਤੀ ਤੇ ਮੇਰਾ ਅਵਾਰਾਪਨ। ਮਾਨੋ ਘਰ ਆਕੇ ਸ਼ਾਂਤੀ ਮਿਲ ਜਾਂਦੀ ਹੁਣ ਤੇ ਬਾਹਰ ਜਾਣ ਦੀ ਕੋਈ ਖਾਸ ਦਿਲਚਸਪੀ ਵੀ ਨਾ ਰਹਿੰਦੀ। ਰੋਜ਼ ਸਕੂਲ ਜਾਣਾ, ਘਰ ਆਉਣਾ, ਆਪਣੇ ਆਪ ਨੂੰ ਲੱਭਣਾ ਜ਼ਿੰਦਗੀ ਦਾ ਨਿਤਨੇਮ ਬਣ ਗਿਆ ਸੀ।

ਲੱਭ ਰਿਹਾ ਸੀ ਮੈਂ ਖੁਦ ਨੂੰ ਪਰ ਮਾਪਿਆਂ ਨੂੰ ਲੱਗ ਰਿਹਾ ਸੀ ਸ਼ਾਇਦ ਜ਼ਿੰਦਗੀ ਨੂੰ। ਹੌਲੀ ਹੌਲੀ ਇਸ ਟਿਕਾਅ ਨੇ ਉਜਾੜ ਦੀ ਸਥਿਤੀ ਗ੍ਰਹਿਣ ਕਰ ਲਈ ਸੀ। ਜਿਸ ਵਿੱਚ ਮਾਰੂਥਲ ਹੀ ਮਾਰੂਥਲ ਸੀ। ਸੋਕਾ, ਰੇਗਿਸਤਾਨ ਤੇ ਉਜਾੜ। ਦਿਮਾਗ ਹਿਸਾਬੀ ਘੱਟ ਤੇ ਜਜ਼ਬਾਤੀ ਜ਼ਿਆਦਾ ਹੋ ਗਿਆ ਸੀ। ਇਸ ਵਿਰਾਨੀ ਨੇ ਮਾਨੋ ਮੈਨੂੰ ਸੰਸਾਰ ਤੋਂ ਅਲੱਗ ਕਰ ਦਿੱਤਾ ਸੀ। ਇੱਕ ਕਲਪ ਜਨਮ ਗਈ ਸੀ ਮੇਰੇ ਅੰਦਰ, ਜਿਸਦਾ ਕਾਰਣ ਮੈਨੂੰ ਸਮਝ ਨਹੀਂ ਆਇਆ। ਜਵਾਨੀ ਦੀ ਉਮਰ ਜਿੱਥੇ ਮੈਂ ਬਾਰਾਂ ਪੜ੍ਹੂ ਤੇ ਦੂਸਰੇ ਜਵਾਕਾਂ ਨੂੰ ਅੱਲੜ੍ਹ ਉਮਰ 'ਚ ਪੈਰ ਰੱਖਦਿਆਂ, ਅਠਾਰਵਾਂ ਟੱਪਦੇ ਦੇਖਿਆ, ਉੱਥੇ ਮੇਰੇ ਅੰਦਰਲੀ ਇਕੱਲਤਾ ਤੇ ਤਨਹਾਈ ਵੀ ਵੱਧਦੀ ਜਾ ਰਹੀ ਸੀ।

ਘਰਦਿਆਂ ਨੇ ਜਿਵੇਂ ਤਿਵੇਂ ਕਰ ਮੈਨੂੰ ਕਾਲਜ ਤਾਂ ਪੜ੍ਹਨੇ ਪਾ ਦਿੱਤਾ ਸੀ ਪਰ ਮੇਰੀ ਰੁਚੀ ਜ਼ਰਾ ਵੀ ਨਹੀਂ ਸੀ। ਮਨ ਭੋਲਾ ਦਿਮਾਗ ਸ਼ਾਂਤ, ਸਰੀਰਕ ਬਲ ਠੀਕ-ਠਾਕ, ਦਿਲਚਸਪੀ ਘੱਟ, ਰਹਿਣੀ-ਬਹਿਣੀ ਨਹੀਂ, ਅਕਲ ਗਵਾਚੀ, ਸੋਚ ਜਵਾਕੀ ਅੱਜ ਪਹਿਲੇ ਦਿਨ ਕਾਲਜ ਦੇ ਦਰਸ਼ਨ 'ਚ ਸੀ। ਸਭ ਅਜੀਬ ਤੇ ਨਵੀਂ ਦੁਨੀਆਂ ਦਾ ਉਪਰਾਲਾ ਲੱਗਦਾ ਸੀ। ਲੋਕਾਂ ਦਾ ਹਾਸਾ ਢੀਠਾ ਦੇਖ ਉਹਨਾਂ ਦੇ ਇਕੱਲੇਪਨ ਦਾ ਮੈਂ ਦੂਰੋਂ ਹੀ ਅਹਿਸਾਸ ਕਰ ਸਕਦਾ ਸੀ, ਮਾਨੋ ਸਭ ਨੂੰ ਕਹਿ ਦਿਆਂ ਕਿ ਓਹ ਇੰਨਾ ਕਿਉਂ ਸਾਥ ਲੱਭ ਰਹੇ ਨੇ। ਮੈਂ ਤਾਂ ਇਕੱਲਾ ਤੁਰ ਰਿਹਾ ਹਾਂ, ਮੈਂ ਇਕੱਲਾ ਸੀ ਵੀ ਕਿ ਨਹੀਂ? ਇਹ ਵੀ ਮੈਨੂੰ ਓਸੇ ਵਕਤ ਅਹਿਸਾਸ ਹੋਇਆ ਸੀ।

ਪ੍ਰਸ਼ਨਾਂ ਦੇ ਪ੍ਰਸ਼ਨ ਖੜ੍ਹੇ ਹੋ ਗਏ ਇਹ ਰੰਗਲੀ ਦੁਨੀਆਂ ਨੂੰ ਦੇਖਕੇ। ਝੁੰਡ। ਗਰੁੱਪ। ਇਕੱਠ। ਰੌਲਾ-ਰੱਪਾ। ਹਾਹਾ-ਹੀਹੀ। ਹਾਸਰਸ। ਵਿਅੰਗ। ਬੜਾ ਅਜੀਬ ਮਾਹੌਲ ਸੀ। ਬੜੇ ਇਕੱਲੇ ਲੱਗੇ ਮੈਨੂੰ ਸਭ ਦੇਖਕੇ ਪਰ ਕਹਿਣ ਦਾ ਹੌਂਸਲਾ ਨਾ ਹੋਵੇ ਕਿਉਂਕਿ ਕਹਿੰਦਾ ਵੀ ਕਿਸ-ਕਿਸ ਨੂੰ? ਸਭ ਮੌਜਾਂ 'ਚ ਸੀ। ਵਿਆਹ 'ਚ ਸੀ। ਇਕੱਠ 'ਚ ਸੀ। ਵਿਹਲ ਤਾਂ ਕਿਸੇ ਕੋਲ ਨਹੀਂ ਸੀ, ਨਾ ਆਪਦੇ ਲਈ ਨਾ ਆਪਣੇ ਆਪ ਨੂੰ ਪਰਮਾਤਮਾ ਨਾਲ ਜੋੜਨ ਲਈ। ਇੱਕ ਦੂਜੇ ਨੂੰ ਡੈਸਕ ਤੇ ਬੈਠਕੇ ਵੀ ਜਾਨਣਾ ਚਾਹੁੰਦੇ ਸੀ ਪਰ ਮੈਨੂੰ ਲੱਗਿਆ ਨਹੀਂ ਸੀ ਕਿ ਸਮਝਣਾ ਵੀ ਚਾਹੁੰਦੇ ਸੀ। ਇਸ ਉਮਰ ਦਾ ਖਿਚਾਅ ਦਿਖ ਰਿਹਾ ਸੀ

ਇੱਕ ਦੂਸਰੇ ਵੱਲ। ਮਨਾਂ 'ਚ ਬਲਬਲੇ ਦੀ ਜਗਾਹ ਉਨ੍ਹਾਂ ਦੇ ਦਿਲ 'ਚ ਚਾਓ ਸੀ ਇੱਕ ਦੂਸਰੇ ਦੀ ਖ਼ੂਬਸੂਰਤੀ ਨੂੰ ਮਾਨਣ ਦਾ। ਮੈਂ ਦੇਖ ਰਿਹਾ ਸੀ ਸਭ ਕੁਝ ਪਹਿਲੇ ਹੀ ਦਿਨ। ਬੋਲਣ ਦਾ ਇੰਨਾ ਖਾਸ ਧਿਆਨ ਨਹੀਂ ਗਿਆ ਮੇਰਾ ਕਿਉਂਕਿ ਮਾਹੌਲ ਰੌਚਕ ਸੀ ਮੈਨੂੰ ਲਹਿਰਾਂ ਉੱਠ ਰਹੀਆਂ ਸੀ ਇਨਸਾਨੀ ਸੁਭਾਅ ਨੂੰ ਜਾਨਣ ਦੀਆਂ। ਤਾੜਨ ਦੀਆਂ। ਧਿਆਨ ਦੀਆਂ। ਸੋਚ ਦੀਆਂ। ਰੱਬੀ ਸਿਰਜਣਾਤਮਕਤਾ ਦੀਆਂ।

ਅੱਜ ਕੀਤਾ ਤਜ਼ੁਰਬਾ ਜ਼ਿੰਦਗੀ ਨੂੰ ਇੱਕ ਨਵੇਂ ਜੀਵਨ ਦਾ ਅਹਿਸਾਸ ਕਰਵਾ ਰਿਹਾ ਸੀ। ਜਿਸ ਵਿੱਚ ਮਨ ਬੜਾ ਕੁਝ ਕਹਿਣਾ ਚਾਹੁੰਦਾ ਸੀ, ਪਰ ਮੌਨ ਸੀ। ਘਰ ਪਰਤਿਆਂ ਮੈਨੂੰ ਦੋ ਜ਼ਿੰਦੜੀਆਂ ਦਿਖ ਰਹੀਆਂ ਸੀ ਇੱਕ ਉਹ ਜੋ ਮਾਪਿਆਂ ਸਾਹਮਣੇ ਸੀ ਤੇ ਇੱਕ ਉਹ ਜਿਸਦਾ ਸਾਹਮਣਾ ਮੈਂ ਦੁਨੀਆਂ ਵਿੱਚ ਕਰਨਾ ਸੀ। ਮਾਪੇ ਧੀਰਜ ਵਿੱਚ ਨਜ਼ਰ ਆਉਂਦੇ ਤੇ ਬਾਹਰੀ ਦੁਨੀਆਂ ਮੌਜ ਵਿੱਚ। ਅੱਜ ਤੋਂ ਮੇਰੀ ਜ਼ਿੰਦਗੀ ਦੋ ਹਿੱਸਿਆਂ 'ਚ ਵੰਡੀ ਗਈ ਸੀ ਕਿਉਂਕਿ ਨਵੀਂ ਪੀੜ੍ਹੀ ਦੇ ਹਾਸਰਸ ਤੇ ਵਿਅੰਗ ਘਰ ਆਕੇ ਦਸ ਨਹੀਂ ਸੀ ਸਕਦਾ ਤੇ ਘਰਦਿਆਂ ਦੇ ਹਾਲਾਤ ਬਾਹਰ। ਜਿਵੇਂ-ਤਿਵੇਂ ਕਰਕੇ ਮੈਨੂੰ ਪੜ੍ਹਾ ਤਾਂ ਲੈਣਗੇ ਮਾਪੇ ਪਰ ਇਸ ਪੜ੍ਹਾਈ ਦਾ ਲਾਭ ਜੇਕਰ ਮੈਨੂੰ ਪੈਸੇ ਤੇ ਮਾਇਆ ਤੱਕ ਹੀ ਸੀਮਤ ਰੱਖੇਗਾ ਤਾਂ ਮੈਨੂੰ ਨਹੀਂ ਪੜ੍ਹਨੀ ਇਹੋ ਜਿਹੀ ਪੜ੍ਹਾਈ ਦਾ ਖਿਆਲ ਅਕਸਰ ਮਨ ਵਿੱਚ ਆਉਂਦਾ ਪਰ ਦੱਸਦਾ ਨਾ।

ਥਰਥਰਾਓ ਸੀ ਮੇਰੇ ਸਰੀਰ 'ਚ ਕਾਲਜ ਜਾਣ ਲੱਗਿਆ ਪਰ ਫੇਰ ਜਿਗਰਾ ਕਰ ਰੋਜ਼ ਉੱਥੇ ਚਲਾ ਹੀ ਜਾਂਦਾ ਜਿਵੇਂ ਤਿਵੇਂ ਮਨ ਸਮਝਾਕੇ। ਅੱਜ ਕਈ ਮਹੀਨੇ ਗੁਜ਼ਰ ਗਏ ਮੇਰੀ ਇਕੱਲ ਨੂੰ ਆਪਣੇ ਆਪ ਨੂੰ ਪੜ੍ਹਦਿਆਂ। ਅੱਜ ਸ਼ਾਇਦ ਇੰਝ ਲੱਗਾ ਜਿਵੇਂ ਕਿਸੇ ਨੇ ਕੋਸ਼ਿਸ਼ ਕੀਤੀ ਹੋਵੇ ਪੜ੍ਹਨ ਦੀ। ਦੂਰੋਂ ਚਰਾਗਾਹ 'ਚ ਬੈਠੀ ਇੱਕ ਇਕੱਲੀ ਰੂਹ ਮੈਨੂੰ ਟੁੰਬ ਰਹੀ ਸੀ। ਚਿਤ ਕਰਦਾ ਸੀ ਜਾਕੇ ਕੋਲ ਬੈਠ ਜਾਵਾਂ ਤੇ ਦਿਲ ਦੀਆਂ ਗੱਲਾਂ ਕਰਾਂ। ਗੱਲਾਂ ਵੀ ਕੀ ਸੀ! ਪਰਮਾਤਮਾ ਦੀਆਂ, ਰੱਬ ਦੀਆਂ, ਜ਼ਿੰਦਗੀ ਦੀਆਂ, ਦੁਨਿਆਵੀ ਮੋਹ ਦੀਆਂ ਜਿਸ ਵਿੱਚ ਮੈਂ ਖੁਦ ਉਲਝਿਆ ਹੋਇਆਂ ਸਾਂ। ਪਤਾ ਨਹੀਂ ਕਿਉਂ ਲੱਗਦਾ ਸੀ ਕਿ ਸ਼ਾਇਦ ਉਹ ਸੁਣ ਲਵੇ ਤੇ ਮੇਰਾ ਹੱਲ ਕੱਢ ਦੇਵੇ। ਇੱਕ ਰੌਸ਼ਨੀ ਦੀ

ਕਿਰਣ ਨਜ਼ਰ ਆਉਂਦੀ ਸੀ ਦੂਰੋਂ। ਦੋ ਕੁ ਕਦਮ ਪੁੱਟੇ ਸੀ ਉਸ ਵੱਲ। ਤੁਰਿਆ ਜਾਂਦਾ ਜਾਂਦਾ ਸੋਚੀ ਵੀ ਪਿਆ ਸਾਂ ਕਿ ਇਸ ਦੀ ਲੋੜ ਹੈ ਵੀ ਜਾਂ ਨਹੀਂ। ਜਾਂ ਮੈਂ ਐਵੇਂ ਹੀ ਆਪਣੀ ਭਟਕਣਾ 'ਚ ਕਿਸੇ ਹੋਰ ਨੂੰ ਪਰੇਸ਼ਾਨ ਕਰਨ ਜਾ ਰਿਹਾ। ਨੀਵੀਂ ਪਾਈ ਤੁਰਦਾ-ਤੁਰਦਾ ਕੀ ਦੇਖਦਾਂ ਇਹ ਤਾਂ ਓਹੀ ਚਿਹਰਾ ਸੀ ਜਿਸ ਨਾਲ ਮੇਰੀ ਜ਼ਿੰਦਗੀ ਉੱਥਲ-ਪੁੱਥਲ ਹੋ ਗਈ ਸੀ। ਜਿਸ ਨਾਲ ਮੈਨੂੰ ਇੱਕ ਰੋਗ ਜਿਹਾ ਲੱਗ ਗਿਆ ਸੀ। ਜਿਸ ਨਾਲ ਮੇਰੀ ਸੁਰਤ ਗੁਆਚੀ ਸੀ ਕਿ ਲੱਭੀ ਸੀ ਇਹ ਨਹੀਂ ਪਤਾ ਚੱਲਾ ਸੀ। ਹੇ ਵਾਹਿਗੁਰੂ! ਇਹ ਕੀ ਹੋ ਰਿਹਾ ਸੀ। ਕਿਉਂ ਇੰਨਾ ਦੁਚਿੱਤੀ 'ਚ ਸਾਂ ਮੈਂ। ਇਹ ਕੋਈ ਦੁਨਿਆਵੀ ਪਿਆਰ ਨਹੀਂ ਸੀ, ਇਹ ਮੈਨੂੰ ਪੂਰੀ ਸਮਝ ਸੀ। ਪਰ ਫੇਰ ਇਹ ਹੈ ਕੀ ਸੀ? ਕਿਸਨੂੰ ਦੱਸਦਾ? ਕੌਣ ਸੀ ਮੇਰੇ ਵਰਗਾ ਜੋ ਮੈਨੂੰ ਸਮਝ ਸਕਦਾ? ਬਾਕੀ ਸਭ ਤਾਂ ਮੌਜਾਂ 'ਚ ਨਜ਼ਰ ਆ ਰਹੇ ਸੀ ਜਿਵੇਂ ਕਿਸੇ ਨੂੰ ਨਾ ਕੋਈ ਦੁੱਖ ਹੋਵੇ, ਨਾ ਜ਼ਿੰਮੇਵਾਰੀ, ਨਾ ਪਿਆਰ, ਨਾ ਹਮਦਰਦੀ, ਨਾ ਸਮਝ, ਨਾ ਖਿਆਲ, ਨਾ ਟਿਕਾਅ ਤੇ ਨਾ ਸਕੂਨ।

ਸਤਿ ਸ੍ਰੀ ਅਕਾਲ ਕਹਿਕੇ ਮੈਂ ਘਾਹ ਉੱਪਰ ਚੌਂਕੜੀ ਮਾਰ ਬੈਠ ਗਿਆ। ਓਹਨੇ ਵੀ ਅੱਗੋਂ ਸਤਿ ਸ੍ਰੀ ਅਕਾਲ ਕਹਿ ਸਿਰ ਹਿਲਾ ਦਿੱਤਾ।

ਨਿਮਾਣ — ਪਹਿਚਾਣਿਆ ਜੀ?
ਆਗਿਆ — ਨਹੀਂ ਜੀ।

ਉਸਦੀ ਨਾ ਸੁਣ ਮੈਂ ਫੇਰ ਖਿਆਲਾਂ 'ਚ ਸੀ ਕਿ ਇਹ ਤਾਂ ਮੈਂ ਹੀ ਬੇਅਕਲ ਹਾਂ ਜੋ ਇੰਨਾ ਸੋਚ ਰਿਹਾ ਸੀ, ਉਸਨੂੰ ਤਾਂ ਮੇਰਾ ਭਾਉ ਵੀ ਨਹੀਂ। ਮੈਂ ਯਾਦ ਵੀ ਨਹੀਂ। ਮੇਰਾ ਧਿਆਨ ਵੀ ਨਹੀਂ। ਮੇਰਾ ਪਤਾ ਵੀ ਨਹੀਂ।

ਉਸਨੇ ਅਗਲੇ ਹੀ ਪਲ ਝੱਟ ਕਹਿ ਦਿੱਤਾ …

ਨਹੀਂ ਜੀ! ਮੈਂ ਤੁਹਾਨੂੰ ਜਾਣਦੀ ਹਾਂ। ਆਪਾਂ ਤਾਂ ਇੱਕੋ ਸਕੂਲ ਵਿੱਚ ਪੜ੍ਹੇ ਹਾਂ। ਇਹ ਸੁਣਕੇ ਤਾਂ ਮੇਰੀ ਖ਼ੁਸ਼ੀ ਦਾ ਟਿਕਾਣਾ ਹੀ ਨਹੀਂ ਰਿਹਾ। ਚਿਤ ਬਾਗੋਬਾਗ

ਸੀ। ਟੈਲੀਫੋਨ ਨਾ ਹੋਣ ਕਰਕੇ ਸਾਨੂੰ ਕਿਹੜਾ ਪਤਾ ਸੀ ਵੀ ਅਸੀਂ ਬਾਹਰਵੀਂ
ਬਾਅਦੋਂ ਇੱਕੋ ਕਾਲਜ ਹੋਵਾਂਗੇ। ਇਹ ਅਹਿਸਾਸ ਵੱਖਰਾ ਜਿਹਾ ਸੀ। ਖ਼ੁਸ਼ੀ
ਬੇਅੰਤ ਸੀ। ਕਲਪ ਟੁੱਟਦੀ ਨਜ਼ਰ ਆ ਰਹੀ ਸੀ। ਹੁਣ ਤੱਕ ਸੋਚਦਾ ਸਾਂ। ਅੱਜ
ਹੁੰਦਾ ਨਜ਼ਰ ਆ ਰਿਹਾ ਸੀ। ਖ਼ੁਸ਼! ਖ਼ੁਸ਼! ਪੂਰਾ ਖ਼ੁਸ਼।

ਅੱਜ ਘਰ ਜਾਣ ਲੱਗਿਆ ਸੋਚਦਾ ਸਾਂ ਇਸ ਨਿਆਰੀ ਮੁਸਕੁਰਾਹਟ ਪਿੱਛੇ
ਕਾਰਣ। ਨਾਲੇ ਮੱਥੇ 'ਤੇ ਹੱਥ ਮਾਰ ਰਿਹਾ ਸਾਂ ਕਿ ਐਵੇਂ ਮੈਂ ਤਾਂ ਦੋ ਸਾਲ
ਵਿਰਾਗ 'ਚ ਕੱਢ ਛੱਡੇ, ਇਹ ਤਾਂ ਕੁਝ ਵੀ ਨਹੀਂ ਸੀ। ਇਹ ਤਾਂ ਲਗਾਅ ਸੀ।
ਆਪਣਾਪਨ ਸੀ। ਧਿਆਨ ਸੀ। ਪਰਵਾਹ ਸੀ। ਪਰ ਕਿਸ ਪ੍ਰਤੀ? ਮੈਂ ਰੋਜ਼
ਵਾਹਿਗੁਰੂ ਨਾਲ ਗੱਲਾਂ ਕਰਦਾ ਹਾਂ ਤੇ ਉਸੇ ਵਾਰੇ ਸੋਚਦਾ ਹਾਂ ਫਿਰ ਇਹ ਕੀ
ਹੈ ਜੋ ਮੈਨੂੰ ਅੱਜ ਮਹਿਸੂਸ ਹੋਇਆ। ਕੀ ਮੈਂ ਇਸ ਨਾਲ ਖ਼ੁਸ਼ ਹਾਂ? ਕੀ ਮੇਰੀ
ਉਲਝਣ ਸਿਰਫ ਇਹੋ ਸੀ? ਕੀ ਇਹੀ ਕਾਰਣ ਸੀ ਮੇਰੀ ਚੁੱਪੀ ਦਾ? ਇੰਨੇ
ਸਵਾਲ! ਖਾ ਜਾਣਗੇ ਮੈਨੂੰ ਇਹ ਤਾਂ। ਘਰ ਪਹੁੰਚਦੇ ਸਾਰ ਅੱਜ ਮੈਂ ਕੁਝ ਵੀ
ਨਾ ਖਾਧਾ ਤੇ ਨਾ ਕਿਸੇ ਨਾਲ ਗੱਲ ਕੀਤੀ। ਜਾਂਦੇ ਸਾਰ ਨਹਾਕੇ, ਗੁੱਟਕਾ ਫੜ,
ਮੈਂ ਰਹਿਰਾਸ ਤੇ ਸੋਹਿਲਾ ਸਾਹਿਬ ਦੀ ਬਾਣੀ ਪੜ੍ਹਨੀ ਸ਼ੁਰੂ ਕੀਤੀ। ਕਿਉਂਕਿ
ਅੱਜ ਤਾਂ ਮੇਰੀ ਇਕੱਲ ਹਿਲ ਗਈ ਸੀ। ਮੇਰਾ ਮੋਹ ਜਾਗ ਗਿਆ ਸੀ। ਮੇਰੀ
ਕਲਪ ਟੁੱਟ ਗਈ ਸੀ। ਮੈਂ ਮਹਿਸੂਸ ਕਰਨ ਲੱਗਾ ਸਾਂ। ਮੇਰਾ ਰੋਣਾ ਰੁਕ ਨਹੀਂ
ਸੀ ਰਿਹਾ। ਮੇਰੇ ਹੰਝੂ ਤੜਪ ਰਹੇ ਸੀ। ਮੇਰਾ ਪਿਆਰ ਵਾਹਿਗੁਰੂ ਪੁਕਾਰ ਰਹੇ
ਸੀ। ਇੰਨੀ ਤੜਪ। ਇੰਨੀ ਹੜਬੜਾਹਟ। ਇਹ ਤਾਂ ਹੋਰ ਹੀ ਕੁਝ ਸੀ,
ਜਿਸਨੂੰ ਮੈਂ ਦਸ ਨਹੀਂ ਸੀ ਸਕਦਾ, ਨਾ ਮਾਪਿਆਂ ਨੂੰ ਤੇ ਨਾ ਕਿਸੇ ਹੋਰ ਨੂੰ।
ਬਾਣੀ ਪੜ੍ਹਦਿਆਂ-ਪੜ੍ਹਦਿਆਂ ਮੇਰੇ ਸਾਰੇ ਅਹਿਸਾਸ ਬਹਿ ਗਏ ਹੰਝੂਆਂ 'ਚ।
ਮੇਰੇ ਜਜ਼ਬਾਤ ਜਿਵੇਂ ਤੁਰ ਗਏ ਹੋਣ ਮੈਨੂੰ ਕਿੱਧਰੇ ਪਰਮਾਤਮਾ ਕੋਲ ਛੱਡਕੇ।
ਦਿਮਾਗ ਸ਼ਾਂਤ ਹੋ ਗਿਆ ਸੀ ਤੇ ਅੱਜ ਨਿਰਣਾ ਕਰ ਬੈਠਾ ਸੀ ਕਿ ਅੱਜ ਤੋਂ
ਇਹ ਕਦੇ ਨਹੀਂ ਸੋਚੇਗਾ ਕਿਸੇ ਨੂੰ ਆਪਣਾ ਸਮਝਣਾ ਜਾਂ ਬਣਾਉਣਾ। ਰਾਤ
ਦੀ ਰੋਟੀ ਖਾ ਅੱਜ ਮੈਂ ਦਾਦਾ ਜੀ ਨਾਲ ਸੌਣ ਦਾ ਨਿਰਣਾ ਕੀਤਾ। ਆਪਣੀਆਂ
ਅੰਦਰਲੀਆਂ ਉਲਝਣਾਂ ਤਿਆਗ; ਮੈਂ ਅੱਜ ਆਪਣੇ ਕੋਲ ਜਿਹੜੇ ਰਿਸ਼ਤੇ
ਹਨ, ਓਹਨਾਂ ਨੂੰ ਸੰਭਾਲਣ ਦਾ ਜ਼ਿਕਰ ਕੀਤਾ। ਮੈਂ ਮਾਂ ਨੂੰ ਜੱਫੀ ਪਾਈ, ਪਿਤਾ
ਜੀ ਕੋਲ ਬੈਠਾ ਤੇ ਦਾਦੇ ਤੋਂ ਰੱਜਵਾਂ ਪਿਆਰ ਲਿਤਾ। ਇਹ ਦੇਖ ਤਾਂ ਅੱਜ ਮਾਪੇ

ਵਿਆਹ ਵਾਂਗੂੰ ਖੁਸ਼ ਸੀ। ਉਹਨਾਂ ਦੇ ਚਿਹਰੇ 'ਤੇ ਵੱਖਰਾ ਜਿਹਾ ਨੂਰ ਸੀ। ਚਾਅ ਸੀ। ਦੁਲਾਰ ਸੀ। ਮੈਂ ਵੀ ਹੁਣ ਰੋਜ਼ ਕਾਲਜ ਜਾਂਦਾ, ਪੜ੍ਹਦਾ ਤੇ ਘਰ ਆਕੇ ਘਰਦਿਆਂ ਨਾਲ ਕੰਮ ਕਰਵਾ, ਨਾਲ ਬੈਠਕੇ ਭੋਜਨ ਕਰਦਾ। ਕਦੇ-ਕਦੇ ਮਨ ਸੋਚਦਾ ਵੀ ਕਿ ਇੰਨਾ ਕਿਉਂ ਕਰੀਬ ਹੋ ਰਿਹਾ ਦੁਨਿਆਵੀ-ਬੰਧਨਾਂ ਨਾਲ, ਇੰਨ੍ਹਾਂ ਇੱਕ ਦਿਨ ਤੈਨੂੰ ਛੱਡ ਜਾਣਾ। ਮੁੱਕ ਜਾਣਾ। ਤੁਰ ਜਾਣਾ।

ਮੈਂ ਕੁਝ ਜ਼ਿਆਦਾ ਹੀ ਸੋਚਦਾ, ਇਹ ਕਹਿ ਅਕਸਰ ਦਿਮਾਗ ਨੂੰ ਪਾਸੇ ਰੱਖ ਦਿੰਦਾ। ਹੁਣ ਬਾਣੀ ਮੈਨੂੰ ਪਿਆਰ ਦੇਣ ਲੱਗੀ ਸੀ ਤੇ ਮਾਧੇ ਖੁਸ਼ੀ। ਜ਼ਿੰਦਗੀ ਦਾ ਮਕਸਦ ਤਾਂ ਹਾਲੇ ਵੀ ਉੱਥੇ ਦਾ ਉੱਥੇ ਹੀ ਖੜ੍ਹਾ ਸੀ ਪਰ ਜਦ ਵੀ ਮੈਂ ਸੋਚਣ ਲੱਗਦਾ ਓਦੋਂ ਹੀ ਬੰਦ ਕਰ ਦਿੰਦਾ। ਅਖੇ ਕਿਉਂ ਮਨ ਖਰਾਬ ਕਰਨਾ, ਕਿਉਂ ਜਿਹਨ 'ਤੇ ਬੋਝ ਪਾਉਣਾ? ਜ਼ਿੰਦਗੀ ਇੰਨੀ ਚੰਗੀ ਤਾਂ ਜਾ ਰਹੀ, ਐਵੇਂ ਮੈਂ ਫਾਲਤੂ ਸੋਚਦਾ ਹਾਂ।

ਅੱਜ ਉਨੀਵਾਂ ਟੱਪ, ਮੈਂ ਪੂਰੇ ਵੀਹ ਵਰ੍ਹੇ ਦਾ ਹੋ ਗਿਆ ਸੀ। ਮੇਰੇ ਦਾਦਾ ਜੀ ਥੋੜ੍ਹੇ ਢਿੱਲੇ ਹੋਏ ਤੇ ਪੂਰੇ ਸੱਤ ਦਿਨ ਮਗਰੋਂ ਚੱਲ ਵਸੇ। ਘਰ 'ਚ ਅਜੀਬ ਮਾਹੌਲ ਸੀ। ਮੇਰਾ ਤਾਂ ਜਿਵੇਂ ਸਭ ਕੁਝ ਲੁੱਟ ਗਿਆ ਸੀ। ਉਜਾੜ ਪੈ ਗਿਆ ਸੀ। ਇੰਨੀ ਸੁੰਨ। ਇੰਨਾ ਵਿਰਾਗ। ਹੰਝੂ ਰੁਕਣ ਦਾ ਨਾਮ ਨਹੀਂ ਸੀ ਲੈ ਰਹੇ। ਉਜੜ ਗਈ ਸੀ ਮੇਰੀ ਦੁਨੀਆਂ ਜਿਹੜੀ ਮੈਂ ਹਲੇ ਵਸਾਈ ਵੀ ਨਹੀਂ ਸੀ। ਇਹ ਕੀ ਹੋ ਗਿਆ ਸੀ? ਕੀ ਚੱਲ ਰਿਹਾ ਸੀ? ਦੁਨੀਆਂ ਦੀ ਸਮਝ ਨਹੀਂ ਸੀ। ਜਿੱਥੇ ਮੈਂ ਰੋ ਰਿਹਾ ਸੀ, ਉੱਥੇ ਕਈ ਨਵੇਂ ਕੱਪੜੇ ਲੈਣ, ਸਿਲਾਉਣ ਤੇ ਪਾਉਣ ਦੀਆਂ ਗੱਲਾਂ ਕਰ ਰਹੇ ਸੀ। ਪੱਗ ਲੈਣੀ, ਬੰਨ੍ਹਣੀ ਤੇ ਧਰਨੀ ਦੇ ਰਿਵਾਜ਼ ਚੱਲ ਰਹੇ ਸੀ। ਉਮਰ ਲੰਘੀ ਤੋਂ ਮਰੇ ਨੇ ਤਾਂ ਜਲੇਬੀਆਂ ਕੱਢਣ ਦੀਆਂ ਗੱਲਾਂ ਚੱਲ ਰਹੀਆਂ ਸੀ। ਮੇਰਾ ਤਾਂ ਮਾਨੋ ਜਹਾਨ ਚਲਿਆ ਗਿਆ ਸੀ। ਡਰ ਸੀ ਕਿ ਇਹ ਕੀ ਹੋ ਰਿਹਾ ਹੈ? ਕਿਉਂ ਇੰਨਾ ਵੱਖਰਾ ਮਾਹੌਲ ਹੈ? ਕਿਉਂ ਲੋਕ ਰੋ ਨਹੀਂ ਰਹੇ ਹਨ? ਕਿਉਂ ਇੰਨ੍ਹਾਂ ਨੂੰ ਕੋਈ ਦੁੱਖ ਨਹੀਂ ਹੈ? ਕਿਉਂ ਇਹ ਇੰਨੀ ਜਲਦੀ ਸਭ ਭੁੱਲ ਗਏ ਨੇ? ਹਾਸਾ ਠੀਠਾ ਵੀ ਹੋਣ ਲੱਗਾ ਸੀ ਹਫਤੇ-ਪੰਦਰਾਂ ਦਿਨ ਬਾਅਦੋਂ। ਬੰਦਾ ਬੜਾ ਚੰਗਾ ਸੀ ਹਰ ਕੋਈ ਆਣਕੇ ਕਹਿ ਦਿੰਦਾ। ਪਹਿਲੀ ਮੌਤ ਦੇਖੀ ਸੀ ਮੈਂ ਜ਼ਿੰਦਗੀ 'ਚ। ਚਿੱਟੇ ਕੱਫਣ, ਸੰਸਾਰਿਕ ਰਿਵਾਜ਼,

ਮਕਾਨਾਂ, ਦੋ ਪਲ ਲਈ ਰੋਣਾ ਜਾਣੀ ਸਭ ਮੈਨੂੰ ਖਾ ਰਹੇ ਸੀ। ਇਹ ਕੀ ਸੀ ਤੇ ਕੀ ਹੋ ਰਿਹਾ ਸੀ, ਮੇਰੀ ਸਮਝ ਤੋਂ ਬਾਹਰ ਸੀ। ਸੌਣ ਲੱਗੋ ਸੋਚਿਆ ਕਰਾਂ ਸ਼ਾਇਦ ਇਹ ਸਭ ਸੁਪਨਾ ਹੈ ਪਰ ਹਕੀਕਤ ਸੀ, ਜਿਸਦੀ ਸਮਝ ਮੈਨੂੰ ਕੋਈ ਨਹੀਂ ਸੀ, ਹੁਣ ਘਰ ਆਪਣਾ ਨਹੀਂ ਸੀ ਲੱਗਦਾ, ਅਜੀਬ ਜੀ ਪ੍ਰਸਥਿਤੀ ਬਣ ਗਈ ਸੀ। ਬਿਲਕ-ਬਿਲਕ ਮੈਂ ਆਪਣਾ ਹੀ ਜਿਉਣਾ ਮੁਸ਼ਕਿਲ ਕਰ ਲਿਆ ਸੀ। ਦਾਦਾ ਜੀ ਦੀ ਮੌਤ ਨੇ ਮੈਨੂੰ ਝੰਬ ਕੇ ਰੱਖ ਦਿੱਤਾ। ਮੈਨੂੰ ਬਦਲ ਦਿੱਤਾ। ਛੱਡ ਦਿੱਤਾ। ਹਿਲਾ ਦਿੱਤਾ। ਕਿਉਂਕਿ ਮੈਨੂੰ ਇੰਝ ਲੱਗ ਰਿਹਾ ਸੀ ਕਿ ਮੈਂ ਇਕੱਲਾ ਹੀ ਸਾਂ ਜੋ ਰੋ ਰਿਹਾ ਸੀ, ਬਾਕੀ ਤਾਂ ਸਭ ਅੱਗੇ ਤੁਰ ਪਏ। ਲੰਘ ਗਏ। ਟੱਪ ਗਏ। ਅਗਾਂਹ ਹੋ ਗਏ।

ਸ਼ਾਂਤਮਈ ਜਿਹਾ ਸੁਭਾਅ ਲੈ ਰੋਜ਼ ਕਾਲਜ ਨੂੰ ਜਾਂਦਾ ਨਾਲੇ ਸੋਚਦਾ ਕਿ ਮੌਤ ਵਾਧੋਂ ਇਨਸਾਨ ਕਿੱਥੇ ਚਲਾ ਜਾਂਦਾ? ਮੁੜਕੇ ਵੀ ਆਉਂਦਾ? ਜਾਂ ਸਿਰਫ ਖੁਆਬ ਬਣ ਜਾਂਦਾ। ਦਾਦਾ ਜੀ ਦੀ ਮੌਤ ਨੇ ਮੈਨੂੰ ਸੱਚ ਰਾਹੀਂ ਲੰਘਾਇਆ, ਸੱਚ ਦਿਖਾਇਆ ਤੇ ਸੱਚ ਸਮਝਾਇਆ। ਆਪਣੀ ਜ਼ਿੰਦਗੀ ਦੀ ਪਹਿਲੀ ਮੌਤ ਦੇਖ ਮੈਨੂੰ ਪਤਾ ਚੱਲ ਗਿਆ ਸੀ ਕਿ ਆਪਾਂ ਸਭ ਕਾਰਜਕਾਰੀ ਹਾਂ ਇਸ ਸੰਸਾਰ ਦੇ ਜੋ ਅਨਿੱਤ ਨੇ ਤੇ ਕੱਚੀਆਂ ਕੰਧਾਂ ਉਸਾਰੀ ਬੈਠੇ ਨੇ ਤੇ ਉਹਨਾਂ ਸਭ 'ਚੋਂ ਇਕ ਹਾਂ ਮੈਂ। ਇਹ ਮੌਤ ਮੈਨੂੰ ਜਿੰਨਾ ਸੋਚਾਂ ਵਿੱਚ ਪਾਕੇ ਗਈ ਸੀ, ਉਨਾਂ ਹੀ ਕੱਢ ਵੀ ਗਈ ਸੀ। ਲਗਾਅ ਨਾਮ ਦੀ ਪ੍ਰੀਭਾਸ਼ਾ ਦਸ ਗਈ ਸੀ। ਜਿਸਨੂੰ ਮੈਂ ਦਾਦਾ ਜੀ ਤੋਂ ਬਾਅਦ ਕਰਨ ਤੋਂ ਵੀ ਡਰਦਾ ਸੀ। ਕਿਉਂਕਿ ਇੰਨਾ ਜਿਗਰ ਨਹੀਂ ਸੀ ਵਾਰ-ਵਾਰ ਟੁੱਟਣ ਦਾ।

# ਵਜੂਦ ਰਾਹੀਂ ਲੰਘਣਾ

ਜਿੱਥੇ ਮੈਂ ਯਥਾਰਥ ਦੀ ਤਾਰੀਫ਼ ਕਰਨੀ ਚਾਹੁੰਦਾ ਸਾਂ ਓਥੇ ਹੀ ਮੈਂ ਉਸ ਵਾਰੇ ਸੋਚਣਾ ਵੀ ਚਾਹੁੰਦਾ ਸਾਂ। ਅੱਜ ਜ਼ਿੰਦਗੀ ਦੇ ਕਈ ਸਵਾਲ ਮੁੱਕ, ਹੋਂਦ ਨੇ ਜਨਮ ਲਿੱਤਾ ਸੀ। ਆਪਣਾ ਦੁੱਖ ਵਿਸਾਰ, ਮੈਨੂੰ ਦੁਨੀਆਂ ਦਿਖਣ ਲੱਗੀ ਸੀ ਜੋ ਸ਼ਾਇਦ ਮੈਂ ਪਹਿਲਾਂ ਕਦੇ ਨਹੀਂ ਸੀ ਦੇਖੀ। ਮਨਪਰਚਾਵੇ 'ਚ ਸੀ ਮੇਰੀ ਜ਼ਿੰਦਗੀ ਹੁਣ ਤੱਕ, ਪਰ ਅੱਜ ਇਹ ਆਪਣਾ ਆਪ ਭੁੱਲ ਆਲਾ-ਦੁਆਲਾ ਦੇਖਣ ਲੱਗੀ ਸੀ। ਜਿਸ ਵਿੱਚ ਦੁੱਖ ਹੀ ਦੁੱਖ ਸੀ। ਮਾਰਗ 'ਤੇ ਜਾਂਦਿਆਂ ਵੀ ਪੰਛੀ ਤੜਪ 'ਚ ਨਜ਼ਰ ਆਉਂਦੇ ਸੀ, ਜੋ ਰੋਜ਼ ਆਪਣਾ ਕੱਚਾ ਘਰ ਬਣਾਉਂਦੇ ਮਨੁੱਖੀ ਹੱਥਾਂ ਤੋਂ ਢਵਾਉਣ ਲਈ। ਸੜਕ 'ਤੇ ਬੈਠੇ ਬੇਘਰ ਲੋਕ ਮੇਰਾ ਜਿਗਰਾ ਹਿਲਾ ਰਹੇ ਸੀ। ਗੱਡੀਆਂ ਦੇ ਮੂਹਰੇ-ਪਿੱਛੇ ਨਿੱਕੇ-ਨਿੱਕੇ ਨਿਆਣੇ ਮੁਦਰਾ ਮੰਗ ਮੈਨੂੰ ਰਵਾ ਰਹੇ ਸੀ। ਟੱਪਰੀਵਾਸੀ ਮੀਂਹ ਦਾ ਪਾਣੀ ਦੇਖ ਭੱਜਦੇ ਤੇ ਰਵਾਨਾ ਹੋਕੇ ਮੇਰੇ ਅੰਦਰ ਤਹਿਲਕਾ ਮਚਾ ਰਹੇ ਸੀ।

ਅੱਗੇ ਤਾਂ ਮੈਨੂੰ ਕਦੇ ਇਹ ਮਹਿਸੂਸ ਵੀ ਨਹੀਂ ਸੀ ਹੋਇਆ, ਪਰ ਹੁਣ ਤਾਂ ਕੁੱਤਾ ਵੀ ਰੂੜੀਆਂ ਤੋਂ ਭੋਜਨ ਲੱਭਦਾ ਮੈਨੂੰ ਲਲਕਾਰ ਰਿਹਾ ਸੀ। ਅਵਾਰਾ ਪਸ਼ੂ ਖੇਤਾਂ 'ਚ ਲੋਕਾਂ ਕੋਲੋਂ ਕੁੱਟ ਖਾ ਕੁਰਲਾ ਰਹੇ ਸੀ। ਇਨਸਾਨੀਅਤ ਸੁੰਨਸਾਨ ਜਾਪਦੀ ਸੀ ਤੇ ਧਰਮ ਬੁਲਾਰਿਆਂ 'ਚ ਸੀ। ਵੱਡੀਆਂ-ਵੱਡੀਆਂ ਰਾਜਨੀਤਿਕ ਰੈਲੀਆਂ ਦਾ ਇੰਨ੍ਹਾਂ ਨਾਲ ਬਹੁ-ਵਾਸਤਾ ਨਹੀਂ ਸੀ ਲੱਗ ਰਿਹਾ। ਸੰਸਾਰਿਕ ਗੱਲਾਂ ਤੇ ਦਿਖਾਵੇ ਦਾ ਮਾਪ ਇੰਨ੍ਹਾਂ ਦੇ ਦਰਦ ਤੱਕ ਪਹੁੰਚਣਾ ਵੀ ਨਹੀਂ ਸੀ ਚਾਹੁੰਦਾ। ਪਰ ਮੇਰਾ ਇਹ ਸੋਚਣਾ ਕਿੰਨਾ ਕੁ ਜ਼ਾਇਜ ਸੀ ਇਸਦੀ ਪ੍ਰਸ਼ਟੀ ਮੇਰਾ ਦਿਮਾਗ ਹੁਣ ਕਰਨਾ ਚਾਹੁੰਦਾ ਸੀ। ਆਰੰਭ ਨਹੀਂ ਸੀ ਪਤਾ। ਵਿਧੀ ਨਹੀਂ ਸੀ ਪਤਾ। ਤੇ ਨਾ ਹੀ ਸਿੱਟਾ ਪਤਾ ਸੀ। ਕਿਉਂਕਿ ਜਿਸਨੂੰ ਵੀ ਮੈਂ ਦੱਸਦਾ ਕਿ ਸੰਸਾਰ 'ਚ ਇਹ ਦੁੱਖ ਵੱਧ ਰਿਹਾ ਓਹ ਆਪਣੇ ਖੱਚਰੇ ਹਾਸੇ ਨਾਲ ਉਸਨੂੰ ਹੋਰ ਵਧਾ ਦਿੰਦਾ।

38

# ਭੰਬਲਭੂਸੇ
# ਦਾ ਟਿਕਾਅ

ਆਪਣੇ ਅੰਦਰਲੇ ਭੰਬਲਭੂਸੇ ਨੂੰ ਸਾਂਭਣ ਲਈ ਹੁਣ ਮੈਂ ਗੁਰਬਾਣੀ ਨੂੰ ਰਫੀਕ ਬਣਾ ਲਿਆ ਸੀ। ਰੋਜ਼ ਗੁਰਦੁਆਰੇ ਜਾਂਦਾ, ਨਿਤਨੇਮ ਪੜ੍ਹਦਾ, ਕੀਰਤਨ ਸੁਣਦਾ ਤੇ ਇੰਨ੍ਹਾਂ ਸਵਾਲਾਂ ਦੇ ਜਵਾਬ ਲੱਭਦਾ। ਮਾਤਾ-ਪਿਤਾ ਨਾਲ ਇਹ ਗੱਲ ਕਰਨੀ ਹੁਣ ਮੈਂ ਠੀਕ ਸਮਝੀ ਕਿਉਂਕਿ ਹੁਣ ਮੈਨੂੰ ਇਸ ਗ੍ਰਿਹਸਤ ਜੀਵਨ 'ਚ ਕੁਝ ਖਾਸ ਨਹੀਂ ਸੀ ਦਿਸ ਰਿਹਾ। ਰੋਜ਼ ਸੋਚਦਾ ਇਹ ਗੱਲ ਸਾਂਝੀ ਕਰਨ ਲਈ ਪਰ ਫੇਰ ਕੋਈ ਚੰਗਾ ਜਿਹਾ ਮਾਹੌਲ ਤੇ ਸਮਾਂ ਦੇਖਕੇ ਕਰਾਂਗਾ, ਇਹ ਕਹਿਕੇ ਮਨ ਸਮਝਾ ਲੈਂਦਾ। ਅੱਜ ਐਤਵਾਰ ਦੇ ਦਿਨ ਦੋਵੇਂ ਮਾਤਾ ਜੀ ਤੇ ਪਿਤਾ ਜੀ ਨਾਲ ਬੈਠੇ ਦੇਖ ਮੈਂ ਇਹ ਮੌਕਾ ਸੰਭਾਲਣ ਦਾ ਜਤਨ ਕੀਤਾ।

ਨਿਮਾਣ — ਮਾਤਾ ਜੀ! ਮੈਨੂੰ ਤੁਹਾਡੇ ਨਾਲ ਇੱਕ ਗੱਲ ਕਰਨੀ ਹੈ?

ਮਾਂ — ਜ਼ਰੂਰ! ਨਿਮਾਣ ਪੁੱਤ।

ਨਿਮਾਣ — ਮੈਂ ਤੁਹਾਨੂੰ ਆਪਣੀ ਉਲਝਣ ਵਾਰੇ ਦੱਸਣਾ ਚਾਹੁੰਦਾ ਹਾਂ ਕਿ ਮੈਂ ਫਸ ਗਿਆ ਹਾਂ। ਇਸ ਜਾਲ 'ਚ। ਇਸ ਸੰਸਾਰ 'ਚ। ਇਸ ਚੱਕਰਵਿਉ 'ਚ। ਮੈਨੂੰ ਨਹੀਂ ਸਮਝ ਆ ਰਹੀ ਕਿ ਮੈਂ ਇਸ ਵਿੱਚੋਂ ਕਿਸ ਤਰ੍ਹਾਂ ਨਿਕਲਾਂ? ਇਸਦਾ ਮਾਰਗ ਕਿਹੜਾ ਹੈ? ਇਸਦੇ ਕਿੰਨੇ ਪੜ੍ਹਾਅ ਨੇ? ਇਸਦਾ ਅੰਤ ਕੀ ਹੈ? ਮੈਨੂੰ ਕੁਝ ਵੀ ਸਮਝ ਨਹੀਂ ਆ ਰਿਹਾ।

ਪਿਤਾ ਜੀ — ਇਹ ਤੂੰ ਕਿਹੋ ਜਿਹੀਆਂ ਗੱਲਾਂ ਕਰ ਰਿਹਾਂ ਏ? ਕੀ ਹੋਇਆ ਪੁੱਤਰ! ਤੇਰਾ ਕੁਝ ਦੁਖ ਰਿਹਾ ਹੈ ਜਾਂ ਤੈਨੂੰ ਕੋਈ ਪੀੜ ਹੈ? ਆਪਾਂ ਕੱਲ ਨੂੰ ਡਾਕਟਰ ਕੋਲ ਚਲੇ ਜਾਨੇ ਹਾਂ।

ਨਿਮਾਣ — ਮੈਨੂੰ ਕੋਈ ਪੀੜ ਨਹੀਂ ਹੈ ਪਿਤਾ ਜੀ ਪਰ ਮੈਨੂੰ ਉਮਰਾਂ ਦਾ ਰੋਗ ਲੱਗ ਗਿਆ ਹੈ। ਮੇਰੀ ਜਾਨ ਦੁਚਿੱਤੀ ਵਿੱਚ ਹੈ। ਮੈਂ ਭਟਕਣਾ ਵਿੱਚ ਹਾਂ। ਮੇਰੀ ਰੂਹ ਸਵਾਲ ਕਰਦੀ ਹੈ ਜਿਸਦਾ ਜਵਾਬ ਇਸ ਸੰਸਾਰ ਕੋਲ ਵੀ ਨਹੀਂ ਹੈ। ਮੇਰਾ ਸਰੀਰ ਠੰਢਾ ਪੈਂਦਾ ਹੈ। ਮੇਰੀ ਅਕਲ ਮੈਨੂੰ ਕੋਸਦੀ ਹੈ। ਮੇਰੇ ਅੰਗ ਮੈਨੂੰ ਕਲਪਾ ਰਹੇ ਨੇ। ਮੇਰੀ ਸੋਚ ਮੈਨੂੰ ਛੁਡਵਾ ਰਹੀ ਹੈ ਇਸ ਦਲਦਲ 'ਚੋਂ। ਦੱਸੋ ਇਸਦਾ ਇਲਾਜ਼ ਕੀ ਹੈ?

**ਮਾਤਾ ਜੀ ਨੇ ਪਿਤਾ ਜੀ ਵੱਲ ਗੌਰ ਨਾਲ ਦੇਖਿਆ। ਉਸ ਝਾਕੇ 'ਚ ਇੱਕ ਡਰ ਸੀ ਓਹਨਾਂ ਦੀਆਂ ਅੱਖਾਂ 'ਚ ਮੈਨੂੰ ਖੋ ਦੇਣਦਾ।**

ਮਾਤਾ ਜੀ — ਪੁੱਤਰ! ਤੂੰ ਇੰਨਾ ਕਿਉਂ ਸੋਚਦਾ ਏਂ? ਇਹ ਦੁਨੀਆਂ ਐਂਵੇ ਹੀ ਚੱਲੀ ਆ ਰਹੀ ਹੈ। ਆਪਾਂ ਵੀ ਇਸਦਾ ਇੱਕ ਹਿੱਸਾ ਹਾਂ। ਇਹ ਸੰਸਾਰਿਕ ਜੀਵਨ ਹੀ ਜ਼ਿੰਦਗੀ ਹੈ। ਇਹ ਗ੍ਰਿਹਸਤ ਜੀਵਨ ਆਪਣੀ ਯਾਤਰਾ ਹੈ। ਜਿਸ ਵਿੱਚ ਆਤਮਾ ਪ੍ਰਮਾਤਮਾ ਨਾਲ ਮਿਲਦੀ ਹੈ ਆਖਿਰ ਵਿੱਚ। ਇਹ ਪੈਂਡਾ ਹਰ

ਇੱਕ ਇਨਸਾਨ ਤਹਿ ਕਰਦਾ ਹੈ।

ਨਿਮਾਣ — ਮਾਤਾ ਜੀ! ਮੈਂ ਸਹਿਮਤ ਹਾਂ ਤੁਹਾਡੀਆਂ ਗੱਲਾਂ ਨਾਲ। ਪਰ ਜੇ ਰੂਹ ਨੂੰ ਪ੍ਰਮਾਤਮਾ ਦੀ ਇੰਨੀ ਹੀ ਭੁੱਖ ਹੈ ਫੇਰ ਇਹ ਬਾਕੀ ਸਭ ਚੀਜ਼ਾਂ ਲਈ ਇੰਨੀ ਕਿਉਂ ਉਤਾਵਲੀ ਹੈ? ਕਿਉਂ ਇੱਕ ਰੂਹ ਦੂਜੀ ਰੂਹ ਨੂੰ ਪੜ੍ਹਨਾ ਨਹੀਂ ਚਾਹੁੰਦੀ? ਕਿਉਂ ਉਸਨੂੰ ਜਾਨਣਾ ਨਹੀਂ ਚਾਹੁੰਦੀ? ਕਿਉਂ ਇਹ ਰੂਹ ਪ੍ਰਮਾਤਮਾ ਨੂੰ ਵਿਸਾਰ ਸੰਸਾਰਿਕ ਗੱਲਾਂ ਵਿੱਚ ਫਸ ਚੁੱਕੀ ਹੈ? ਕਿਉਂ ਇਹ ਮਾੜੇ ਕਰਮ ਕਰਦੀ ਹੈ? ਕਿਉਂ ਦੂਸਰੇ ਦਾ ਦਰਦ ਭੁੱਲ ਗਈ ਹੈ?

**ਇਨਾਂ ਗੱਲਾਂ ਦਾ ਜਵਾਬ ਨਾ ਹੀ ਮੇਰੇ ਮਾਤਾ ਜੀ ਕੋਲ ਸੀ ਤੇ ਨਾ ਹੀ ਪਿਤਾ ਜੀ ਕੋਲ। ਉਹ ਇੱਕੋ ਗੱਲ ਵਾਰ-ਵਾਰ ਦੌਹਰਾ ਰਹੇ ਸੀ ਕਿ ਮੈਂ ਜ਼ਿਆਦਾ ਸੋਚਦਾ ਹਾਂ।**

ਅੱਜ ਦੀ ਰਾਤ ਮੇਰੇ ਪ੍ਰਸ਼ਨ ਹੋਰ ਵੱਧ ਗਏ ਸੀ ਕਿਉਂਕਿ ਮੈਨੂੰ ਮੇਰੇ ਇੱਕ ਵੀ ਸਵਾਲ ਦਾ ਉੱਤਰ ਨਹੀਂ ਸੀ ਮਿਲਿਆ। ਹੁਣ ਮੈਂ ਸੋਚਣ ਲੱਗਾ ਕੱਲ ਵਾਰੇ ਕਿ ਮੈਂ ਹੁਣ ਤੋਂ ਆਪਣੀ ਕਸ਼ਮਕਸ਼ ਦਾ ਜ਼ਿਕਰ ਕਿਸੇ ਕੋਲ ਨਹੀਂ ਕਰਾਂਗਾ। ਸਵੇਰੇ ਹਾਜਰੀ ਮੱਕੀ ਦੀ ਰੋਟੀ ਦਹੀਂ ਨਾਲ ਖਾ, ਮੈਂ ਕਾਲਜ ਨੂੰ ਤੁਰ ਪਿਆ। ਸਰਹੰਦ ਦੇ ਬੱਸ ਅੱਡੇ 'ਤੇ ਉਹ ਵੀ ਖੜੀ ਸੀ। ਮੈਂ ਕੋਲ ਜਾਕੇ ਸਤਿ ਸ੍ਰੀ ਅਕਾਲਿ ਬੁਲਾ ਦਿੱਤੀ। ਆਗਿਆ ਨੇ ਵੀ ਪੂਰੇ ਸਤਿਕਾਰ ਨਾਲ ਕਬੂਲੀ ਤੇ ਵਾਪਿਸ ਬੁਲਾਈ। ਅਸੀਂ ਇੱਕੋ ਬੱਸ ਬੈਠ ਫਤਹਿਗੜੁ ਸਾਹਿਬ ਉੱਤਰ ਮਾਤਾ ਗੁਜਰੀ ਕਾਲਜ ਨੂੰ ਤੁਰ ਪਏ ਆਪਣੀ ਆਪਣੀ ਜਮਾਤ ਲਈ। ਉਸਦਾ ਕੋਰਸ ਮੇਰੇ ਨਾਲੋਂ ਵੱਖਰਾ ਸੀ। ਅੱਜ ਆਪਣੀਆਂ ਗੱਲਾਂ ਛੱਡ ਮੈਂ ਉਸਦੀਆਂ ਦੁਨਿਆਵੀ ਗੱਲਾਂ ਸੁਣੀਆਂ।

ਆਗਿਆ — ਜੀ ਤੁਸੀਂ ਵੀ ਇਹੋ ਬੱਸ ਆਉਂਦੇ ਰੋਜ਼?

ਨਿਮਾਣ — ਹਾਂ ਜੀ! ਮੈਂ ਸਰਹੰਦ ਤੋਂ ਇਹੀ ਬੱਸ ਲੈਂਦਾ ਰੋਜ਼। ਮੇਰੇ ਪਿੰਡ ਨੂੰ ਤਾਂ ਕੋਈ ਹੋਰ ਜਾਂਦੀ।

ਹੁਣ ਸਾਡੀ ਮੁਲਾਕਾਤ ਰੋਜ਼ ਹੋਣ ਲੱਗੀ ਸੀ। ਉਸ ਨਾਲ ਗੱਲਾਂ ਕਰ ਤੇ ਹਾਸਾ-ਠੀਠਾ ਕਰ ਹੁਣ ਮੈਂ ਸੋਚਣ ਘੱਟ ਲੱਗਾ ਸੀ। ਉਦਾਸੀ ਥੋੜ੍ਹੀ ਘੱਟਣ ਲੱਗੀ ਸੀ। ਪਰ ਜਿਉਂ ਹੀ ਮੈਂ ਇਹ ਸੋਚਦਾ ਤਾਂ ਨਾਲ ਹੀ ਖਿਆਲ ਆਉਂਦਾ ਕਿ ਮੈਂ ਆਪਣੇ ਆਪ ਨੂੰ ਜੋੜ ਰਿਹਾ ਕਿਸੇ ਨਾਲ ਤੇ ਇਹ ਦੁਨਿਆਵੀ ਹੈ। ਮੈਨੂੰ ਇਸ ਵਿੱਚ ਨਹੀਂ ਪੈਣਾ। ਪਰ ਜਿਵੇਂ ਤਿਵੇਂ ਕਰਕੇ ਮੈਂ ਰੋਜ਼ ਉਸ ਨਾਲ ਗੱਲ ਕਰਦਾ।

ਆਗਿਆ ਘਰਦਿਆਂ ਦੀ ਕੱਲੀ-ਕੱਲੀ ਧੀ ਸੀ। ਉਸਦੇ ਨਾ ਕੋਈ ਵੀਰ ਤੇ ਨਾ ਕੋਈ ਭੈਣ ਸੀ। ਉਸਦੇ ਨਾਮ ਵਾਰੇ ਜਾਨਣ ਦੀ ਇੱਛਾ ਮੇਰੀ ਮੁੱਢ 'ਤੋਂ ਸੀ ਜੋ ਸ਼ਾਇਦ ਗਿਆਰਵੀਂ ਜਮਾਤ ਦੀ ਚਾਹਨਾ ਸੀ। ਪੁੱਛਣ 'ਤੇ ਪਤਾ ਲੱਗਾ ਕਿ ਉਸਦੇ ਘਰ ਉਹ ਮਸਾ-ਮਸਾ ਹੋਈ ਸੀ ਇਸੇ ਲਈ ਉਸਦੇ ਘਰਦੇ ਉਸਨੂੰ ਇੱਧਰ-ਉੱਧਰ ਭੇਜਣ ਤੋਂ ਵੀ ਡਰਦੇ ਸਨ। ਇਜ਼ਾਜਤ ਤੇ ਮਨਜ਼ੂਰੀ ਉਸਦੇ ਦਿਨ ਦੇ ਦੋ ਪਹਿਲੂ ਸਨ ਜੋ ਉਸਨੂੰ ਜ਼ਰੂਰ ਕਰਨੇ ਹੀ ਕਰਨੇ ਹੁੰਦੇ ਸਨ। ਇਹ ਸੁਣ ਤਾਂ ਮੈਨੂੰ ਵੀ ਖੋਫ ਹੋ ਗਿਆ ਕਿ ਇੰਨਾ ਨਜ਼ਰਬੰਦ ਰਹਿਣਾ ਤਾਂ ਹੋਰ ਵੀ ਔਖੀ ਹੈ ਜ਼ਿੰਦਗੀ। ਮੈਂ ਤਾਂ ਐਂਵੇ ਆਪਣੀ ਜ਼ਿੰਦਗੀ ਉਦਾਸਹੀਨਤਾ 'ਚ ਲੰਘਾਉਣ ਨੂੰ ਫਿਰ ਰਿਹਾ ਹਾਂ। ਦੁਨੀਆਂ ਤਾਂ ਮੇਰੇ ਤੋਂ ਵੀ ਜ਼ਿਆਦਾ ਦੁਖੀ ਹੈ। ਮੈਨੂੰ ਤਾਂ ਫੇਰ ਵੀ ਕੋਈ ਦੁੱਖ ਨਹੀਂ, ਇਹ ਤਾਂ ਮੇਰਾ ਆਪਣਾ ਹੀ ਛੇੜਿਆ ਹੋਇਆ ਕਹਿਰ ਹੈ ਜੋ ਮੈਂ ਖੁਦ ਆਪਣੇ ਆਪ 'ਤੇ ਢਾਉਂਦਾ ਹਾਂ। ਆਗਿਆ ਰੋਜ਼ ਦੱਸਦੀ ਕਿ ਉਸਦੇ ਮਾਤਾ-ਪਿਤਾ ਉਸ ਲਈ ਕੀ ਮਾਇਨੇ ਰੱਖਦੇ ਤੇ ਉਹ ਵੀ ਓਹਨਾਂ ਦਾ ਕਿੰਨਾ ਕਰਦੀ ਹੈ। ਕਦੇ ਕਦੇ ਉਸ ਦੀਆਂ ਗੱਲਾਂ ਸੁਣ ਮੈਨੂੰ ਦੁਨਿਆਵੀ ਬੰਧਨ ਦਾ ਲਗਾਉ ਨਜ਼ਰ ਆਉਂਦਾ ਕਿ ਮੈਨੂੰ ਇੰਨੀ ਪ੍ਰੀਤ ਤਾਂ ਕਿਸੇ ਨਾਲ ਨਹੀਂ ਹੈ ਸਿਵਾਏ ਪ੍ਰਮਾਤਮਾ ਦੇ। ਉਸਦਾ ਸਨੇਹ ਦੇਖ ਮੈਨੂੰ ਮੇਰਾ ਮੁੱਲ ਘੱਟ ਨਜ਼ਰ ਆਉਂਦਾ। ਪਰ ਫੇਰ ਸੋਚ ਲੈਂਦਾ ਕਿ ਕੁੜੀਆਂ ਜ਼ਿਆਦਾ ਜ਼ਜਬਾਤੀ ਹੁੰਦੀਆਂ। ਪ੍ਰਮਾਤਮਾ ਨੇ ਇਹਨਾਂ ਨੂੰ ਵਿਲੱਖਣ ਬਣਾਇਆ। ਜ਼ਿਆਦਾ ਸੰਵੇਦਨਸ਼ੀਲ ਤੇ ਨਿਰੋਆ। ਇਹਨਾਂ ਦਾ ਮੁਕਾਬਲਾ ਪੁਰਸ਼ ਭਾਵੁਕਤਾ 'ਚ ਨਹੀਂ ਕਰ ਸਕਦੇ। ਉਹ ਤਾਂ ਕਦੇ ਹਾਸਾ-ਠੀਠਾ ਵੀ ਕਰ ਲੈਂਦੀ ਪਰ ਮੈਂ ਜ਼ਿਆਦਾ ਚੁੱਪ-ਚਾਪ ਉਸ ਦੀਆਂ ਗੱਲਾਂ ਹੀ ਸੁਣਦਾ। ਉਸਨੂੰ ਵੀ ਜਿਵੇਂ ਕੋਈ ਮਿਲ ਗਿਆ ਹੋਵੇ ਆਪਣੀਆਂ ਰੋਜ਼ਾਨਾ ਘਰੇਲੂ ਗੱਲਾਂ ਸਾਂਝੀਆਂ ਕਰਨ ਲਈ।

ਉਸਦਾ ਨਾਮ ਸੁਣਕੇ ਮੈਂ ਆਪਣੇ ਆਪ ਨਾਲ ਜੰਗ ਸ਼ੁਰੂ ਕੀਤੀ ਸੀ ਕਿਉਂਕਿ ਆਗਿਆ ਸ਼ਬਦ ਸੁਣਕੇ ਮੈਨੂੰ ਝਰਨਾਟ ਛਿੜ ਗਈ ਸੀ। ਤੇ ਅੱਜ ਉਸਨੂੰ ਜਾਣਕੇ ਵੀ ਇਹੋ ਹੋ ਰਿਹਾ ਸੀ ਕਿਉਂਕਿ ਕੋਈ ਵੀ ਗੱਲ ਹੁੰਦੀ ਓਹ ਹਮੇਸ਼ਾਂ ਕਹਿ ਦਿੰਦੀ ਕਿ ਘਰਦਿਆਂ ਤੋਂ ਪੁੱਛਕੇ ਦੱਸੂੰਗੀ। ਮੈਨੂੰ ਚੰਗਾ ਵੀ ਲੱਗਦਾ ਕਿ ਅੱਜਦੇ ਜ਼ਮਾਨੇ ਜਿੱਥੇ ਹਰ ਕੋਈ ਆਪੋ ਆਪਣੇ 'ਚ ਵਿਅਸਥ ਹੈ ਓਥੇ ਉਸ ਲਈ ਮਾਪੇ ਸਭ 'ਤੋਂ ਉੱਪਰ ਹਨ।

ਅੱਜ ਗਰਮੀਆਂ 'ਚ ਪੂਰੇ ਦੋ ਸਾਲਾਂ ਦੀ ਪੜ੍ਹਾਈ ਮਗਰੋਂ ਟ੍ਰੇਨਿੰਗ ਦਾ ਪਹਿਲਾ ਦਿਨ ਸੀ। ਸਿਖਰ ਦੁਪਹਿਰ ਵਾਂਗੂੰ ਲੱਗਦਾ ਸੀ ਅੱਜ ਦਾ ਸੁਵੱਖਤਾ। ਸਵੇਰ ਦੇ ਸੱਤ-ਅੱਠ ਵੀ ਦੁਪਹਿਰ ਦੇ ਬਾਰਾਂ ਲੱਗਦੇ ਸੀ। ਤਿੱਖੀ ਧੁੱਪ ਚੀਰ ਰਹੀ ਸੀ ਅੱਖਾਂ ਨੂੰ, ਲੋਆਂ ਵੱਢ ਰਹੀਆਂ ਸੀ ਤੇ ਗਰਮੀ ਦਾ ਪੂਰਾ ਕਹਿਰ ਸੀ ਹਾੜ੍ਹ ਦੇ ਮਹੀਨੇ। ਬੱਸ 'ਚੋਂ ਪੈਰ ਬਾਹਰ ਰੱਖਦਿਆਂ ਮੈਂ ਬੱਸ ਅੱਡੇ ਵੱਲ ਵੇਖਣ ਲੱਗਾ। ਮੇਰੀਆਂ ਨਜ਼ਰਾਂ ਤਲਾਸ਼ 'ਚ ਸੀ। ਪਰ ਓਹ ਅੱਜ ਕਿਤੇ ਵੀ ਦਿਖ ਨਹੀਂ ਸੀ ਰਹੀ। ਫੋਨ ਨਾ ਹੋਣ ਕਰਕੇ ਮੈਂ ਪੁੱਛ ਵੀ ਨਹੀਂ ਸੀ ਸਕਦਾ। ਮੈਂ ਚੁੱਪ-ਚਾਪ ਫਤਹਿਗੜ੍ਹ ਸਾਹਿਬ ਵਾਲੀ ਬੱਸ ਲੈ ਕਾਲਜ ਨੂੰ ਤੁਰ ਪਿਆ। ਖਿਆਲ ਆਈ ਜਾਵੇ ਵਾਰ-ਵਾਰ ਕਿ ਓਹ ਅੱਜ ਕਾਲਜ ਕਿਉਂ ਨਹੀਂ ਆਈ। ਫੇਰ ਸੋਚਿਆ "ਚੱਲ ਕੋਈ ਨਹੀਂ! ਕੱਲ ਤਾਂ ਆਊਗੀ, ਫੇਰ ਪੁੱਛ ਲਵਾਂਗਾ"। ਦਿਨ ਤਾਂ ਕੱਲ ਦਾ ਵੀ ਲੰਘ ਗਿਆ। ਹਫਤਾ ਲੰਘ ਗਿਆ ....

ਅੱਜ ਪੂਰੇ ਦੋ ਹਫਤਿਆਂ ਮਗਰੋਂ ਮੈਂ ਉਸਨੂੰ ਫੇਰ ਓਸੇ ਬੱਸ ਅੱਡੇ 'ਤੇ ਮਿਲਿਆ। ਮੈਂ ਜਿਵੇਂ ਹੀ ਸਤਿ ਸ੍ਰੀ ਅਕਾਲਿ ਬੁਲਾਈ, ਉਸਨੇ ਵੀ ਬੁਲਾ ਦਿੱਤੀ। ਪਰ ਅੱਜ ਉਸਦੀ ਅਵਾਜ਼ ਵਿੱਚ ਦਰਦ ਸੀ। ਉਸਨੂੰ ਉਦਾਸ ਦੇਖ ਮੇਥੋਂ ਰਿਹਾ ਨਾ ਜਾਵੇ ਕਿ ਪੁੱਛ ਲਵਾਂ ਕਿ ਤੂੰ ਇੰਨੇ ਦਿਨ ਕਿੱਥੇ ਸੀ? ਕਿਉਂ ਕਾਲਜ ਨਹੀਂ ਆਈ? ਤੇ ਦੱਸਿਆ ਵੀ ਨਹੀਂ?

ਪਰ ਮੈਂ ਸੀ ਕੌਣ ਪੁੱਛਣ ਵਾਲਾ ਸੋਚ ਬਸ ਚੁੱਪ-ਚਾਪ ਕਾਲਜ ਨੂੰ ਤੁਰ ਪਿਆ। ਨਾ ਓਸਨੇ ਗੱਲ ਕੀਤੀ ਤੇ ਨਾ ਮੈਂ। ਸੁੰਨਸਾਨ ਸੀ ਸਾਡੀ ਵਾਰਤਾਲਾਪ 'ਚ। ਪਰ ਪਤਾ ਨਹੀਂ ਇੰਝ ਲੱਗ ਰਿਹਾ ਸੀ, ਜਿਸ ਇਕੱਲ ਨੂੰ ਮੈਂ ਮਹਿਸੂਸ ਕੀਤਾ ਸੀ,

ਅੱਜ ਉਸਨੇ ਵੀ ਕਿਸੇ ਜ਼ਰੀਏ ਕਰ ਲਿਆ ਸੀ। ਉਸਦੀ ਉਦਾਸੀ ਭਰੀ ਸੂਰਤ ਦੇਖ ਮੇਰਾ ਚਿੱਤ ਹੌਲਾ ਹੁੰਦਾ ਜਾਂਦਾ ਸੀ।

ਪਤਾ ਚੱਲਿਆ ਕਿ ਉਸਦੇ ਮਾਤਾ ਜੀ ਪੂਰੇ ਹੋ ਗਏ ਸਨ। ਇਹ ਸੁਣ ਤਾਂ ਮੇਰੇ ਵੀ ਪੈਰਾਂ ਥੱਲੋਂ ਜ਼ਮੀਨ ਖਿਸਕ ਗਈ ਸੀ। ਆਪਣਿਆਂ ਨੂੰ ਖੋਣ ਦਾ ਡਰ ਤੇ ਅਹਿਸਾਸ ਮੈਂ ਕਿੰਨੇ ਸਾਲ ਪਹਿਲਾਂ ਹੀ ਮਹਿਸੂਸ ਕਰ ਲਿਆ ਸੀ।

ਖਾਲੀਪਨ ਚਾਹੇ ਓਹ ਇਜ਼ਹਾਰ ਨਾ ਕਰਦੀ ਪਰ ਉਸਦੇ ਹਾਵ-ਭਾਵ ਪੂਰੀ ਤਰ੍ਹਾਂ ਬਿਆਨ ਕਰਦੇ ਸਨ। ਉਸਦਾ ਦੁਖ ਸਾਂਝਾ ਕਰਨ ਲਈ ਮੇਰੇ ਕੋਲ ਕੁਝ ਵੀ ਨਹੀਂ ਸੀ ਕਿਉਂਕਿ ਮਾਂ ਨੂੰ ਖੋਣਾ ਕੋਈ ਸੌਖੀ ਗੱਲ ਨਹੀਂ ਸੀ। ਇਹ ਤਾਂ ਰੋਗ ਲੱਗ ਜਾਂਦਾ ਸਰੀਰ ਨੂੰ। ਦੁੱਖ ਨੇੜੇ ਹੋ ਬਹਿ ਜਾਂਦਾ। ਬੁਸਬੁਸੇ ਉੱਠਦੇ। ਦਰਦਨਾਕ ਸਥਿਤੀ ਹੋ ਜਾਂਦੀ। ਸੋਗ ਪੈ ਜਾਂਦਾ।

ਹੁਣ ਓਹ ਘੱਟ ਹੀ ਬੋਲਦੀ ਜਮਾਂ ਮੇਰੇ ਵਾਂਗ। ਉਸਨੂੰ ਹਸਾਉਣ ਦਾ ਯਤਨ ਕਰਨਾ ਮੇਰੇ ਲਈ ਔਖਾ ਸੀ। ਮੇਰੇ ਤਾਂ ਖੁਦ ਦੇ ਜਜ਼ਬਾਤ ਇੰਨੇ ਸਨ। ਸਵਾਲ ਇੰਨੇ ਸਨ। ਮੈਨੂੰ ਪੱਥਰ ਬਣਨਾ ਪੈਣਾ ਸੀ ਉਸਨੂੰ ਹਸਾਉਣ ਲਈ। ਪਰ ਜਿਗਰਾ ਕਰ ਮੈਂ ਅੱਜ ਕਾਲਜ 'ਚ ਬੈਠ ਉਸਦੇ ਮਾਤਾ ਜੀ ਦਾ ਅਫਸੋਸ ਕੀਤਾ ਤੇ ਕੁਝ ਦਿਲ ਦੀਆਂ ਗੱਲਾਂ ਵੀ ਕੀਤੀਆਂ। ਉਸਨੂੰ ਸਮਝਾਇਆ ਕਿ ਆਪਾਂ ਵੀ ਤੁਰ ਜਾਣਾ ਇਕ ਦਿਨ ਇਸ ਦੁਨੀਆਂ ਤੋਂ। ਪਰ ਮੈਂ ਤੇਰਾ ਦੁਖ ਸਮਝਦਾ ਹਾਂ ਕਿ ਕਿੰਨਾ ਔਖਾ ਹੁੰਦਾ ਹੈ ਮਾਤਾ ਪਿਤਾ ਤੋਂ ਬਿਨ ਰਹਿਣਾ। ਮਾਂ ਤੋਂ ਵੱਖ ਹੋਣਾ ਕੋਈ ਸੌਖਾ ਨਹੀਂ ਪਰ ਇਹ ਜ਼ਿੰਦਗੀ ਹੈ ਤੇ ਇਹ ਦਸਤੂਰ ਹੈ ਪਰਮਾਤਮਾ ਦਾ ਕਿ ਆਪਾਂ ਨੂੰ ਇਹ ਸੁੱਖ ਤੇ ਦੁੱਖ ਦੋਹਾਂ ਨਾਲ ਕੱਟਣੀ ਪੈਣੀ ਹੈ। ਅੱਜ ਮੈਂ ਗੌਰ ਕੀਤੀ ਤਾਂ ਮੈਂ ਓਹੋ ਗੱਲਾਂ ਦੌਹਰਾ ਰਿਹਾ ਸੀ ਜੋ ਮੇਰੇ ਮਾਤਾ-ਪਿਤਾ ਨੇ ਮੇਰਾ ਦੁੱਖ-ਦਰਦ ਸੁਣਕੇ ਮੈਨੂੰ ਵਿਰਲਾਉਣ ਲਈ ਕਹੀਆਂ ਸਨ। ਮੈਂ ਵੀ ਓਹੋ ਜਪ ਰਿਹਾ ਸੀ ਜੋ ਓਹਨਾਂ ਮੈਨੂੰ ਮੇਰੀ ਇਕੱਲ ਸੁਣਕੇ ਦੱਸੀਆਂ ਸਨ। ਕੀ ਮੈਂ ਵੀ ਇਸਨੂੰ ਸਿਰਫ ਚੁੱਪ ਕਰਵਾਉਣ ਲਈ ਕਹਿ ਰਿਹਾ ਸੀ? ਇਸਨੂੰ ਸ਼ਾਂਤ ਕਰਵਾਉਣ ਲਈ। ਇਸਦਾ ਦਰਦ ਮਿਟਾਉਣ ਲਈ। ਇਸਦੀ ਸਾਂਝ ਬਣਨ ਲਈ। ਪਰ ਇਹ ਤਾਂ ਸੱਚ ਹੈ ਹੀ ਨਹੀਂ ਸੀ ਕਿਉਂਕਿ

ਇਹ ਸਭ ਗੱਲਾਂ 'ਚ ਮੈਨੂੰ ਜਦ ਕੋਈ ਸਪੱਸ਼ਟੀਕਰਨ ਨਹੀਂ ਲੱਗਾ ਤਾਂ ਅੱਜ ਇਸਨੂੰ ਕਿਵੇਂ ਲੱਗੇਗਾ? ਮੈਂ ਵੀ ਉਹੋ ਕਰਨ ਲੱਗਾ ਸਾਂ ਜੋ ਦੁਨੀਆਂ ਕਰਦੀ ਸੀ। ਵਿਰਲਾਪ। ਰੋਣਾ। ਦੁੱਖ। ਅਫਸੋਸ। ਪਰਮਾਤਮਾ ਦੀ ਖੁਸ਼ੀ 'ਚ ਤਾਂ ਮੈਂ ਵੀ ਖੁਸ਼ ਨਹੀਂ ਸਾਂ। ਫੇਰ ਮੇਰਾ ਬਾਣੀ ਪੜ੍ਹਨ ਦਾ ਮੰਤਵ ਕੀ ਸੀ? ਇਸਦਾ ਮਤਲਬ ਮੈਂ ਬਾਣੀ ਪੜ੍ਹਦਾ ਹੀ ਸਾਂ ਸਿਰਫ ਆਪਣਾ ਦਿਮਾਗ ਸ਼ਾਂਤ ਕਰਨ ਲਈ ਪਰ ਅਮਲ ਨਹੀਂ ਕਰਦਾ ਸਾਂ। ਮੈਂ ਹੁਣ ਤੱਕ ਧਿਆਨ ਹੀ ਧਰਦਾ ਸਾਂ ਪਰ ਅੱਜ ਦੀ ਵਾਰਤਾਲਾਪ ਤੋਂ ਬਾਅਦ ਮੈਂ ਬਾਣੀ ਨੂੰ ਸਮਝਣ ਦਾ ਵੀ ਯਤਨ ਕਰਨਾ ਜ਼ਰੂਰੀ ਸਮਝਿਆ।

# ਧਿਆਨ ਤੇ ਗਿਆਨ

ਸੁਰਤ ਸੰਭਾਲੀ। ਅਕਲ ਵਿਚਾਰੀ। ਧਿਆਨ ਧਰਿਆ। ਗਿਆਨ ਸਮਝਿਆ।

ਬਾਣੀ ਪੜ੍ਹਨ ਨਾਲ ਸਭ ਇੱਕ ਹੋ ਗਿਆ ਸੀ ਤੇ ਸਮਝਨ 'ਤੇ ਇੱਕ ਲੱਗਣ ਵੀ ਲੱਗਾ ਸੀ। ਦੁਨੀਆਂ ਵਾਕਿਏ ਹੀ ਤਕਲੀਫ 'ਚ ਸੀ। ਸਭ ਪਾਸੇ ਧਰਮ ਦਾ ਬੋਲਬਾਲਾ ਨਜ਼ਰ ਆਉਂਦਾ ਸੀ। ਪੈਸੇ ਦੀ ਕਹਾਣੀ ਸਾਡੇ ਘਰ ਤੋਂ ਲੈ ਕਈ ਹੋਰ ਘਰਾਂ ਤੱਕ ਫੈਲੀ ਹੋਈ ਸੀ। ਦੁਨੀਆਂ ਦੀਆਂ ਆਪਣੀਆਂ ਬਣਾਈਆਂ ਰੀਤਾਂ ਤੇ ਰਿਵਾਜ਼ ਕਈ ਚੀਜ਼ਾਂ ਦਾ ਗਲਾ ਨਿਜਾਇਜ਼ ਘੁੱਟ ਰਹੇ ਸਨ। ਜਿੱਥੇ ਇਹ ਦੁਨੀਆਂ ਗੁਰੂ ਨਾਨਕ ਦੇਵ ਜੀ ਦੇ ਦੱਸੇ ਮਾਰਗ 'ਤੇ ਨਾ ਚੱਲ ਸਕੀ ਉੱਥੇ ਮੇਰੇ ਸਮਝਾਇਆਂ ਤਾਂ ਕੋਈ ਫਰਕ ਵੀ ਨਹੀਂ ਸੀ ਪੈਣਾ।

ਪੂਰੇ ਚਾਰ ਸੌ ਅੱਸੀ ਸਾਲ ਹੋ ਗਏ ਸਨ ਗੁਰੂ ਨਾਨਕ ਦੇਵ ਜੀ ਨੂੰ ਇਸ ਧਰਤੀ ਤੋਂ ਗਇਆਂ ਤੇ ਇੰਨਾਂ ਸਾਲਾਂ 'ਚ ਗੁਰੂ ਨਾਨਕ ਦੇ ਮਾਰਗ 'ਤੇ ਨਾ ਚੱਲਣ ਲਈ ਵੀ ਇਨਸਾਨ ਆਪੋ-ਆਪਣੇ ਟੋਟਕੇ ਲੱਭ ਰਿਹਾ ਸੀ। ਕਿਰਤ ਕਰਨੀ, ਨਾਮ ਜਪਣਾ ਤੇ ਵੰਡ ਛੱਕਣਾ ਗੁਰੂ ਨਾਨਕ ਦਾ ਬਿਆਨ ਸੀ। ਪਰ ਇਸ ਹਵਾਲੇ 'ਤੇ ਅਮਲ ਕਰਦੇ ਬਹੁਤ ਘੱਟ ਲੋਕੀਂ ਨਜ਼ਰ ਆ ਰਹੇ ਸੀ। ਹਉਮੈ, ਹੰਕਾਰ, ਸ਼ੋਹਰਤ, ਦਿਖਾਵੇ ਨੂੰ ਛੱਡ ਸਾਦਾ ਜੀਵਨ ਜਿਉਣ ਦੀ ਪਰਿਭਾਸ਼ਾ ਸਮਝਾਈ ਸੀ ਗੁਰੂ ਜੀ ਨੇ ਪਰ ਇਹ ਮੈਨੂੰ ਸਭ ਕੁਝ ਟੁੱਟਦਾ ਦਿਖ ਰਿਹਾ ਸੀ। ਦਿਖਾਵਾ ਤਾਂ ਜਿਵੇਂ ਮੇਰੀ ਕੌਮ 'ਚ ਘਰ ਕਰ ਗਿਆ ਸੀ। ਹਰ ਕੋਈ ਬਣ-ਠਣ ਕੇ ਰਹਿਣਾ ਚਾਹੁੰਦਾ ਸੀ, ਦੂਸਰੇ ਨੂੰ ਦਿਖਾਉਣ ਲਈ। ਖਿੱਚ ਪੈਦਾ ਕਰਨ ਦੇ ਕਦਮ ਦੋਹੋਂ ਪਾਸਿਓਂ ਖੂਬ ਨਜ਼ਰ ਆਉਂਦੇ। ਘਰ-ਬਾਰ ਉੱਚੇ, ਵਾਹਨ ਮਹਿੰਗੇ, ਜ਼ਮੀਨਾਂ ਵਿਕੀਆਂ, ਵਿਆਹ ਉੱਚੇ, ਸ਼ਾਹੀ ਠਾਠ-ਬਾਠ 'ਚ ਸਾਦਗੀ ਇੱਕ ਪ੍ਰਤੀਸ਼ਤ ਵੀ ਨਹੀਂ ਦਿਖ ਰਹੀ ਸੀ। ਧਰਮ-ਧਰਮ ਸਭ ਪਾਸੇ ਚੱਲ ਰਿਹਾ ਸੀ ਪਰ ਸਮਝਣ ਦੀ ਕੋਸ਼ਿਸ਼ ਕਿਤੇ ਵੀ ਨਹੀਂ ਸੀ। ਇੱਕ ਦੂਸਰੇ ਦੇ ਧਰਮ ਦੀ ਨਿੰਦਿਆ, ਮਜ਼ਹਬ ਨਾਲ ਨਫ਼ਰਤ, ਈਮਾਨ ਦਾ ਨਿਰਾਦਰ, ਇਨਸਾਨ ਨੂੰ ਧਰਮੀ ਨਹੀਂ ਕਹਿਲਾਉਂਦਾ ਸਗੋਂ ਕਾਫਰ (ਨਾਸਤਿਕ) ਸਾਬਤ ਕਰਦਾ ਹੈ।

ਇਨਸਾਨੀਅਤ ਦੀ ਦੌੜ ਮੁਕਦੀ ਨਜ਼ਰ ਆਉਂਦੀ ਸੀ। ਰੰਗਾਂ ਦੇ ਫਾਸਲੇ ਪੈ ਗਏ ਸਨ। ਹਰ ਇੱਕ ਇਨਸਾਨ ਸੋਹਣਾ ਦਿਸਣ ਦੀ ਪ੍ਰਕਿਰਿਆ 'ਚ ਸੀ, ਮਾਨੋ ਕਿਸੇ ਨੂੰ ਆਪਣੇ ਪਿੱਛੇ ਵੱਲ ਖਿੱਚਣਾ ਚਾਹੁੰਦਾ ਹੋਵੇ। ਸਭ ਉਲਟ ਦਿਖ ਰਿਹਾ ਸੀ ਤੇ ਸਭ ਸਮਝ ਵੀ ਕੁਝ ਹੋਰ ਹੀ ਰਹੇ ਸਨ।

ਕਈ ਗੱਲਾਂ ਦਾ ਨਿਰੀਖਣ ਕਰ ਸਿੱਟਾ ਇਹੋ ਨਿਕਲਦਾ ਸੀ ਕਿ ਸਭ ਦੁਨਿਆਵੀ ਮੋਹ ਦੇ ਮਾਇਆ ਜਾਲ 'ਚ ਹਨ। ਇਹ ਜਾਲ ਤੋੜਨਾ ਸੌਖਾ ਨਹੀਂ ਸੀ ਕਿਉਂਕਿ ਇਸ ਸਭ ਲਈ ਬੁੱਧੀ ਤੇ ਮਨ ਦਾ ਟਿਕਾਅ ਜ਼ਰੂਰੀ ਸੀ। ਸੋਚ ਜ਼ਰੂਰੀ ਸੀ। ਵਿਚਾਰ ਜ਼ਰੂਰੀ ਸੀ। ਤੇ ਜਦ ਸੋਚ ਹੀ ਬਦਲ ਜਾਵੇ ਫੇਰ ਜ਼ੁਬਾਨ ਦਾ ਬਦਲਣਾ ਲਾਜ਼ਮੀ ਹੈ। ਜ਼ੁਬਾਨਾਂ ਵਿੱਚ ਰਸ ਮੁੱਕਿਆ। ਰਹਿਣੀ-ਬਹਿਣੀ 'ਚ ਮੁੱਕ ਗਈ ਸੀ ਸਾਦਗੀ। ਆਪਣਾਪਨ ਖੋਹਿਆ ਸੀ ਪੈਸੇ ਨੇ। ਤੇ ਦਲਦਲ

'ਚ ਫਸਿਆ ਦਿਖ ਰਿਹਾ ਸੀ ਮਨੁੱਖੀ ਜੀਵਨ।

ਹੁਣ ਵਿਆਹਾਂ 'ਤੇ ਖਰਚਾ ਕਰਨਾ ਲੋਕਾਂ ਦਾ ਸ਼ੌਂਕ ਬਣ ਗਿਆ ਸੀ। ਕਰਜ਼ਾ ਚੁੱਕ ਧੀ ਵਿਆਹੁਣੀ ਰਿਵਾਜ਼ ਹੋ ਗਿਆ ਸੀ। ਦਾਜ ਮੂੰਹੋਂ ਮੰਗਣਾ ਤੇ ਜੰਝ ਦੀ ਸੇਵਾ ਦਾ ਠਕਠਕਾ ਬਣ ਗਿਆ ਸੀ। ਦਿਖਾਵਾ ਪੂਰੇ ਜ਼ੋਰਾਂ ਛੋਰਾਂ 'ਤੇ ਸੀ। ਜੋ ਖਰਚਾ ਨਾ ਕਰ ਸਕਦਾ ਉਹ ਤੌਹੀਨ ਸਮਝਦਾ ਸੀ। ਹੈਸੀਅਤ ਦਾ ਮਾਪ ਵਿਆਹ ਦੇ ਕੀਤੇ ਖਰਚੇ ਤੋਂ ਪਤਾ ਲਗਾਉਂਦੇ ਸੀ ਲੋਕ। "ਇਹੋ ਜਿਹਾ ਵਿਆਹ ਨਹੀਂ ਕੀਤਾ ਹੋਣਾ ਕਿਸੇ ਨੇ" ਸੁਣਨ ਲਈ ਨੋਟ ਪਾਣੀ ਵਾਂਗੂੰ ਬਹਾ ਦਿੰਦੇ। ਅੱਡੀਆਂ ਚੁੱਕ-ਚੁੱਕ ਕੀਤਾ ਖਰਚਾ, ਬਾਅਦ ਵਿੱਚ ਆਤਮ ਹੱਤਿਆ (ਖੁਦਕੁਸ਼ੀ) ਦੀ ਵਜ੍ਹਾ ਬਣਦਾ ਨਜ਼ਰ ਆ ਰਿਹਾ ਸੀ। ਜਿੰਨ੍ਹਾਂ ਲਾਵਾਂ ਦੀ ਕੋਈ ਕੀਮਤ ਨਹੀਂ ਤੇ ਨਾ ਕਦੇ ਲੱਗ ਸਕਦੀ ਸੀ, ਅੱਜ ਉਸੇ ਵਿਆਹਾਂ 'ਤੇ ਪੱਚੀ ਤੋਂ ਤੀਹ-ਤੀਹ ਲੱਖ ਲੱਗੀ ਜਾਂਦੇ ਸੀ। ਜੋ ਬਾਣੀ 'ਚ ਲਿਖਿਆ ਸੀ, ਮਨੁੱਖੀ ਜੀਵਨ ਤਾਂ ਉਸਦੇ ਦੱਸ ਪ੍ਰਤੀਸ਼ਤ ਵੀ ਹੱਕ 'ਚ ਨਹੀਂ ਸੀ ਚੱਲ ਰਿਹਾ। ਇੱਕ ਦੌੜ ਦਿਖ ਰਹੀ ਸੀ, ਇੱਕ ਦੂਸਰੇ ਤੋਂ ਅੱਗੇ ਨਿਕਲਣ ਦੀ। ਇੱਟਾਂ ਦੇ ਮਹਿਲ ਵੱਡੇ ਕਰਨੇ, ਸੰਸਕ੍ਰਿਤੀ 'ਚ ਪ੍ਰੀਵਰਤਨ ਕਰ ਰਹੇ ਸੀ। ਸਬਰ ਤੇ ਸੰਤੋਖ ਹਿੱਲਿਆ ਨਜ਼ਰ ਆ ਰਿਹਾ ਸੀ।

" ਸਾਚੇ ਸਾਹਿਬਾ ਕਿਆ ਨਾਹੀ ਘਰਿ ਤੇਰੈ॥
ਘਰਿ ਤ ਤੇਰੈ ਸਭੁ ਕਿਛੁ ਹੈ ਜਿਸੁ ਦੇਹਿ ਸੁ ਪਾਵਏ॥"
— ਅਨੰਦੁ ਸਾਹਿਬ

ਧਿਆਨ ਧਰਿਆ, ਗਿਆਨ ਸਮਝਿਆ ਮੈਨੂੰ ਅੱਜ ਠਹਿਰਾਓ ਦੀ ਸਥਿਤੀ ਦੇ ਗਿਆ ਸੀ। ਸੰਸਾਰਿਕ ਗੱਲਾਂ ਇੰਝ ਹੀ ਚੱਲਣੀਆਂ ਸੀ, ਇਹ ਸੋਝੀ ਬਾਣੀ ਨੇ ਸਮਝਾ ਦਿੱਤੀ ਸੀ। ਇਕੱਲਾ ਮੈਂ ਕਾਫੀ ਨਹੀਂ ਸੀ ਸਭ ਦੀ ਸੋਚ ਤਬਦੀਲ ਕਰਨ ਲਈ। ਇਸ ਲਈ ਸਭ ਨੂੰ ਬਾਣੀ ਪੜ੍ਹਨੀ ਪੈਣੀ ਸੀ, ਧਿਆਨ ਧਰਨਾ ਪੈਣਾ ਸੀ, ਆਤਮ ਅਹਿਸਾਸ ਹੋਣਾ ਜ਼ਰੂਰੀ ਸੀ।

"ਆਵਹੁ ਸਿਖ ਸਤਿਗੁਰੂ ਕੇ ਪਿਆਰਿਹੋ ਗਾਵਹੁ ਸਚੀ ਬਾਣੀ॥"
— ਅਨੰਦੁ ਸਾਹਿਬ

ਬਾਣੀ ਦੀਆਂ ਤੁਕਾਂ ਪੜ੍ਹਦਾ, ਸਮਝਦਾ ਤੇ ਆਪਣੇ ਆਪ ਨੂੰ ਜਾਣਦਾ। ਮਾਤਾ-ਪਿਤਾ ਮੈਨੂੰ ਹੁਣ ਗੁਰੂ ਗ੍ਰੰਥ ਸਾਹਿਬ 'ਚ ਨਜ਼ਰ ਆਉਂਦੇ। ਇਹ ਸੰਸਾਰਿਕ ਬੰਧਨ ਅਨਿੱਤ ਤੇ ਘੱਟ ਜਾਪਦੇ।

ਨ ਪੋਤ੍ਰੈ ਨ ਪੁੱਤ੍ਰੈ॥ ਨ ਸੱਤ੍ਰੈ ਨ ਮਿੱਤ੍ਰੈ॥
ਨ ਤਾਤੈ ਨ ਮਾਤੈ॥ ਨ ਜਾਤੈ ਨ ਪਾਤੈ॥
— ਜਾਪੁ ਸਾਹਿਬ

# ਸੱਭਿਅਤਾ ਪ੍ਰੀਵਰਤਨ

ਹੁਣ ਮੈਂ ਇਹੋ ਗੱਲ ਆਗਿਆ ਨੂੰ ਸਮਝਾਉਣ ਦੀ ਕੋਸ਼ਿਸ਼ ਕਰਦਾ। ਉਸਦੇ ਇਕੱਲ ਨੂੰ ਮੈਂ ਮੁਕਾਅ ਨਹੀਂ ਸੀ ਸਕਦਾ ਤੇ ਨਾ ਮੈਂ ਓਹ ਵਿਰਲ ਆਪਣੀ ਹਜ਼ੂਰੀ ਨਾਲ ਭਰਨਾ ਚਾਹੁੰਦਾ ਸੀ ਪਰ ਮੈਂ ਉਸਨੂੰ ਉਸਦੀ ਇਕੱਲ ਮਾਣਦੇ ਹੋਏ ਜ਼ਰੂਰ ਦੇਖਣਾ ਚਾਹੁੰਦਾ ਸੀ। ਉਸਨੂੰ ਇਹ ਗੱਲ ਵੀ ਸਮਝਾਉਣੀ ਔਖੀ ਸੀ ਕਿ ਇਕੱਲ ਕੋਈ ਜ਼ਹਿਰ ਨਹੀਂ। ਕੋਈ ਸ਼ਰਾਪ ਨਹੀਂ। ਕੋਈ ਕਹਿਰ ਨਹੀਂ। ਸਗੋਂ ਇਹ ਇੱਕ ਅਹਿਸਾਸ ਹੈ ਜਿਸ ਵਿੱਚ ਆਪਾਂ ਆਪਣੇ ਖੁਦ ਨਾਲ ਮਿਲਦੇ ਹਾਂ। ਇਹ ਤਾਂ ਜ਼ਰੂਰੀ ਹੈ ਜ਼ਿੰਦਗੀ ਜਿਉਣ ਲਈ, ਨਹੀਂ ਤਾਂ ਆਪਾਂ ਵੀ ਦੁਨੀਆਂ ਦੇ ਮੇਲੇ ਵਾਂਗ ਓਹੋ ਹੋੜ ਵਿੱਚ ਲੱਗ ਜਾਣਾ ਸੀ ਜਿਸ ਵਿੱਚ ਸੰਸਾਰ ਪਹਿਲਾਂ ਹੀ ਹੈ। ਤੂੰ ਖੁਸ਼ਕਿਸਮਤ ਹੈ ਕਿ ਤੇਰੀ ਇਕੱਲ 'ਚ ਤੈਨੂੰ ਪ੍ਰਮਾਤਮਾ ਮਿਲਣਗੇ। ਵਾਹਿਗੁਰੂ ਵੱਲੋਂ ਪਿਆਰ ਮਿਲੇਗਾ। ਪਰ ਓਹ ਇਹ ਗੱਲਾਂ ਸੁਣ ਜ਼ਰੂਰ ਲੈਂਦੀ ਪਰ ਉਸਦੀ ਸਮਝ 'ਚ ਕੁਝ ਖਾਸ ਨਾ ਪੈਂਦਾ।

ਅੱਜ ਕਾਲਜ ਦੇ ਦੋ ਸਾਲਾਂ ਮਗਰੋਂ ਆਗਿਆ ਹੁਣ ਇਕੱਲ ਛੱਡ ਇੱਕ ਸਹੇਲੀ ਨਾਲ ਬੈਠਣ ਲੱਗੀ ਸੀ ਜਿਸਦਾ ਨਾਮ ਸੀ 'ਮਨਰੂਪ'। ਮਨਰੂਪ ਤੇ ਇਸਦਾ ਦਿਲੋਂ ਤਿਓ ਸੀ। ਉਹ ਵੀ ਇਸਦਾ ਬਹੁਤ ਕਰਦੀ ਤੇ ਆਗਿਆ ਵੀ ਇਸ 'ਤੇ ਜਾਨ ਛਿੜਕਦੀ। ਮੈਂ ਵੀ ਹੁਣ ਤਾਂ ਕਿਸੇ ਨੂੰ ਕੋਈ ਵਿਖਿਆਨ ਨਾ ਕਰਦਾ ਤੇ ਰੋਜ਼ ਕਾਲਜ ਲਾ ਜੋਤੀ ਸਰੂਪ ਸਾਹਿਬ ਮੱਥਾ ਟੇਕ ਸੇਵਾ ਕਰਦਾ। ਮੇਰੀ ਕਲਪ ਸ਼ਾਂਤ ਹੋ ਟਿਕਾਅ 'ਚ ਚਲੀ ਗਈ ਸੀ ਕਿਉਂਕਿ ਹੁਣ ਇਹ ਪੜ੍ਹਾਈ ਤੇ ਸੁਤੰਤਰ ਵੇਲੇ ਗੁਰਦੁਆਰੇ 'ਚ ਵਿਅਸਥ ਸੀ। ਪਰ ਇੰਨੀ ਸੌਖੀ ਹੀ ਹੁੰਦੀ ਜੇ ਜ਼ਿੰਦਗੀ ਫੇਰ ਤਾਂ ਮਨੁੱਖੀ ਜੀਵਨ ਦੀ ਜੂਨ ਇੰਨੀ ਲੰਬੀ ਹੀ ਨਾ ਹੁੰਦੀ।

ਅੱਜ ਕਈ ਮਹੀਨਿਆਂ ਮਗਰੋਂ ਆਗਿਆ ਨੇ ਮੇਰੇ ਨਾਲ ਗੱਲ ਕਰਨਾ ਸਹੀ ਸਮਝਿਆ। ਉਹ ਗੱਲ ਕਹਿਣ ਤੋਂ ਵੀ ਝਿਜਕਦੀ ਸੀ ਕਿਉਂਕਿ ਅਸੀਂ ਰੂਹਾਨੀ ਤੇ ਮਜ਼੍ਹਬੀ ਜ਼ਿਕਰ ਤੋਂ ਵਗੈਰ ਕਦੇ ਗੱਲ ਨਹੀਂ ਸੀ ਕੀਤੀ। ਉਸ ਕੋਲ ਜ਼ਿਕਰ ਅੱਜ ਮਨਰੂਪ ਦਾ ਸੀ। ਪਰ ਮੈਂ ਮਨਾ ਕਰਨਾ ਚਾਹੁੰਦੇ ਹੋਏ ਵੀ ਉਸਦੀ ਗੱਲ ਸੁਣਨੀ ਸਹੀ ਸਮਝੀ। ਆਗਿਆ ਦੀਆਂ ਅੱਖਾਂ 'ਚ ਇੱਕ ਅਜੀਬ ਜਿਹਾ ਡਰ ਸੀ। ਅੱਜ ਉਸਨੂੰ ਦੂਸਰੀਆਂ ਕੁੜੀਆਂ ਨਾਲ ਰਹਿਕੇ ਆਪਣੀ ਸ਼ਖਸ਼ੀਅਤ 'ਤੇ ਪ੍ਰਸ਼ਨ ਸੀ। ਉਸਦੇ ਮਾਤਾ ਜੀ ਦਾ ਦਿਹਾਂਤ ਹੋਣ ਕਰਕੇ ਕਿਸੇ ਨਾਲ ਇਸ ਉਮਰ ਦੀ ਬਦਹਵਾਸੀ ਵੀ ਉਹ ਸਾਂਝੀ ਨਹੀਂ ਸੀ ਕਰ ਸਕਦੀ। ਪੁੱਛਣ 'ਤੇ ਪਤਾ ਚੱਲਾ ਤਾਂ ਮਨਰੂਪ ਦਾ ਸੁਭਾਓ ਤਬਦੀਲ ਹੋਇਆ ਸੀ, ਓਹ ਵੀ ਕਿਸੇ ਹੋਰ ਦੇ ਉਸਦੀ ਜ਼ਿੰਦਗੀ 'ਚ ਆਉਣ ਨਾਲ। ਆਟੇ ਨੂੰ ਪਰੇਥਣ ਲੱਗਣ ਤੋਂ ਡਰਦੀ ਤੇ ਆਪਣੀ ਬਾਪੂ ਜੀ ਦੀ ਪੱਗ ਦਾ ਖਿਆਲ ਕਰਦੀ ਹੁਣ ਓਹ ਮਨਰੂਪ ਤੋਂ ਥੋੜ੍ਹਾ ਵੱਖਰਾ ਰਹਿਣਾ ਚਾਹੁੰਦੀ ਸੀ। ਮਨਰੂਪ ਅਕਸਰ ਹੁਣ ਉਸ ਮੁੰਡੇ ਨੂੰ ਮਿਲਦੀ ਤੇ ਆਗਿਆ ਨੂੰ ਵੀ ਨਾਲ ਲੈ ਜਾਂਦੀ। ਆਪਣੇ ਦਿਲ ਦੇ ਡਰ ਨੂੰ ਬਿਨ ਖਤਮ ਕੀਤੇ ਹੁਣ ਓਹ ਅਕਸਰ ਸੋਚਦੀ ਰਹਿੰਦੀ ਕਿ ਮਸਾਂ-ਮਸਾਂ ਇੱਕ ਸਹੇਲੀ ਬਣੀ ਸੀ, ਉਸ ਨਾਲ ਵੀ ਉਸਦੀ ਸੋਚ ਨਹੀਂ ਮਿਲਦੀ। ਓਹ ਕਿਸਨੂੰ ਆਪਣਾ ਮਿੱਤਰ ਬਣਾਏ ਕਿਉਂਕਿ ਇਹ ਵੱਖਰੇ ਜਿਹੇ ਦੌਰ 'ਚ ਕੋਈ ਵੀ ਇਕੱਲਾ ਨਹੀਂ ਸੀ। ਸਭ ਵਚਨਬੱਧ ਸਨ ਇੱਕ ਦੂਸਰੇ ਨਾਲ। ਉਸਨੂੰ ਇਕੱਲਾਪਣ ਵੀ ਮਹਿਸੂਸ ਹੁੰਦਾ ਸੀ ਅਕਸਰ, ਪਰ ਓਹ ਦੱਸਦੀ ਨਾ। ਇਸ ਘੁਟਣ 'ਚ ਉਸਨੇ ਚੁੱਪ ਧਾਰੀ ਤੇ ਬਸ ਪੜ੍ਹਨ ਵੱਲ ਹੀ ਮਨ ਲਾਉਣਾ ਸਹੀ

ਸਮਝਿਆ। ਜਵਾਨੀ ਦਾ ਛਲਕਦਾ ਹੁਸਨ ਤਾਂ ਸਾਡੇ 'ਤੇ ਵੀ ਸੀ ਪਰ ਚਾਰ ਕੁਰਹੈਤਾਂ ਯਾਦ ਸੀ ਕਿ ਪਰ-ਮਰਦ ਤੇ ਪਰ-ਇਸਤਰੀ ਦਾ ਗਮਨ ਨਹੀਂ ਕਰਨਾ। ਸ਼ਾਇਦ ਜ਼ਮਾਨਾ ਭੁੱਲ ਗਿਆ ਸੀ ਪਰ ਸਾਡੀ ਕਾਮ-ਵਾਸ਼ਨਾ ਉਸ ਉਮਰ 'ਚ ਕਦੇ ਵੀ ਆਪਣੀ ਹੱਦ ਨਹੀਂ ਸੀ ਟੱਪੀ।

ਮੈਨੂੰ ਮੇਰੀ ਸੋਚ ਵਰਗਾ ਇਨਸਾਨ ਨਹੀਂ ਸੀ ਮਿਲਿਆ ਕਦੇ ਪਰ 'ਆਗਿਆ' ਦੇ ਸੰਸਕਾਰ ਤੇ ਸੋਚ ਦੇਖਕੇ ਮੇਰੀ ਵੀ ਘੁੱਟਣ ਅਕਸਰ ਘੱਟ ਜਾਂਦੀ। ਜਦੋਂ ਦੋ ਇਨਸਾਨ ਇੱਕੋ ਸੋਚ ਦੇ ਮਿਲ ਬੈਠਦੇ ਹਨ ਫੇਰ ਰੱਬ ਵੀ ਨਾਲ ਆ ਖਲੋਂਦਾ। ਗੱਲਾਂ ਕਰਦਾ। ਸਿਰ 'ਤੇ ਹੱਥ ਫੇਰਦਾ।

ਪੋਹ-ਮਾਘ ਦੇ ਦਿਨਾਂ ਦੀ ਗੱਲ ਹੈ। ਧੁੰਦਾਂ ਬੜੀਆਂ ਸੀ। ਮੈਂ ਬੱਸ ਅੱਡੇ 'ਤੋਂ ਤੁਰਿਆ ਜਾਂਦਾ ਸਾਂ। ਨਿਗ੍ਹਾ ਮਾਰੀ ਤਾਂ ਉਸ ਵੇਲੇ ਮਨਰੂਪ ਤੇ ਆਗਿਆ ਵੀ ਅੱਗੇ ਤੁਰੀਆਂ ਜਾ ਰਹੀਆਂ ਸੀ। ਮਨਰੂਪ ਦਾ ਮਨ ਤੇ ਚਾਓ ਕਿਸੇ ਹੋਰ ਨਾਲ ਵਿਆਸਥ ਸੀ ਪਰ ਆਗਿਆ ਸਹੇਲੀ ਹੋਣ ਕਰਕੇ ਨਾ ਚਾਅ ਕੇ ਵੀ ਉਸਨੂੰ ਸਾਥ ਦੇ ਰਹੀ ਸੀ। ਅੱਜ ਸਾਡੀ ਮੁਲਾਕਾਤ ਦੁਪਹਿਰ ਦੇ ਵੇਲੇ ਕਾਲਜ ਗਰਾਉਂਡ ਵਿੱਚ ਹੋਈ। ਉਹ ਇਕੱਲੀ ਬੈਠੀ ਸੀ ਤੇ ਮੈਂ ਵੀ ਕੋਲ ਜਾ ਬੈਠ ਗਿਆ। ਉਸਦੀਆਂ ਅੱਖਾਂ ਹੰਝੂਆਂ ਨਾਲ ਵਹਿ ਰਹੀਆਂ ਸੀ।

ਨਿਮਾਣ — ਝੱਲੀਏ! ਕਿਉਂ ਰੋਨੀ ਏ? ਕੀ ਹੋਇਆ? ਦਸ ਮੈਨੂੰ।

**ਓਹ ਬੁਲਾਉਣ 'ਤੇ ਵੀ ਨਹੀਂ ਬੋਲੀ। ਮੈਂ ਸਿਰ 'ਤੇ ਹੱਥ ਰੱਖਿਆ ਤੇ ਉਸਨੂੰ ਤਸੱਲੀ ਦਿੰਦਿਆਂ ਉਸਦਾ ਸਿਰ ਵੀ ਪਲੋਸਿਆ ਕਿ ਸ਼ਾਇਦ ਉਸਨੂੰ ਆਪਣੇ ਮਾਤਾ ਜੀ ਦੀ ਯਾਦ ਆਉਂਦੀ ਹੋਣੀ ਏ।**

**ਹੌਂਕੇ ਭਰੇ। ਅੱਖਾਂ ਰੋਵਣ। ਸਿਸਕਦੀ ਹੋਈ ਅਵਾਜ਼ ਮੇਰਾ ਜਿਵੇਂ ਦਿਲ ਚੀਰਕੇ ਲੈ ਗਈ।**

ਆਗਿਆ — ਮੈਂ ਇਸ ਸੰਸਾਰ ਦੇ ਕਾਬਿਲ ਨਹੀਂ ਹਾਂ। ਜੋਗ ਨਹੀਂ ਹਾਂ। ਮੈਨੂੰ ਪਰਮਾਤਮਾ ਨੇ ਇੰਨੀ ਵੱਖਰੀ ਕਿਉਂ ਬਣਾਇਆ ਹੈ? ਮੈਂ ਤਾਂ ਜਮਾਂ ਸੋਹਣੀ ਨਹੀਂ ਹਾਂ। ਮੈਨੂੰ ਅਕਲ ਨਹੀਂ ਹੈ। ਮੈਨੂੰ ਤਾਂ ਬਣਨਾ ਠਣਨਾ ਵੀ ਨਹੀਂ ਆਉਂਦਾ। ਕਿੱਥੇ ਲੈਕੇ ਜਾਊ ਮੇਰੀ ਸੋਚ ਮੈਨੂੰ ਜਦ ਮੇਰਾ ਕੋਈ ਬਣਨਾ ਹੀ ਨਹੀਂ ਚਾਹੁੰਦਾ। ਮੈਂ ਦੁਨੀਆਂ ਵਰਗੀ ਨਹੀਂ ਬਣ ਸਕਦੀ। ਮੈਂ ਬਦਲ ਨਹੀਂ ਸਕਦੀ। ਮੈਂ ਕੀ ਕਰਾਂ? ਮੈਂ ਕੌਣ ਹਾਂ?

'ਮੈਂ ਕੌਣ ਹਾਂ' ਸੁਣਕੇ ਮੇਰਾ ਦਿਲ ਪਤਲਾ ਪੈਂਦਾ ਜਾਵੇ। ਕਿਉਂਕਿ ਮੈਂ ਇਹ ਸਵਾਲ ਮੇਰੇ ਮਾਪਿਆਂ ਤੋਂ ਕਰ ਚੁੱਕਾ ਸਾਂ। ਹੁਣ ਮੈਨੂੰ ਆਗਿਆ ਦੇ ਮਨ ਦੀ ਹਾਲਤ ਸਮਝ ਲੱਗ ਗਈ ਸੀ ਕਿ ਉਸਨੂੰ ਬੇਚੈਨੀ ਹੈ। ਉਦਾਸੀ ਹੈ। ਗਮ ਹੈ। ਤਨਹਾਈ ਹੈ। ਇਕੱਲਤਾ ਹੈ। ਇਕੱਲਾਪਣ ਹੈ। ਇਹੋ ਅਹਿਸਾਸ ਮੈਨੂੰ ਹੋ ਚੁੱਕਾ ਸੀ ਤਾਂ ਮੈਂ ਪੁਰੀ ਤਰ੍ਹਾਂ ਉਸਨੂੰ ਸਮਝਦਾ ਸਾਂ। ਉਸਨੂੰ ਚੁੱਪ ਕਰਾ ਮੈਂ ਦੁਬਾਰਾ ਫੇਰ ਪੁੱਛਣ ਦਾ ਜਤਨ ਕੀਤਾ ਤਾਂ ਉਸਨੇ ਦੱਸਿਆ ਕਿ ਉਸਦੀਆਂ ਸਾਰੀਆਂ ਸਹੇਲੀਆਂ, ਜਮਾਤ ਤੇ ਮਨਰੂਪ ਵੀ ਕਿਸੇ ਸਮਾਰੋਹ 'ਚ ਗਈਆਂ ਹੋਈਆਂ ਹਨ। ਉਹ ਸਲਵਾਰ ਕਮੀਜ਼ ਪਹਿਨਣ ਕਰਕੇ ਓਹਨਾਂ ਨਾਲ ਜਾਣਾ ਨਹੀਂ ਸੀ ਚਾਹੁੰਦੀ ਕਿਉਂਕਿ ਬਾਕੀਆਂ ਨੇ ਆਪਣਾ ਪਹਿਰਾਵਾ ਲਾਹ, ਪੱਛਵੀਂ ਤਦੇ ਪਾ ਲਿੱਤਾ ਸੀ। ਇਸਨੇ ਜਿਸ ਚੀਜ਼ ਦਾ ਅਭਿਆਸ ਵੀ ਨਹੀਂ ਸੀ ਕੀਤਾ, ਓਹ ਓਨ੍ਹਾਂ ਨੇ ਦੋ ਪਲਾਂ 'ਚ ਉਤਾਰ ਦਿੱਤੇ ਸੀ। ਸਰੀਰ ਦੇ ਸਾਰੇ ਰੋਮ ਹਟਾ, ਓਨ੍ਹਾਂ ਇੱਕ ਵਾਰ ਵੀ ਸੰਕੋਚ ਨਹੀਂ ਸੀ ਕੀਤਾ। ਇਸਨੂੰ ਤਾਂ ਕਿਸੇ ਨੇ ਵੀ ਜ਼ਬਰਦਸਤੀ ਨਹੀਂ ਸੀ ਕੀਤੀ, ਪਰ ਕੋਈ ਆਪਣੇ ਵਿਰਸੇ ਨੂੰ ਇੰਨੀ ਜਲਦੀ ਭੁੱਲ ਸਕਦਾ, ਇਹ ਸੋਚ-ਸੋਚ ਉਹ ਹੈਰਾਨ ਸੀ। ਮੈਂ ਉਸਦੀਆਂ ਗੱਲਾਂ ਬਹੁਤ ਧਿਆਨ ਨਾਲ ਸੁਣੀਆਂ ਤੇ ਦਿਲਾਸਾ ਵੀ ਦਵਾਇਆ ਕਿ ਦੁਨੀਆਂ ਬਹੁਤ ਰੰਗੀ ਹੈ ਤੇ ਇੱਥੇ ਸਭ ਵੱਖੋ-ਵੱਖਰੇ ਨੇ। ਮੈਂ ਮੰਨਦਾ ਹਾਂ ਕਿ ਇਹ ਸਭ ਗਲਤ ਹੈ, ਆਪਣੀ ਪਹਿਚਾਣ ਤੇ ਵਿਰਸਾ ਭੁੱਲ ਪੱਛਮੀ ਸੱਭਿਅਤਾ 'ਚ ਰੱਲ ਜਾਣਾ ਪਰ ਆਪਾਂ ਕਿਸੇ ਨੂੰ ਰੋਕ ਨਹੀਂ ਸਕਦੇ। ਇਸ ਲਈ ਓਨ੍ਹਾਂ ਨੂੰ ਆਪਣਾ ਨਿਰੀਖਣ ਹੋਣਾ ਜ਼ਰੂਰੀ ਹੈ। ਤੂੰ ਕਿਉਂ ਰੋਨੀ ਏ ਕਮਲੀਏ? ਤੂੰ ਇਕੱਲੀ ਨਹੀਂ ਏ, ਤੂੰ ਜੇ ਵੱਖਰੀ ਐਂ ਤਾਂ ਤੇਰੀ ਵਡਿਆਈ ਹੈ ਇਸ 'ਚ। ਤੂੰ ਰੋ ਨਾ ਖੁਸ਼ੀ ਮਨਾ ਕਿ ਪ੍ਰਮਾਤਮਾ ਨੇ ਤੈਨੂੰ ਚੁਣਿਆ ਹੈ ਇਸ ਲਈ। ਤੂੰ ਜੇ ਸਿੱਧੀ ਤੇ ਸੋਬਰ

ਹੈ ਤਾਂ ਤੂੰ ਗੁਰੂ ਨਾਨਕ ਨਾਲ ਜੁੜੀ ਹੋਈ ਐ। ਤੂੰ ਇਕੱਲੀ ਕਿੱਥੇ ਐ? ਬਸ ਇਹ ਰੰਗਲੀ ਦੁਨੀਆਂ ਤੇਰੇ ਨਾਲ ਨਹੀਂ। ਤੇਰੇ ਵਰਗੀ ਨਹੀਂ। ਤੂੰ ਤਾਂ ਇਨ੍ਹਾਂ ਵਰਗੀ ਓ ਐਂ ਬਸ ਇਹ ਤੇਰੇ ਵਰਗੇ ਨਹੀਂ ਬਣ ਸਕੇ। ਓਹ ਭਟਕ ਗਏ ਨੇ, ਕੋਈ ਨਹੀਂ ਫੇਰ ਵਾਪਿਸ ਆ ਜਾਣਗੇ। ਪਰ ਤੂੰ ਇੱਥੇ ਈ ਐ, ਤੂੰ ਤਾਂ ਖ਼ੁਸ਼ ਹੋ। ਪ੍ਰਮਾਤਮਾ ਦੇ ਲੜ ਲੱਗਣਾ, ਆਪਣੇ ਆਪ 'ਚ ਖ਼ੁਸ਼ਕਿਸਮਤੀ ਐ। ਝੱਲੀ ਨਾ ਹੋਵੇ ਤਾਂ! ਕਹਿ ਮੈਂ ਉਸਨੂੰ ਚੁੱਪ ਕਰਾਇਆ।

# ਪੀੜ੍ਹੀ ਪਾੜੇ

ਅੱਜ ਪਿੰਡ 'ਚੋਂ ਕਿਸੇ ਦੇ ਦੱਸੇ 'ਤੇ ਮਨਰੂਪ ਦੇ ਘਰ ਉਸਦੇ ਸੱਜਣ ਵਾਰੇ ਪਤਾ ਲੱਗਾ ਸੀ। ਕਾਲਜ ਇਹੋ ਕੁਝ ਕਰਨ ਜਾਂਦੀਆਂ ਕਹਿ ਉਸਦੇ ਮਾਪਿਆਂ ਨੇ ਆਗਿਆ ਦੇ ਘਰ ਵੀ ਟੈਲੀਫੋਨ ਕਰਕੇ ਇਤਲਾਹ ਕੀਤੀ। ਆਗਿਆ ਦੇ ਬਾਪੂ ਜੀ ਨੇ ਕਈ ਸਵਾਲ ਕੀਤੇ ਉਸਨੂੰ। ਕਾਲਜ ਨਾ ਭੇਜਣ ਦਾ ਨਿਰਣਾ ਕਰ ਬੈਠੇ ਕਿ ਜੇ ਇਸੇ ਕਾਸੇ ਨੂੰ ਕਾਲਜ ਤੇ ਪੜ੍ਹਾਈ ਆਖਦੇ ਨੇ, ਫੇਰ ਆਪਾਂ ਨਹੀਂ ਕਰਨੀ ਐਸੀ ਪੜ੍ਹਾਈ। ਆਗਿਆ ਨੇ ਬੜੇ ਤਰਲੇ ਕੀਤੇ, ਸਮਝਾਇਆ ਤੇ ਪਿਆਰ ਨਾਲ ਆਪਣੇ ਬਾਪੂ ਜੀ ਨੂੰ ਕਿਹਾ ਵੀ ਕਿ ਇਸ ਸਭ 'ਚ ਇਸਦਾ ਕੀ ਕਸੂਰ ਹੈ? ਇਸਦਾ ਕੀ ਦੋਸ਼ ਹੈ? ਇਸਨੇ ਤਾਂ ਕੁਝ ਕੀਤਾ ਵੀ ਨਹੀਂ।

ਬਾਪੂ ਜੀ — ਤੂੰ ਨਹੀਂ ਕੀਤਾ ਮੈਂ ਮੰਨਦਾ ਹਾਂ। ਪਰ ਆਗਿਆ ਪੁੱਤਰ ਆਪਾਂ ਕੀ ਕਰਨੀ ਐਸੀ ਪੜ੍ਹਾਈ ਜੋ ਆਪਾਂ ਨੂੰ ਬਦਨਾਮੀ ਦੇ ਜਾਵੇ। ਆਪਣਾ ਨਾਮ ਖਰਾਬ ਕਰ ਦੇਵੇ। ਪਿੰਡ ਵਿੱਚ ਤੋਏ-ਤੋਏ ਕਰਾ ਦੇਵੇ। ਤੂੰ ਮੇਰੀ ਪੱਗ ਦਾ ਤਾਂ ਖਿਆਲ ਕਰਦੀ। ਮੇਰੀ ਇੱਜ਼ਤ ਵਾਰੇ ਤਾਂ ਸੋਚਦੀ। ਮੈਂ ਕੀ ਮੂੰਹ ਦਿਖਾਵਾਂਗਾ ਪਿੰਡ ਵਿੱਚ? ਕੀ ਕਹਿਣਗੇ ਮੈਨੂੰ ਲੋਕੀਂ ਕਿ ਮੇਰੀ ਕੁੜੀ ਦੀ ਸੰਗਤ ਐਸੀ ਹੈ। ਸਮਾਜ ਦੇ ਰਹਿਣੀ-ਬਹਿਣੀ ਦੇ ਡਰ ਨੇ ਬਾਪੂ ਜੀ ਨੂੰ ਮਜ਼ਬੂਰ ਕਰ ਦਿੱਤਾ।

ਆਗਿਆ — ਮੈਂ ਤੁਹਾਨੂੰ ਸਮਝਾਉਣਾ ਚਾਹੁੰਦੀ ਹਾਂ। ਦੱਸਣਾ ਚਾਹੁੰਦੀ ਹਾਂ। ਕਾਲਜ ਵਿੱਚ ਇਹ ਕੁਝ ਜ਼ਰੂਰ ਹੁੰਦਾ ਹੈ। ਜਵਾਨੀ ਦਾ ਉੱਛਲਦਾ ਹੁਸਨ ਸਭ 'ਤੇ ਭਾਰੂ ਹੈ। ਮੈਂ ਕਿਸੇ ਨੂੰ ਰੋਕ ਨਹੀਂ ਸਕਦੀ। ਤੋੜ ਨਹੀਂ ਸਕਦੀ। ਕਹਿ ਨਹੀਂ ਸਕਦੀ। ਸਭ ਇੱਕ ਜਿਹੇ ਨਹੀਂ ਹੁੰਦੇ। ਮਨਰੂਪ ਦਾ ਕਿਸੇ ਨੂੰ ਪਸੰਦ ਕਰਨਾ ਮੇਰੀਆਂ ਖੁਆਇਸ਼ਾਂ ਦਾ ਗਲਾ ਕਿਵੇਂ ਘੁੱਟ ਸਕਦੇ? ਮੈਂ ਵੱਖਰੀ ਹਾਂ। ਮੈਨੂੰ ਤੁਹਾਡੀ ਪੱਗ ਦੀ ਵੀ ਪਰਵਾਹ ਹੈ। ਮੈਨੂੰ ਮੇਰੇ ਘਰ ਦੀ ਸਥਿਤੀ ਵੀ ਪਤਾ ਹੈ। ਮੈਂ ਖੁਦ ਉਲਝੀ ਹੋਈ ਹਾਂ ਪਿਤਾ ਜੀ! ਇਨ੍ਹਾਂ ਸੰਸਾਰਿਕ ਗੱਲਾਂ ਨੂੰ ਦੇਖਕੇ। ਮੈਂ ਗਵਾਚੀ ਨਹੀਂ ਹਾਂ ਇਸ ਭੀੜ 'ਚ। ਮੈਂ ਅਲੱਗ ਹੀ ਹਾਂ। ਅੱਜ ਵੀ ਓਹੀ ਹਾਂ। ਤੁਸੀਂ ਕਿਸੇ ਦੀ ਗਲਤੀ ਦਾ ਪ੍ਰਣਾਮ ਮੈਨੂੰ ਨਾ ਦੇਵੋ। ਮੈਨੂੰ ਤਾਂ ਇਹ ਦੁਨੀਆਂ ਪਹਿਲਾਂ ਹੀ ਖਾ ਰਹੀ ਹੈ। ਮੈਂ ਪਹਿਲਾਂ ਹੀ ਇਕੱਲੀ ਹਾਂ। ਮੇਰੇ ਲਈ ਇਹ ਸਫਰ ਹੋਰ ਕਠਿਨ ਨਾ ਬਣਾਵੋ। ਮੈਨੂੰ ਸਮਝਣ ਵਾਲਾ ਕੋਈ ਨਹੀਂ ਹੈ। ਮਾਂ ਦਾ ਛੱਡ ਜਾਣਾ, ਮੈਨੂੰ ਪਹਿਲਾਂ ਹੀ ਤੋੜ ਗਿਆ ਹੈ। ਜੇ ਤੁਸੀਂ ਕਹਿਨੇ ਤਾਂ ਮੈਂ ਅੱਜ ਤੋਂ ਮਨਰੂਪ ਨਾਲ ਗੱਲ ਨਹੀਂ ਕਰਾਂਗੀ। ਨਾ ਮਿਲਾਂਗੀ ਤੇ ਨਾ ਬੁਲਾਵਾਂਗੀ।

ਪਿਤਾ ਜੀ ਆਗਿਆ ਦਾ ਬਚਨ ਸੁਣ ਉਸਨੂੰ ਤਿਆਰ ਤਾਂ ਹੋ ਗਏ ਦੁਬਾਰਾ ਕਾਲਜ ਭੇਜਣ ਪਰ ਉਨ੍ਹਾਂ ਦਾ ਦਿਲ ਅਜੇ ਵੀ ਇੰਨ੍ਹਾਂ ਗੱਲਾਂ ਤੋਂ ਡਰਦਾ ਸੀ। ਉਹ ਅਕਸਰ ਉਸਨੂੰ ਜਾਣ-ਆਉਣ ਵੇਲੇ ਸਵਾਲ ਕਰਦੇ ਜਿਸਦਾ ਆਗਿਆ ਦੇ ਜੀਵਨ ਨਾਲ ਕੋਈ ਸੰਬੰਧ ਨਹੀਂ ਸੀ। ਇੱਕੋ-ਇੱਕ ਸਹੇਲੀ ਖੋਣਾ ਆਗਿਆ ਲਈ ਨਵੀਂ ਜ਼ਿੰਦਗੀ ਜਿਉਣ ਦੇ ਬਰੋਬਰ ਸੀ। ਹੁਣ ਤਾਂ ਕਿਸੇ ਨਾਲ ਵੀ ਗੱਲ ਨਾ ਕਰਦੀ ਤੇ ਡਰਦੀ ਰਹਿੰਦੀ ਕਿ ਅਕਸਰ ਐਸੀ ਗੱਲ ਉਸਦੀ ਜ਼ਿੰਦਗੀ 'ਚ

ਦੁਬਾਰਾ ਹੋਈ ਤਾਂ ਉਸਦੇ ਪਿਤਾ ਜੀ ਉਸਦਾ ਕਾਲਜ ਆਉਣਾ ਬੰਦ ਕਰ ਦੇਣਗੇ।

ਜਿੱਥੇ ਸਾਰੀ ਦੁਨੀਆਂ ਮੌਜ 'ਚ ਸੀ, ਆਗਿਆ ਉਨ੍ਹਾਂ ਗੱਲਾਂ ਨਾਲ ਨਜ਼ਰਬੰਦ ਸੀ ਜੋ ਉਸਨੇ ਕੀਤੀਆਂ ਵੀ ਨਹੀਂ ਸਨ। ਅੱਜ ਮੈਂ ਉਸਨੂੰ ਸਾਰੇ ਕਾਲਜ ਲੱਭਿਆ। ਕਿਤੇ ਨਹੀਂ ਦਿਖੀ ਝੱਲੀ। ਉਸਨੂੰ ਇਕੱਲਿਆਂ ਬੈਠਿਆਂ ਦੇਖ, ਮੈਂ ਉਸ ਕੋਲ ਜਾ ਬੈਠਾ। ਮੇਰੇ ਬੈਠਣ ਸਾਰ ਹੀ, ਉਹ ਉੱਠ ਖੜੀ ਹੋ ਗਈ। ਮੈਂ ਹੈਰਾਨ ਸੀ ਉਸਦਾ ਇਹ ਵਤੀਰਾ ਦੇਖਕੇ।

ਮੈਂ ਉੱਚੀ ਦੇਣੇ ਕਿਹਾ — ਕੀ ਹੋਇਆ? ਚੱਲੀ ਕਿਉਂ ਐ?

ਆਗਿਆ — ਕੁਝ ਨਹੀਂ। ਮੇਰੀ ਬੱਸ ਦਾ ਵੇਲਾ ਹੋ ਗਿਆ।

ਨਿਮਾਣ — ਚੱਲ! ਮੈਂ ਵੀ ਘਰ ਹੀ ਚੱਲਾ ਹਾਂ। ਬੱਸ ਅੱਡੇ ਤੱਕ ਇਕੱਠੇ ਚੱਲਦੇ ਹਾਂ।

ਆਗਿਆ — ਨਹੀਂ।

ਉਸਨੂੰ ਉਦਾਸ ਦੇਖ ਮੈਂ ਉਸਨੂੰ ਹੋਰ ਪਰੇਸ਼ਾਨ ਕਰਨਾ ਜ਼ਰੂਰੀ ਨਹੀਂ ਸਮਝਿਆ। ਮੈਂ ਵੀ ਤਾਂ ਕਈ ਵਾਰ ਇਕੱਲਾ ਬੈਠਣਾ ਚਾਹੁੰਦਾ ਹਾਂ। ਸ਼ਾਇਦ ਆਗਿਆ ਦਾ ਵੀ ਉਹੀ ਮਨ ਹੋਵੇ, ਇਹ ਸੋਚ ਮੈਂ ਹੋਰ ਕੁਝ ਕਹਿਣਾ ਜ਼ਰੂਰੀ ਨਹੀਂ ਸਮਝਿਆ। ਮੇਰੀ ਕਿਹੜਾ ਉਹ ਕੁਝ ਲੱਗਦੀ ਸੀ। ਇੱਕ ਇਕੱਲਤਾ ਦੀਆਂ ਗੱਲਾਂ ਕਰਨ ਵਾਲੇ ਦੋ ਰਾਹੀ ਸਾਂ ਅਸੀਂ। ਦੂਜੇ ਮੁੰਡਿਆਂ ਵਾਂਗ ਖੜੀ ਭੀੜ 'ਚ ਹੱਥ ਫੜ ਮੈਂ ਉਸਦੀ ਇੱਜ਼ਤ ਘਟਾਉਣਾ ਨਹੀਂ ਸੀ ਚਾਹੁੰਦਾ ਤੇ ਨਾ ਇਹ ਕਰਕੇ ਉਸਨੂੰ ਹੌਂਸਲਾ ਹੀ ਦੇਣਾ ਚਾਹੁੰਦਾ ਸਾਂ। ਪੂਰਾ ਦਿਨ ਬੀਤ ਗਿਆ। ਰਾਤ ਨੂੰ ਸੋਹਿਲਾ ਸਾਹਿਬ ਪੜ੍ਹਦਿਆਂ ਮੇਰਾ ਮਨ ਭਟਕਣਾ 'ਚ ਸੀ। ਵਾਰ-ਵਾਰ ਖਿਆਲ ਆਈ ਜਾਵੇ ਕਿ ਉਹ ਇੰਨੀ ਉਦਾਸ ਕਿਉਂ ਸੀ ਅੱਜ? ਪਰ ਮੈਂ ਕੁਝ ਕਰ ਵੀ ਤਾਂ ਨਹੀਂ ਸੀ ਸਕਦਾ। ਮੇਰੀਆਂ ਰੂਹਾਨੀ ਗੱਲਾਂ ਨਾਲ

ਸ਼ਾਇਦ ਉਸਦੀ ਦਰਦਨਾਕ ਹਾਲਤ ਠੀਕ ਵੀ ਹੋਣੀ ਸੀ ਕਿ ਨਹੀਂ, ਮੈਨੂੰ ਤਾਂ ਇਹ ਵੀ ਨਹੀਂ ਸੀ ਪਤਾ। ਚਿੱਤ ਕਰਦਾ ਸੀ ਕਿ ਮਾਤਾ ਜੀ ਨਾਲ ਉਸ ਵਾਰੇ ਗੱਲ ਕਰਾਂ। ਮੇਰੀ ਕਿਹੜਾ ਕੋਈ ਭੈਣ ਸੀ ਕਿ ਮੈਨੂੰ ਪਤਾ ਹੁੰਦਾ ਕਿ ਔਰਤਾਂ ਨਾਲ ਅਕਸਰ ਐਦਾਂ ਹੁੰਦਾ ਜਾਂ ਇਹ ਸਿਰਫ ਸਵੈਚਾਲਿਤ ਸੁਭਾਅ ਹੈ। ਪਰ ਡਰਦਾ ਸਾਂ ਕਿ ਘਰਦੇ ਕੀ ਸੋਚਣਗੇ ਕਿ ਮੇਰੀ ਮਨ ਦੀ ਹਾਲਤ ਸ਼ਾਇਦ ਕਿਸੇ ਕੁੜੀ ਕਰਕੇ ਤਾਂ ਨਹੀਂ ਖਰਾਬ ਰਹਿੰਦੀ ਜਾਂ ਸਾਡਾ ਕੁਝ ਚੱਲ ਤਾਂ ਨਹੀਂ ਰਿਹਾ, ਸੋਚ ਮੈਂ ਚੁੱਪਚਾਪ ਹੋ, ਸੌਣ ਦਾ ਯਤਨ ਕੀਤਾ ਤੇ ਕੱਲ ਨੂੰ ਪੁੱਛਾਂਗਾ ਕਹਿ ਗੂੜ੍ਹੀ ਨੀਂਦ ਸੌਂ ਗਿਆ।

ਦੂਸਰੇ ਦਿਨ ਬੱਸ ਅੱਡੇ ਤੋਂ ਉਤਰਦਿਆਂ ਸਾਰ ਮੈਂ ਉਸਦੇ ਆਲੇ-ਦੁਆਲੇ ਫਿਰ ਉਸਨੂੰ ਉਸਦੀ ਮਨੋਦਸ਼ਾ ਵਾਰੇ ਪੁੱਛਿਆ। ਉਸਨੇ ਬਥੇਰੀ ਨਾਹ-ਨੁੱਕਰ ਕੀਤੀ ਤੇ ਮੈਨੂੰ ਉਸਤੋਂ ਦੂਰ ਰਹਿਣ ਲਈ ਵੀ ਕਿਹਾ। ਮੈਂ ਫੇਰ ਵੀ ਵਾਰ-ਵਾਰ ਪੁੱਛਿਆ ਪਰ ਉਸਨੇ ਕੋਈ ਉੱਤਰ ਨਹੀਂ ਦਿੱਤਾ। ਸ਼ਾਮ ਨੂੰ ਕਾਲਜ ਘਰ ਜਾਣ ਲੱਗਿਆਂ ਮੈਂ ਉਸਨੂੰ ਉਸਦੀ ਕਲਾਸ ਮੁਹਰੇ ਹੀ ਤਾੜ ਲਿਆ। ਮੇਰੇ ਸੁਭਾਅ ਵਿੱਚ ਵੀ ਤਬਦੀਲੀ ਸੀ ਕਿ ਮੈਂ ਕਿਸੇ ਦੀ ਇੰਨੀ ਪਰਵਾਹ ਕਿਉਂ ਕਰ ਰਿਹਾ ਹਾਂ। ਪਰ ਮੇਰਾ ਕਾਰਣ ਹੋਰ ਸੀ ਕਿ ਮੇਰੇ ਕਰਕੇ ਕਿਤੇ ਉਸਨੂੰ ਕੋਈ ਤਕਲੀਫ ਨਾ ਹੋਈ ਹੋਵੇ, ਸ਼ਾਇਦ ਇਸੇ ਲਈ ਓਹ ਮੇਰੇ ਤੋਂ ਦੂਰ ਰਹਿਣਾ ਚਾਹੁੰਦੀ ਹੈ। ਪਰ ਵਾਰ-ਵਾਰ ਪੁੱਛਣ ਤੇ ਉਸਨੇ ਮਨਰੂਪ ਤੇ ਉਸ ਨਾਲ ਹੋਇਆ ਵਾਕਿਆ ਬਿਆਨ ਕੀਤਾ ਤੇ ਕਿਹਾ ਕਿ ਮੈਂ ਵੀ ਉਸਤੋਂ ਦੂਰ ਰਹਾਂ, ਨਹੀਂ ਉਸਦੇ ਪਿਤਾ ਜੀ ਉਸਨੂੰ ਕਾਲਜ ਨਹੀਂ ਆਉਣ ਦੇਣਗੇ। ਇਹ ਸੁਣਕੇ ਤਾਂ ਮੈਂ ਵੀ ਹੈਰਾਨ ਸੀ ਕਿ ਕੁੜੀਆਂ ਦੀ ਦਸ਼ਾ ਐਵੇਂ ਕਿਉਂ? ਕਿਉਂ ਮਾਪੇ ਸਮਝਦੇ ਨਹੀਂ? ਕਿਉਂ ਇਨ੍ਹਾਂ ਨੂੰ ਬਿਨ ਗਲਤੀ ਦੇ ਵੀ ਸਜ਼ਾ ਮਿਲ ਜਾਂਦੀ? ਮੇਰੇ ਅੰਦਰ ਤਾਂ ਸਵਾਲ ਹੀ ਸਵਾਲ ਖੜੇ ਹੋ ਗਏ ਆਗਿਆ ਦੀ ਮਨ ਦੀ ਸਥਿਤੀ ਜਾਣਕੇ। ਮੈਂ ਉਸਨੂੰ ਅੱਗੋਂ ਕੁਝ ਨਾ ਕਿਹਾ ਤੇ ਉਸਨੂੰ ਜਾਣ ਲਈ ਰਾਹ ਖੁਦ ਹੀ ਛੱਡ ਦਿੱਤਾ। ਮੈਂ ਕਿਸੇ ਨੂੰ ਪਰੇਸ਼ਾਨ ਕਰਨ ਵਾਲਾ ਕੌਣ ਹੁੰਦਾ ਹਾਂ।

ਮੈਂ ਜਿੱਥੇ ਆਪਣੇ ਆਪ ਨੂੰ ਇੰਨਾ ਸਿਆਣਾ ਸਮਝਦਾ ਸਾਂ। ਮੈਨੂੰ ਤਾਂ ਸੋਝੀ ਹੀ ਕੋਈ ਨਹੀਂ ਸੀ ਇਨ੍ਹਾਂ ਸਮਾਜਿਕ ਗੱਲਾਂ ਦੀ। ਮੈਂ ਕਦੇ ਆਪਣੀ ਜ਼ਿੰਦਗੀ ਇੱਕ

ਕੁੜੀ ਦੀ ਜਗਾਹ ਰੱਖ ਨਹੀਂ ਸੀ ਦੇਖੀ ਤੇ ਘਰ ਕੋਈ ਭੈਣ ਨਾ ਹੋਣ ਕਰਕੇ ਮੈਨੂੰ ਮੇਰੇ ਘਰਦਿਆਂ ਦੀ ਸੋਚ ਵਾਰੇ ਵੀ ਨਹੀਂ ਸੀ ਪਤਾ ਕਿਉਂਕਿ ਇਉਂ ਦਾ ਰਵੱਈਆ ਮੈਂ ਕਦੇ ਅੱਖੀਂ ਨਹੀਂ ਸੀ ਦੇਖਿਆ। ਮੈਂ ਜਾਨਣਾ ਚਾਹੁੰਦਾ ਸਾਂ ਆਪਣੇ ਮਾਪਿਆਂ ਦੀ ਵੀ ਮਨੋਦਸ਼ਾ ਇਸ ਵਾਰੇ। ਪਰ ਪੁੱਛਦਾ ਕਿਵੇਂ? ਇਹ ਮੈਂ ਮੌਕਾ ਦੇਖ ਤੇ ਉਸਨੂੰ ਜਦੇ ਸੰਭਾਲਣ ਦਾ, ਜਤਨ ਕਰਦਿਆਂ ਮਾਤਾ ਜੀ ਨੂੰ ਪੁੱਛਿਆ।

ਨਿਮਾਣ — ਮਾਤਾ ਜੀ! ਤੁਸੀਂ ਵੀ ਇੱਕ ਕੁੜੀ ਓ। ਇੱਕ ਔਰਤ ਹੋ। ਕੀ ਮੈਂ ਤੁਹਾਡੇ ਤੋਂ ਇਹ ਪੁੱਛ ਸਕਦਾ ਕਿ ਕੁੜੀ ਨੂੰ ਇੰਨਾ ਨਜ਼ਰਬੰਦ ਹੋਕੇ ਜ਼ਿੰਦਗੀ ਕਿਉਂ ਕੱਟਣੀ ਪੈਂਦੀ? ਕਿਉਂ ਉਸਨੂੰ ਹੀ ਮਾਪਿਆਂ ਦੀ ਇੱਜ਼ਤ ਦਾ ਸਿਹਰਾ ਸੌਂਪਿਆ ਜਾਂਦਾ? ਕੀ ਕੁੜੀ ਹੀ ਮਾਪਿਆਂ ਦੀ ਇੱਜ਼ਤ ਹੁੰਦੀ? ਜੇ ਕੁੜੀ ਹੀ ਮਾਪਿਆਂ ਦੀ ਇੱਜ਼ਤ ਹੈ ਫੇਰ ਮਾਪੇ ਇਹ ਇੱਜ਼ਤ ਜੰਮਣ ਤੋਂ ਕਿਉਂ ਡਰਦੇ ਨੇ? ਕਿਉਂ ਉਹ ਪੁੱਤਰਾਂ ਨੂੰ ਹੀ ਘਰ ਲਿਆਉਣਾ ਚਾਹੁੰਦੇ ਨੇ? ਕੀ ਤੁਸੀਂ ਵੀ ਆਪਣੀ ਜ਼ਿੰਦਗੀ ਏਸੇ ਤਰ੍ਹਾਂ ਕੱਟੀ?

ਮਾਂ — ਇਸੇ ਤਰ੍ਹਾਂ ਨੀ ਪੁੱਤਰ, ਅਸੀਂ ਤਾਂ ਏਦੂ ਵੀ ਔਖੀ ਕੱਟੀ ਹੈ। ਕੁੜੀ ਪਹਿਲਾਂ ਪਿਓ ਦੀ ਪੱਗ ਦੀ ਲਾਜ ਬਣਦੀ, ਫੇਰ ਭਾਈਆਂ ਦੀ ਤੇ ਫੇਰ ਜੀਵਨ-ਸਾਥੀ ਦੀ। ਨਜ਼ਰਬੰਦ ਨਹੀਂ ਪੁੱਤਰ, ਧੀਆਂ ਘਰ ਦਾ ਗਹਿਣਾ ਹੁੰਦੀਆਂ ਨੇ ਤੇ ਗਹਿਣਿਆਂ ਨੂੰ ਤਾਂ ਹਮੇਸ਼ਾਂ ਕਿਸੇ ਦੇ ਗਲਾਂ 'ਚ ਹੀ ਪਾਇਆ ਜਾਂਦਾ ਜਾਂ ਹੱਥਾਂ 'ਚ, ਤੇ ਜਾਂ ਬਾਹਾਂ 'ਚ। ਪਿਤਾ ਆਪਣੀ ਧੀ ਵਿਆਹਕੇ ਉਸ ਮੁੰਡੇ ਦੀ ਝੋਲੀ ਪਾਉਂਦਾ ਜਿੱਥੇ ਉਸਨੂੰ ਲੱਗੇ ਉਸਦੀ ਧੀ ਖ਼ੁਸ਼ ਰਹਿ ਸਕਦੀ ਹੈ।

ਨਿਮਾਣ — ਮਾਤਾ ਜੀ! ਤੁਸੀਂ ਕੀ ਕਹਿ ਰਹੇ ਹੋ? ਉਹ ਗਹਿਣਾ ਕਿਉਂ ਹੁੰਦੀਆਂ ਨੇ? ਗਹਿਣਿਆਂ ਦੀ ਤਾਂ ਕੀਮਤ ਹੁੰਦੀ ਹੈ। ਉਹ ਤਾਂ ਅਨਮੁਲੀਆਂ ਨੇ। ਉਨ੍ਹਾਂ ਨੂੰ ਕਿਸੇ ਦੇ ਗਲਾਂ, ਹੱਥਾਂ, ਬਾਹਾਂ 'ਚ ਕਿਉਂ ਪਾਉਣਾ। ਉਹ ਆਪਣਾ ਆਪ ਸਵਾਰ ਸਕਦੀਆਂ ਨੇ। ਗੁਰੂ ਨਾਨਕ ਨੇ ਔਰਤ ਨੂੰ ਬਰਾਬਰ ਦਾ ਦਰਜਾ ਦਿੱਤਾ ਸੀ। ਫੇਰ ਇਸਨੂੰ ਕਿਸੇ ਦੇ ਪਰਭਾਵ ਹੇਠਾਂ ਰਹਿਣ ਦੀ ਕੀ ਲੋੜ ਹੈ?

ਮਾਂ — ਪੁੱਤ! ਇਹ ਸਮਾਜ ਵੈਰੀ ਹੈ ਇਸ ਚੀਜ਼ ਦਾ। ਔਰਤ ਰਾਜੇ-ਮਹਾਂਰਾਜਿਆਂ ਨੂੰ ਜਨਮ ਦਿੰਦੀ ਤੇ ਬਾਅਦ ਵਿੱਚ ਇਹੋ ਮਰਦ ਪ੍ਰਧਾਨ ਸਮਾਜ ਇਸਨੂੰ ਨੀਚਾ ਦਿਖਾਉਂਦਾ ਹੈ। ਇਸਨੂੰ ਛੋਟੀ ਸਮਝਦਾ ਹੈ। ਇਸਨੂੰ ਮਾੜੀ ਬਣਾਉਂਦਾ ਹੈ। ਇਸ 'ਤੇ ਤਹੁਮਤਾ ਲਾਉਂਦਾ ਹੈ।

ਨਿਮਾਣ — ਮਾਤਾ ਜੀ! ਤੌਹਮਤ ਇਕੱਲੀ ਔਰਤ 'ਤੇ ਹੀ ਕਿਉਂ ਲੱਗਦੀ ਹੈ। ਔਰਤ ਔਰਤ ਨਾਲ ਫਿਰਦੀ ਹੈ ਤਾਂ ਕੋਈ ਦਿੱਕਤ ਨਹੀਂ, ਤੇ ਜੇ ਔਰਤ ਮਰਦ ਨਾਲ ਫਿਰਦੀ ਹੈ ਤਾਂ ਇਕੱਲੀ ਔਰਤ ਕਿਵੇਂ ਮਾੜੀ ਹੋਈ? ਮਰਦ ਵੀ ਉਸ ਵਿੱਚ ਬਰੋਬਰ ਦਾ ਹਿੱਸੇਦਾਰ ਹੈ। ਉਸਨੂੰ ਮਾੜਾ ਕਿਉਂ ਨਹੀਂ ਕਹਿੰਦੇ?

ਮਾਂ — ਪੁੱਤ ਇੱਥੇ ਹੀ ਬਸ ਕਰ। ਇਨ੍ਹਾਂ ਗੱਲਾਂ ਦੀ ਨਾ ਤਾਂ ਕੋਈ ਪੁਸ਼ਟੀ ਹੋਣੀ ਤੇ ਨਾ ਸਪੱਸ਼ਟੀਕਰਨ ਦੇ ਹੋਣਾ ਤੇ ਨਾ ਹੀ ਕੋਈ ਸਿੱਟਾ ਨਿਕਲਣਾ।

ਨਿਮਾਣ — ਮਾਤਾ ਜੀ! ਮੂੰਹ ਬੰਦ ਕਰਨ ਨਾਲ ਹੱਲ ਨਹੀਂ ਨਿਕਲਦੇ। ਜੇ ਹੱਲ ਕੱਢਣੇ ਨੇ ਤਾਂ ਬੋਲਣਾ ਪਉਗਾ।

**ਇਹ ਕਹਿ ਮੈਂ ਇਸ ਵਾਰਤਾਲਾਪ ਨੂੰ ਛੱਡ ਆਪਣੇ ਕਮਰੇ ਵੱਲ ਤੁਰ ਪਿਆ। ਮਾਂ ਦੇ ਚਿਹਰੇ 'ਤੇ ਸ਼ਿਕੰਨ ਸੀ ਮੇਰੀਆਂ ਇਹ ਗੱਲਾਂ ਸੁਣਕੇ।**

ਨੀਂਦ ਤਾਂ ਮੈਨੂੰ ਅੱਜ ਕਿੱਥੇ ਆਉਣੀ ਸੀ। ਅੱਜ ਇਹ ਸਮਾਜ ਦੀਆਂ ਖੋਖਲੀਆਂ ਜੜ੍ਹਾਂ ਪੁੱਟਣ ਨੂੰ ਜੀ ਕਰਦਾ ਸੀ। ਨਾਲ ਇਹ ਵੀ ਸੋਚ ਰਿਹਾ ਸਾਂ ਕਿ ਜੇ ਮੈਂ ਇਹ ਜ਼ਿੰਦਗੀ ਔਰਤ ਬਣਕੇ ਜਿਉਣੀ ਹੁੰਦੀ ਤਾਂ ਮੇਰੀ ਕਲਪ ਅੱਜ ਤੋਂ ਵੀ ਕਿਤੇ ਵੱਡੀ ਹੋਣੀ ਸੀ। ਹੁਣ ਮੈਨੂੰ ਪਤਾ ਚੱਲ ਗਿਆ ਸੀ ਕਿ ਘਰਦੇ ਚਾਹੇ ਮੇਰੇ ਹੁੰਦੇ ਜਾਂ ਓਹਦੇ, ਵਾਰਤਾਲਾਪ ਦੋਨਾਂ ਦੀ ਸਮਾਨ ਹੀ ਹੋਣੀ ਸੀ। ਆਗਿਆ ਦੀ ਦਸ਼ਾ ਸਮਝ, ਮੇਰਾ ਮਨ ਪ੍ਰਮਾਤਮਾ ਤੋਂ ਵੀ ਰੁੱਸਣਾ ਚਾਹੁੰਦਾ ਸੀ ਕਿ ਜੇ ਕਿਸੇ ਨੂੰ ਔਰਤ ਬਣਾਇਆ ਹੀ ਐ ਤਾਂ ਉਸਨੂੰ ਹਿੰਮਤ ਵੀ ਦੇ ਇਸ ਪੀੜ੍ਹੀ-ਪਾੜ੍ਹ ਨੂੰ ਸਹਿਣ ਦੀ, ਨਹੀਂ ਤਾਂ ਇਸ ਦੁਨੀਆਂ ਦੀ ਭਾਵੁਕਤਾ ਵਿੱਚ ਓਹ ਹਮੇਸ਼ਾਂ ਲਈ ਦੱਬਕੇ ਰਹਿ ਜਾਵੇਗੀ।

# ਰਿਹਾਇਸ਼ ਦਾ ਠੁਕਰਾ

ਰਾਤ ਮਾਂ ਨਾਲ ਕੀਤੀ ਬਹਿਸ ਅੱਜ ਐਤਵਾਰ ਦਾ ਦਿਨ ਵੀ ਖਰਾਬ ਕਰਦੀ ਨਜ਼ਰ ਆ ਰਹੀ ਸੀ। ਕੱਲ ਪਹਿਲੀ ਵਾਰ ਮੈਨੂੰ ਮਾਂ ਦੀਆਂ ਗੱਲਾਂ 'ਤੇ ਹਰਖ ਆਇਆ ਸੀ ਕਿ ਇੱਕ ਔਰਤ ਹੋਕੇ ਕਿਉਂ ਉਹ ਇੰਨਾ ਦੱਬਕੇ ਰਹਿਣ ਵਿੱਚ ਵਿਸ਼ਵਾਸ਼ ਕਰਦੇ ਨੇ? ਕਿਉਂ ਇਸ ਸਮਾਜ ਦੀ ਸੋਚ ਬਦਲਣ 'ਚ ਹਿੱਸਾ ਨਹੀਂ ਪਾ ਰਹੇ? ਬਾਪੂ ਜੀ ਅੱਜ ਪੂਰਾ ਦਿਨ ਖੇਤ ਕੰਮ ਕਰਨ 'ਚ ਹੀ ਵਿਅਸਥ (ਰੁੱਝੇ) ਸਨ। ਦੁਪਹਿਰ ਦੇ ਇੱਕ ਦੋ ਵਜੇ ਘਰ ਦਾ ਬਾਹਰਲਾ ਕੁੰਡਾ ਜ਼ੋਰ ਦੇਨੀ ਖੜਕਿਆ ਤੇ ਅਵਾਜ਼ ਆਈ —

"ਨਿੰਦਰ! ਘਰੇ ਐਂ?"

ਮਾਂ ਨੇ ਉੱਚੀ ਦੇਨੀ ਜਵਾਬ ਦਿੱਤਾ,

"ਆਜਾ ਭੈਣਜੀ ਆਜਾ! ਘਰੇ ਈ ਆ"।

ਤਾਈ ਦੇ ਦਰਸ਼ਨ ਮੈਂ ਵੀ ਬੜੇ ਦਿਨ ਬਾਅਦੋਂ ਕੀਤੇ ਸੀ। ਪੈਰੀਂ ਹੱਥ ਲਾ, ਫਤਹਿ ਬੁਲਾ ਮੈਂ ਆਪਣੇ ਕਮਰੇ ਅੰਦਰ ਚਲਾ ਗਿਆ।

ਤਾਈ — ਕੁੜੇ ਨਿੰਦਰ! ਅੱਜ ਨਿਮਾਣ ਤਾਂ ਮੈਨੂੰ ਫਤਹਿ ਬੁਲਾ ਗਿਆ। ਪਹਿਲਾਂ ਤਾਂ ਕਦੇ ਨਹੀਂ ਬੁਲਾਈ ਇਸ ਨੇ?

ਮਾਂ — ਹਾਂ। ਭੈਣ ਜੀ! ਨਿਮਾਣ ਦਾ ਧਿਆਨ ਅੱਜ ਕੱਲ ਗੁਰਬਾਣੀ ਵੱਲ ਜ਼ਿਆਦਾ ਹੁੰਦਾ ਜਾਂਦਾ ਹੈ। ਬਹੁਤ ਬਦਲਾਵ ਆਇਆ ਹੈ ਇਸਦੀ ਜ਼ਿੰਦਗੀ 'ਚ ਇਨ੍ਹਾਂ ਦੋ ਸਾਲਾਂ 'ਚ। ਹੁਣ ਇਹ ਪਹਿਲਾਂ ਵਰਗਾ ਨਿਮਾਣ ਨਹੀਂ ਰਿਹਾ।

ਤਾਈ — ਤਾਂ ਹੀ ਮੈਂ ਹੁਣ ਇਸਨੂੰ ਕਦੇ ਘਰੋਂ ਬਾਹਰ ਨਹੀਂ ਦੇਖਿਆ। ਘੱਟ ਵੱਧ ਹੀ ਨਿਕਲਦਾ ਹੈ।

ਮਾਂ — ਹਾਂ ਭੈਣਜੀ। ਹੋਰ ਤੁਸੀਂ ਸੁਣਾਓ! ਕਿਵੇਂ ਆਉਣੇ ਹੋਏ?

ਤਾਈ — ਕਾਹਨੂੰ ਨਿੰਦਰ! ਮੈਂ ਕਾਹਨੂੰ ਆਉਣਾ ਸੀ। ਤੈਨੂੰ ਕੁੜੇ ਖਬਰ ਪਤਾ ਲੱਗੀ?

ਮਾਂ — ਕਿਹੜੀ ਖਬਰ ਭੈਣਜੀ?

ਤਾਈ — ਲੈ ਦੱਸ! ਮੈਨੂੰ ਤਾਂ ਪਤਾ ਈ ਸੀ ਕਿ ਤੈਨੂੰ ਕਿੱਥੇ ਪਤਾ ਹੋਣਾ। ਨਿੰਦਰ ਆਪਣੇ ਸਰਪੰਚ ਦੀ ਕੁੜੀ ਨਿਕਲਗੀ, ਓਹ ਵੀ ਛੋਟੀ ਬਿਰਾਦਰੀ ਦੇ ਮੁੰਡੇ ਨਾਲ। ਦੱਸ ਕੀ ਨੀ ਸੀ ਓਹਦੇ ਘਰੇ? ਪਤਾ ਨੀ ਕਿਹੜੇ ਜਨਮਾਂ ਦੀ ਸਜ਼ਾ ਦੇ ਗਈ ਓਹਨਾਂ ਨੂੰ? ਨਾਮ ਕੱਢਗੀ ਕੁੜੇ ਓਹ ਤਾਂ ਸਰਪੰਚ ਦਾ। ਬਾਹਲੀ ਮਾੜੀ ਹੋਈ।

**ਮੈਂ ਅੰਦਰ ਬੈਠਾ ਇਹ ਸਭ ਸੁਣ ਰਿਹਾ ਸੀ।**

ਮੇਰਾ ਸਬਰ ਟੁੱਟ ਰਿਹਾ ਸੀ ਇਹ ਸਭ ਸੁਣਕੇ। ਸਮਾਜ 'ਤੇ ਇੰਨੇ ਪ੍ਰਸ਼ਨ ਕਰੁੰਗਾ ਇਹ ਤਾਂ ਮੈਂ ਵੀ ਕਦੇ ਨਹੀਂ ਸੀ ਸੋਚਿਆ। ਅੰਦਰ ਬੈਠੇ ਮਨ ਤਾਈ ਨੂੰ ਸਵਾਲ ਕਰਨ ਦਾ ਕਰੇ ਕਿ ਅਖੇ ਤਾਈ ਜੇ ਕਿਸੇ ਦੇ ਘਰ ਐਵੇਂ ਦੀ ਗੱਲ ਹੋਈ ਵੀ ਹੈ, ਤਾਂ ਕਿਉਂ ਤੂੰ ਓਹਨਾਂ ਦੇ ਜ਼ਖਮ ਕਿਸੇ ਹੋਰ ਦੇ ਘਰ ਜਾਕੇ ਫ੍ਰੋਲ ਰਹੀ ਹੈਂ? ਫੇਰ ਸੋਚਿਆ, "ਮੈਂ ਕੀਹਨੂੰ ਕੀਹਨੂੰ ਸਵਾਲ ਕਰੁੰਗਾ?"

ਇਹ ਤਾਂ ਔਰਤਾਂ ਹੋਕੇ ਔਰਤ ਨੂੰ ਮਾੜੀ ਕਹੀ ਜਾਂਦੀਆਂ ਨੇ। ਔਰਤਾਂ ਦੀਆਂ ਗੱਲਾਂ ਕਰੀ ਜਾਂਦੀਆਂ ਨੇ। ਆਪਣੀਆਂ ਹੀ ਚੁਗਲੀਆਂ ਕਰੀ ਜਾਂਦੀਆਂ ਨੇ। ਕਿਸੇ ਦੀ ਕੁੜੀ ਨਿਕਲ ਗਈ, ਇਸਦਾ ਸਵਾਦ ਲਈ ਜਾਂਦੀਆਂ ਨੇ। ਛੱਡ ਮਨਾ ਇਨ੍ਹਾਂ ਨਾਲ ਕੀ ਮੱਥਾ ਲਾਉਣਾ? ਪਰ ਮਨ ਫੇਰ ਵੀ ਚੁੱਪ ਰਹਿਣ ਨੂੰ ਨਹੀਂ ਕਰ ਰਿਹਾ ਸੀ, ਵਾਰ-ਵਾਰ ਕਹਿ ਰਿਹਾ ਸੀ। ਪੁੱਛਣ ਨੂੰ। ਸਵਾਲ ਕਰਨ ਨੂੰ। ਜਾਨਣ ਨੂੰ। ਤਾਈ ਦੇ ਜਾਣ ਦੀ ਉਡੀਕ ਕਰਦਾ ਮੈਂ ਉਸਦੇ ਜਾਣ ਤੋਂ ਝੱਟ ਕਮਰੇ ਵਿੱਚੋਂ ਨਿਕਲ ਮਾਂ ਕੋਲ ਆ ਖਲੋਤਾ।

ਨਿਮਾਣ — ਮਾਤਾ ਜੀ! ਕੀ ਮੈਂ ਤੁਹਾਨੂੰ ਕੁਝ ਪੁੱਛ ਸਕਦਾ ਹਾਂ?

ਮਾਂ — ਹਾਂ ਪੁੱਤਰ ਨਿਮਾਣ। ਜ਼ਰੂਰ!

ਨਿਮਾਣ — ਮਾਂ ਜੋ ਤਾਈ ਕਹਿ ਰਹੀ ਸੀ, ਤੂੰ ਬੜੇ ਅਰਾਮ ਨਾਲ ਕਿਵੇਂ ਸੁਣ ਲਿਆ? ਕਿਉਂ ਤੂੰ ਮੁੜ ਉਸਨੂੰ ਇਹ ਨਹੀਂ ਕਿਹਾ ਕਿ ਭੈਣ ਜੀ ਆਪਾਂ ਕਿਸੇ ਦੀ ਕੁੜੀ ਦੀ ਕਿਉਂ ਗੱਲ ਕਰਨੀ। ਕਿਉਂ ਬੁਰਾਈ ਕਰਨੀ? ਜੇ ਵਡਿਆਈ ਨਹੀਂ ਕਰ ਸਕਦੇ ਤਾਂ ਨਫਰਤ 'ਚ ਕਿਉਂ ਵਾਧਾ ਕਰਨਾ?

ਮਾਂ — ਪੁੱਤਰ! ਮੈਂ ਤੇਰੀ ਤਾਈ ਕੋਲ ਨਹੀਂ ਗਈ ਸੀ। ਉਹ ਆਪਣੇ ਘਰ ਆਈ ਸੀ। ਮਹਿਮਾਨ ਸੀ। ਆਪਣੀ ਸੀ। ਖੂਨ ਸੀ। ਮੈਂ ਕਿਵੇਂ ਘਰ ਆਏ ਮਹਿਮਾਨ ਨੂੰ ਰੋਕ ਸਕਦੀ ਹਾਂ? ਕਹਿ ਸਕਦੀ ਹਾਂ? ਮਨਾ ਕਰ ਸਕਦੀ ਹਾਂ?

ਨਿਮਾਣ — ਮਾਤਾ ਜੀ! ਕਹਿਣ ਦੇ ਬਹੁਤ ਤਰੀਕੇ ਹੁੰਦੇ ਨੇ। ਪਰ ਤੁਸੀਂ ਉਸਦਾ ਉਪਰਾਲਾ ਹੀ ਨਹੀਂ ਕੀਤਾ। ਜਤਨ ਹੀ ਨਹੀਂ ਕੀਤਾ।

**ਮਾਂ ਚੁੱਪਚਾਪ ਮੇਰੇ ਚਿਹਰੇ ਵੱਲ ਦੇਖ ਰਹੀ ਸੀ ਤੇ ਦਿਮਾਗ 'ਚ ਉਸਦੇ ਬਹੁਤ ਕਸ਼ਮਕਸ਼ ਸੀ।**

ਲਗਾਤਾਰ ਦੋ ਤਿੰਨ ਵਾਰ ਝਪਟ ਲੱਗਣ 'ਤੇ, ਹੁਣ ਮਾਂ ਵੀ ਮੈਨੂੰ ਘੱਟ ਹੀ ਬੁਲਾਉਂਦੀ। ਫੇਰ ਮੈਨੂੰ ਇੰਝ ਵੀ ਜਾਪਦਾ ਕਿ ਇਸ ਭੋਲੀ ਦਾ ਤਾਂ ਕੋਈ ਕਸੂਰ ਵੀ ਨਹੀਂ, ਮੈਂ ਫੇਰ ਵੀ ਇਸੇ ਨਾਲ ਬਹਿਸ ਕਰਦਾ ਹਾਂ। ਸਮਾਜ ਕਿਹੜਾ ਕੱਲੀ ਮਾਂ ਨੇ ਸਿਰਜਿਆ ਹੈ, ਜੋ ਮੈਂ ਰੋਜ਼ ਇਸਨੂੰ ਆਕੇ ਹੀ ਸ਼ਿਕਾਇਤ ਕਰਦਾ। ਜੇ ਕੋਈ ਮੁਹਿੰਮ ਚਲਾਉਣੀ, ਓਹ ਤਾਂ ਮੈਨੂੰ ਦੁਨੀਆਂ ਤੇ ਸਮਾਜ 'ਚ ਰਹਿਕੇ ਚਲਾਉਣੀ ਪੈਣੀ। ਪਰ ਬਦਲਾਅ ਤਾਂ ਘਰ ਤੋਂ ਹੀ ਸ਼ੁਰੂ ਹੁੰਦਾ, ਇਹ ਸੋਚ ਮੈਂ ਹੁਣ ਮਾਪਿਆਂ ਨਾਲ ਗੱਲ ਕਰਨੀ ਜ਼ਰੂਰੀ ਸਮਝੀ। ਅੱਜ ਦੋਵੇਂ ਮਾਤਾ-ਪਿਤਾ ਇਕੱਠੇ ਬੈਠੇ ਦੇਖ ਮੈਂ ਆਪਣਾ ਨਿਰਣਾ ਓਹਨਾਂ ਨੂੰ ਦੱਸਣਾ ਜ਼ਰੂਰੀ ਸਮਝਿਆ।

ਨਿਮਾਣ — ਪਿਤਾ ਜੀ! ਮੈਂ ਜਾਣਦਾ ਹਾਂ ਕਿ ਤੁਹਾਡੇ ਬਹੁਤ ਸੁਪਨੇ ਹਨ ਮੈਨੂੰ ਲੈਕੇ। ਮੇਰੇ ਭਵਿੱਖ ਨੂੰ ਲੈਕੇ। ਪਰ ਉਹ ਸੁਪਨੇ ਮੇਰੀ ਜ਼ਿੰਦਗੀ ਨਹੀਂ ਬਣਾ ਸਕਦੇ ਕਿਉਂਕਿ ਉਹ ਮੈਨੂੰ ਸਿਰਫ ਪੈਸੇ ਦੀ ਹੋੜ ਲਵਾ ਸਕਦੇ ਨੇ। ਇੱਕ ਕਤਾਰ ਵਿੱਚ ਲਵਾ ਸਕਦੇ ਨੇ ਜਿੱਥੇ ਸਾਰੀ ਦੁਨੀਆਂ ਸ਼ਾਇਦ ਮੇਥੋਂ ਮੁਹਰੇ ਖੜੀ ਐ। ਮੈਂ ਇਨ੍ਹਾਂ ਸੁਪਨਿਆਂ ਦਾ ਹਿੱਸੇਦਾਰ ਨਹੀਂ ਬਣ ਸਕਦਾ।

ਪਿਤਾ ਜੀ — ਨਿਮਾਣ! ਤੂੰ ਕੀ ਕਹਿ ਰਿਹਾ ਹੈਂ? ਥੋੜ੍ਹਾ ਖੁੱਲ੍ਹਕੇ ਦੱਸ ਪੁੱਤਰ।

ਨਿਮਾਣ — ਪਿਤਾ ਜੀ! ਮੈਂ ਰੰਗਲੀ ਦੁਨੀਆਂ 'ਚ ਪੈਦਾ ਜ਼ਰੂਰ ਹੋਇਆ ਹਾਂ ਪਰ ਇਸਦਾ ਰੰਗ ਮੈਨੂੰ ਕਦੇ ਨਹੀਂ ਚੜ੍ਹੇਗਾ। ਮੈਂ ਮਨੁੱਖੀ ਜੀਵਨ ਆਪਣੀ ਮਰਜ਼ੀ ਨਾਲ ਨਹੀਂ ਚੁਣਿਆ ਪਰ ਗ੍ਰਹਿਸਤ ਜੀਵਨ ਦਾ ਰਸਤਾ ਮੈਂ ਜ਼ਰੂਰ ਖੁਦ ਚੁਣਨਾ ਹੈ। ਮੈਂ ਇਨ੍ਹਾਂ ਸਮਾਜਿਕ ਕੁਰੀਤੀਆਂ ਨੂੰ ਹਟਾ ਨਹੀਂ ਸਕਦਾ, ਪਰ ਇਹ ਮੈਨੂੰ ਪੀੜ ਦਿੰਦੀਆਂ ਨੇ। ਰਵਾ ਦਿੰਦੀਆਂ ਨੇ। ਹਰਾ ਦਿੰਦੀਆਂ ਨੇ।

ਤੇ ਇਸੇ ਲਈ ਮੈਂ ਇਨ੍ਹਾਂ ਤੋਂ ਦੂਰ ਰਹਿਣ ਦਾ ਨਿਰਣਾ ਕੀਤਾ ਹੈ। ਮੈਂ ਗ੍ਰਹਿਸਤ ਜੀਵਨ ਤਿਆਗਣਾ ਚਾਹੁੰਦਾ ਹਾਂ।

ਮਾਂ — ਮਾਂ ਨੇ ਤਾਂ ਇਹ ਸੁਣ ਰੋਣਾ ਸ਼ੁਰੂ ਕਰ ਦਿੱਤਾ। ਸਿਸਕੀਆਂ ਭਰਦੀ ਨੇ ਮੇਰੇ ਤਰਲੇ ਕੱਢਣੇ ਸ਼ੁਰੂ ਕਰ ਦਿੱਤੇ। ਨਿਮਾਣ ਤੂੰ ਇਹ ਸੋਚ ਵੀ ਕਿਵੇਂ ਲਿਆ ਪੁੱਤਰ? ਤੂੰ ਮੇਰਾ ਕੱਲਾ-ਕੱਲਾ ਏਂ। ਮੈਂ ਤੇਰੇ ਬਿਨ ਨਹੀਂ ਰਹਿ ਸਕਦੀ। ਤੂੰ ਆਪਣੀ ਮਾਂ ਨੂੰ ਛੱਡਕੇ ਜਾਏਂਗਾ? ਮੇਰਾ ਤੇਰੇ ਬਿਨ ਹੈ ਹੀ ਕੌਣ? ਮੈਨੂੰ ਦੁਨੀਆਂ ਦਿਖਦੀ ਹੈ ਤੇਰੇ ਵਿੱਚ। ਰੌਸ਼ਨੀ ਦਿਖਦੀ ਹੈ। ਮੇਰਾ ਬੁਢਾਪਾ ਦਿਖਦਾ ਹੈ।

ਨਿਮਾਣ — ਮਾਂ! ਤੂੰ ਕਿਉਂ ਜੁੜਦੀ ਏਂ ਮੇਰੇ ਨਾਲ। ਜਿੱਥੇ ਪ੍ਰਮਾਤਮਾ ਹੈ, ਉਥੇ ਤੇਰਾ ਬੁਢਾਪਾ ਨਹੀਂ ਰੁਲਦਾ। ਤੂੰ ਭਾਵੁਕ ਹੋ ਰਹੀ ਐਂ। ਸਵਾਰਥੀ ਨਾ ਬਣ। ਤੇਰਾ ਪੁੱਤਰ ਇਸ ਦੁਨੀਆਂ ਦੀ ਕਸ਼ਮਕਸ਼ ਸਮਝਣ 'ਚ ਅਸਫਲ ਰਿਹਾ ਹੈ। ਇਸਨੂੰ ਇਹ ਦਿਖਾਵੇ ਚੰਗੇ ਨਹੀਂ ਲੱਗਦੇ। ਇਹ ਮੋਹ ਨਿਆਰਾ ਨਹੀਂ ਲੱਗਦਾ।

ਮਾਂ — ਸਵਾਰਥੀ ਤਾਂ ਮੈਂ ਹਾਂ ਕਿਉਂਕਿ ਤੈਨੂੰ ਢਿੱਡੋਂ ਜੋ ਕੱਢ ਬੈਠੀ, ਜੇ ਵੱਸ ਚੱਲਦਾ ਸਦੇਵ ਅੰਦਰ ਹੀ ਰੱਖ ਲੈਂਦੀ। ਤੈਨੂੰ ਬਚਾ ਲੈਂਦੀ। ਪਰ ਕੀ ਕਰਾਂ ਖੁਦਗਰਜ਼ ਨਿਕਲੀ ਨਾ, ਆਪਦਾ ਹੀ ਸੋਚਿਆ ਕਿ ਮੇਰਾ ਸਹਾਰਾ ਬਣੇਗਾ ਤੂੰ। ਮੇਰੀ ਜਾਨ ਬਣੇਗਾ ਤੂੰ। ਪਰ ਮੈਨੂੰ ਕੀ ਪਤਾ ਸੀ ਕਿ ਮੈਂ ਗਲਤੀ ਕਰ ਬੈਠੀ।

**ਇਹ ਬੋਲ ਮਾਂ ਨੇ ਉੱਚੀ ਉੱਚੀ ਰੋਣਾ ਸ਼ੁਰੂ ਕਰ ਦਿੱਤਾ।**

ਪਿਤਾ ਜੀ — ਮਹਿਲਾ ਭਾਵੁਕ ਹੁੰਦੀ ਐ। ਤੇ ਤੂੰ ਤਾਂ ਉਸਦਾ ਅੰਗ ਐ ਜਿਸਨੂੰ ਉਸਨੇ ਖੁਦ ਪਾਲਿਆ ਹੈ। ਤੇਰੀ ਮਾਂ ਦਾ ਦਰਦ ਮੈਂ ਸਮਝ ਸਕਦਾ ਹਾਂ। ਪਰ ਮੈਂ ਤੈਨੂੰ ਰੋਕੂੰਗਾ ਨਹੀਂ। ਪਿਤਾ ਪੁੱਤਰ ਨੂੰ ਮਾਰਗ 'ਤੇ ਚੱਲਣਾ ਸਿਖਾਉਂਦਾ। ਰਾਹ ਦਿਖਾਉਂਦਾ। ਪਗਡੰਡੀ ਫੜਾਉਂਦਾ। ਤੇ ਮੈਂ ਤੇਰਾ ਸਹਾਰਾ ਹਾਂ। ਪੁੱਤਰ ਘਰ-ਬਾਰ ਛੱਡਣਾ, ਇਸ ਮਸਲੇ ਦਾ ਹੱਲ ਨਹੀਂ। ਤੇਰੇ ਭੰਵਲਭੂਸੇ ਦਾ ਟਿਕਾਅ ਗੁਰਬਾਣੀ ਨੇ ਕੀਤਾ ਸੀ। ਇਸ ਸਭ ਤੋਂ ਭੱਜਣਾ ਬਾਣੀ ਨਹੀਂ

ਸਿਖਾਉਂਦੀ। ਆਪਾਂ ਸਭ ਇਸ ਦੁਨੀਆਂ ਦਾ ਹਿੱਸਾ ਹਾਂ ਤੇ ਹਰ ਇਨਸਾਨ ਦਾ ਕੋਈ ਨਾ ਕੋਈ ਮਕਸਦ ਹੈ ਆਪੋ-ਆਪਣੀ ਜ਼ਿੰਦਗੀ ਜਿਉਣ ਲਈ। ਮੈਂ ਕਦਰ ਕਰਦਾ ਹਾਂ ਕਿ ਤੂੰ ਇਸ ਦੁਨੀਆਂ ਵਰਗਾ ਨਹੀਂ ਹੈ। ਇਹ ਲੋਕਾਂ ਵਰਗਾ ਨਹੀਂ ਹੈ। ਤੂੰ ਇਨ੍ਹਾਂ 'ਚ ਰਲਣਾ ਨਹੀਂ ਚਾਹੁੰਦਾ, ਇਹ ਤੇਰੀ ਖਾਸੀਅਤ ਹੈ। ਪਰ ਪੁੱਤਰ ਰਿਹਾਇਸ਼ ਛੱਡਕੇ ਕਿਤੇ ਦੂਰ ਮਨੁੱਖੀ ਜੀਵਨ ਨੂੰ ਜ਼ਿੰਦਗੀ ਨਹੀਂ ਕਹਿੰਦੇ। ਜੋ ਤੈਨੂੰ ਲੱਗਦਾ ਹੈ, ਉਹ ਸੰਭਵ ਹੋ ਸਕਦਾ ਹੈ। ਪਰ ਇਸ ਸਭ ਨੂੰ ਛੱਡਣਾ ਤੇ ਭੱਜਣਾ ਕਾਇਰ ਕਹਿਲਾਉਂਦਾ ਹੈ। ਗੁਰੂ ਨਾਨਕ ਨੇ ਆਪਣਾ ਜੀਵਨ ਲੋਕਾਂ ਦੇ ਸੁਧਾਰ 'ਚ ਲਾਇਆ ਪਰ ਲੋਕ ਤਾਂ ਫਿਰ ਵੀ ਨਹੀਂ ਸੰਭਲੇ। ਤੂੰ ਇਸ ਜੀਵਨ ਨੂੰ ਕੁਝ ਚੰਗਾ ਕਰਕੇ, ਕੁਝ ਵਧੀਆ ਕਰਕੇ, ਗੁਰੂ ਨਾਨਕ ਦੀ ਸਿਖਲਾਈ ਲੈਕੇ ਬਤੀਤ ਕਰ। ਤੇਰਾ ਮਨ ਜੇ ਇਸ ਸਮਾਜਿਕ ਗੱਲਾਂ ਵਿੱਚ ਨਹੀਂ ਲੱਗਦਾ ਤਾਂ ਚੰਗਿਆਈ ਪਾਸੇ ਲਾ। ਮਨੁੱਖੀ ਜੀਵਨ ਕਰਮਾਂ ਵਾਲਿਆਂ ਨੂੰ ਮਿਲਦਾ ਹੈ, ਇਸਨੂੰ ਅਜਾਈਂ ਨਾ ਗਵਾ, ਇਸਦਾ ਮੰਤਵ ਜਾਣ ਤੇ ਗੌਰ ਕਰ। ਰਾਸਤਾ ਆਪਣੇ ਆਪ ਨਿਕਲੇਗਾ। ਮੰਜ਼ਿਲ ਤੇਰੇ ਪੈਰ ਚੁੰਮੇਗੀ। ਰਾਸਤਿਆਂ ਨੂੰ ਛੱਡਣਾ ਜ਼ਿੰਦਗੀ ਨਹੀਂ ਕਹਿੰਦੇ, ਰਾਸਤਿਆਂ ਨੂੰ ਪਾਰ ਕਰਨਾ ਹੀ ਜੀਵਨ ਹੈ। ਇਸਤੋਂ ਭੱਜ ਨਾ, ਇਸਨੂੰ ਭਾਵੇਂ ਅਪਣਾ ਨਾ, ਪਰ ਇਸਦਾ ਮੁਕਾਬਲਾ ਕਰ।

** ਪਿਤਾ ਜੀ ਦੀਆਂ ਗੱਲਾਂ 'ਚ ਦਮ ਸੀ। ਜੋ ਮੈਨੂੰ ਜਗਾ ਗਿਆ। ਮੇਰੇ ਲੂੰ-ਕੰਡੇ ਖੜੇ ਕਰ ਗਿਆ। ਮੈਨੂੰ ਕਾਇਰ ਦੀ ਪ੍ਰੀਭਾਸ਼ਾ ਦਸ ਗਿਆ। ਰਿਹਾਇਸ਼ ਨੂੰ ਛੱਡ ਇਨਸਾਨ ਲੋਕਾਂ 'ਚ ਵਿਚਰਦਾ ਹੈ ਤੇ ਆਪਣੀ ਗੱਲ ਰੱਖਦਾ ਹੈ। ਪਰ ਗ੍ਰਹਿਸਤ ਜੀਵਨ ਨੂੰ ਤਿਆਗਣਾ ਮੇਰੀ ਮੂਰਖਤਾ ਸੀ। ਉਸ ਨਾਲ ਤਾਂ ਮੈਂ ਕੋਈ ਪ੍ਰਮਾਣ ਵੀ ਨਹੀਂ ਦੇ ਸਕਦਾ ਸੀ ਇਸ ਦੁਨੀਆਂ ਨੂੰ। ਮੈਨੂੰ ਉਦਾਹਰਣ ਬਣਨਾ ਹੈ। ਸਭ ਕੁਝ ਛੱਡ ਛੜਾਕੇ ਤਾਂ ਮੈਂ ਸੋਚ ਪ੍ਰੀਵਰਤਨ 'ਚ ਹਿੱਸਾ ਵੀ ਨਹੀਂ ਬਣਨਾ ਸੀ। ਮੇਰੀ ਜ਼ਿੰਦਗੀ ਦਾ ਮੰਤਵ ਅਧੂਰਾ ਰਹਿ ਜਾਂਦਾ ਜੇ ਅੱਜ ਪਿਤਾ ਜੀ ਮੈਨੂੰ ਇਹ ਰਾਸਤੇ ਦਾ ਮਾਰਗ ਨਾ ਦੱਸਦੇ। ਗੁਰੂ ਨਾਨਕ ਦੀਆਂ ਚਾਰ ਉਦਾਸੀਆਂ ਯਾਦ ਆ ਗਈਆਂ ਇਹ ਸਭ ਸੁਣਕੇ, ਉਨ੍ਹਾਂ ਦਾ ਨਾਹਰਾ ਯਾਦ ਆ ਗਿਆ — "ਕਿਰਤ ਕਰੋ, ਨਾਮ ਜਪੋ ਤੇ ਵੰਡ ਛਕੋ"।**

ਹੁਣ ਤੱਕ ਮੈਨੂੰ ਮੇਰੀ ਜ਼ਿੰਦਗੀ ਦਾ ਉਦੇਸ਼ ਨਹੀਂ ਸੀ ਪਤਾ। ਮੈਂ ਸਭ ਨੂੰ ਬਦਲ ਨਹੀਂ ਸੀ ਸਕਦਾ ਪਰ ਖੁਦ ਕੁਝ ਚੰਗਾ ਕਰਕੇ ਇਹ ਦੁਨੀਆਂ ਦੀ ਚੰਗਿਆਈ 'ਚ ਹਿੱਸਾ ਜ਼ਰੂਰ ਬਣ ਸਕਦਾ ਸੀ। ਇਹ ਗੱਲ ਮੈਂ ਗੰਠ ਬੰਨੂ ਲਈ ਸੀ ਕਿ ਇਸ ਭੀੜ 'ਚ ਕਦੇ ਨਹੀਂ ਗਵਾਚਾਂਗਾ। ਕੁਝ ਚੰਗਾ ਕਰਾਂਗਾ ਤੇ ਲੋਕਾਂ ਦੀ ਸੋਚ ਪਰੀਵਰਤਨ 'ਚ ਹਿੱਸਾ ਬਣਾਂਗਾ।

# ਰੂਹਾਂ ਦਾ ਵਿਛੜਨਾ

ਹੁਣ ਕਾਲਜ ਦੇ ਅਖੀਰਲੀ ਸਾਲ ਸਭ ਆਪੋ ਆਪਣੇ ਕੰਮੀ ਪੈਂਦੇ ਦਿਸਦੇ ਸੀ। ਸਭ ਦਾ ਖਿਆਲ ਭਵਿੱਖ ਦੀ ਬੁਲੰਦੀ ਵੱਲ ਸੀ। ਪਰ ਕੋਈ ਵੀ ਕਿਸੇ ਤੋਂ ਵੱਖ ਨਹੀਂ ਸੀ ਹੋਣਾ ਚਾਹੁੰਦਾ। ਕਈ ਜੋੜੀਆਂ ਬਿੱਛੜਕਦੀਆਂ ਦਿਸੀਆਂ ਤੇ ਕਈ ਜੁੜਦੀਆਂ। ਹੁਣ ਸਾਡੀ ਸਿਖਲਾਈ ਸਿਧਾਂਤਿਕ ਘੱਟ ਤੇ ਵਿਵਹਰਿਕ ਜ਼ਿਆਦਾ ਸੀ। ਇਸ ਲਈ ਹੁਣ ਅਸੀਂ ਸਭ ਨੇ ਛੇ ਮਹੀਨੇ ਲਈ ਕਾਲਜ ਤੋਂ ਬਾਹਰ ਟ੍ਰੇਨਿੰਗ ਲਈ ਜਾਣਾ ਸੀ। ਛੇ ਮਹੀਨੇ ਲਈ ਮੈਂ ਆਗਿਆ ਤਾਂ ਕੀ ਉਸਦੀ ਪਰਛਾਈਂ ਨਾਲ ਵੀ ਮਿਲਾਪ ਨਹੀਂ ਸੀ ਕਰਨਾ। ਇਹ ਸੋਚਕੇ ਹੀ ਦਿਲ ਦੀ ਧੜਕਨ ਵੱਧ ਜਾਂਦੀ ਪਰ ਮੇਰਾ ਤਾਂ ਉਸ ਨਾਲ ਕੋਈ ਲਗਾਅ ਹੀ ਨਹੀਂ ਸੀ। ਫੇਰ ਇਹ ਖਿਚਾਅ ਕਾਹਦਾ ਸੀ? ਇਹ ਭਾਵਨਾ ਮੈਂ ਪਹਿਲਾਂ ਕਦੇ ਆਪਣੇ ਆਪ ਨੂੰ ਵੀ ਵਿਅਕਤ ਨਹੀਂ ਸੀ ਕੀਤੀ। ਤੇ ਹੁਣ ਇੰਞ ਲੱਗਦਾ ਸੀ ਕਿ ਸਭ ਨੂੰ ਦੱਸੇ ਵਗੈਰ ਮੇਰੇ ਮਨ ਨੂੰ ਟਿਕਾਓ ਨਹੀਂ ਆਉਣਾ।

ਅੱਜ ਟ੍ਰੇਨਿੰਗ ਤੇ ਜਾਣ ਤੋਂ ਪਹਿਲਾਂ ਮੈਂ ਆਗਿਆ ਨੂੰ ਮਿਲਿਆ ਤੇ ਉਸਦਾ ਨੰਬਰ ਵੀ ਪਹਿਲੀ ਵਾਰ ਮੰਗਿਆ। ਉਸਨੇ ਵੀ ਆਪਣਾ ਨੰਬਰ ਝੱਟ ਦੇ ਦਿੱਤਾ ਤੇ ਇੱਕ ਵਾਰ ਵੀ ਨਹੀਂ ਪੁੱਛਿਆ ਕਿ ਅਖੇ ਕਿਉਂ ਚਾਹੀਦਾ ਹੈ?

ਨਿਮਾਣ — **ਮੇਰਾ ਦਿਲ ਤਾਂ ਰੋ ਰਿਹਾ ਸੀ ਉਸਤੋਂ ਵਿਛੜਨ ਲੱਗੇ। ਪਤਾ ਨਹੀਂ ਇਹ ਕਿਹੋ ਜਿਹਾ ਡਰ ਸੀ ਜਿਹੜਾ ਮੈਂ ਉਸਨੂੰ ਵਿਅਕਤ ਹੀ ਨਾ ਕਰ ਸਕਿਆ। ਜੀਅ ਕਰੀ ਜਾਵੇ ਕਿ ਅੱਜ ਦਾ ਦਿਨ ਹੀ ਨਾ ਢਲੇ ਤੇ ਮੈਂ ਕਦੇ ਉਸਤੋਂ ਵੱਖ ਨਾ ਹੋਵਾਂ। ਇਹ ਅਹਿਸਾਸ ਆਗਿਆ ਨੂੰ ਵੀ ਹੋ ਰਿਹਾ ਸੀ ਜਾਂ ਨਹੀਂ ਇਸਦੀ ਮੈਨੂੰ ਜ਼ਰਾ ਜੀ ਵੀ ਭਣਕ ਨਹੀਂ ਸੀ। ਇੱਕ ਦੂਜੇ ਨਾਲ ਹੱਥ ਮਿਲਾਇਆ ਤੇ ਕਿਹਾ ਚੱਲ ਛੇ ਮਹੀਨੇ ਬਾਅਦੋਂ ਮਿਲਦੇ ਹਾਂ। ਇਹ ਸੁਣ ਉਸ ਦੀਆਂ ਅੱਖਾਂ ਭਰ ਆਈਆਂ।** ਤੂੰ ਰੋਨੀ ਕਿਉਂ ਐ?

ਆਗਿਆ — ਮਾਂ ਦੇ ਜਾਣ ਬਾਅਦੋਂ ਤੂੰ ਮੈਨੂੰ ਬਹੁਤ ਸਹਾਰਾ ਦਿੱਤਾ। ਜਜ਼ਬਾਤੀ ਵੀ ਤੇ ਜ਼ੁਬਾਨੀ ਵੀ। ਜਦੋਂ ਕੋਈ ਆਪਣਾ ਦੂਰ ਹੁੰਦਾ ਮੈਨੂੰ ਹੌਲ ਉੱਠਦੇ। ਬੁਸਬੁਸੇ ਆਉਂਦੇ। ਹੰਝੂ ਵਹਿੰਦੇ। ਬਸ ਓਵੇਂ ਜਿਵੇਂ ਜੇ ਹੁੰਦਾ। ਮੇਰਾ ਕਿਹੜਾ ਕੋਈ ਭੈਣ ਭਰਾ ਹੈ, ਹਮ ਉਮਰ ਵਾਲਿਆਂ ਨਾਲ ਵੀ ਠਹਿਕਣਾ ਮੈਂ ਤੇਰੇ ਤੋਂ ਸਿੱਖਿਆ ਸੀ। ਆਪਣੀ ਦੋਸਤੀ ਭਾਵੇਂ ਉੱਚੀ ਨੀਵੀਂ ਸਮਾਜਿਕ ਪਰੇਸ਼ਾਨੀਆਂ ਕਰਕੇ ਰਹੀ ਪਰ ਇਹ ਦੋਸਤੀ ਵਗੈਰ ਕਿਸੇ ਉਮੀਦ ਤੇ ਲਾਲਚ ਤੋਂ ਸੀ।

ਨਿਮਾਣ — ਤੂੰ ਸੀ ਕਿਉਂ ਕਹਿਨੀ ਏ? ਦੋਸਤੀ ਤਾਂ ਅੱਜ ਵੀ ਹੈ ਤੇ ਹਮੇਸ਼ਾਂ ਰਹੇਗੀ। ਤੂੰ ਰੋਈ ਨਾ। ਜਦੋਂ ਵੀ ਤੈਨੂੰ ਕੋਈ ਗੱਲ ਕਰਨੀ ਹੋਈ ਤੂੰ ਮੈਨੂੰ ਫੋਨ ਕਰ ਸਕਦੀ ਏ।

ਆਗਿਆ — ਹਾਂ ਜੀ! ਜ਼ਰੂਰ। ਸਤਿ ਸ਼੍ਰੀ ਅਕਾਲ ਕਹਿ ਉਹ ਓਥੋਂ ਤੁਰ ਪਈ।

**ਮੈਂ ਓਥੇ ਹੀ ਖੜਾ ਸੀ। ਪਰ ਉਸਨੇ ਇੱਕ ਵਾਰ ਵੀ ਮੁੜਕੇ ਨਹੀਂ ਸੀ ਦੇਖਿਆ। ਸ਼ਾਇਦ ਰੋਂਦੀ ਹੋਣੀ ਜਾਂ ਇੱਕ ਦੂਜੇ ਨੂੰ ਮੁਰਦਾ ਬਣਨ ਤੋਂ ਰੋਕਦੀ ਹੋਣੀ। ਇਹ ਦੇਖ ਮੈਂ ਵੀ ਓਥੋਂ ਤੁਰ ਪਿਆ।**

ਅੱਜ ਦੀ ਰਾਤ ਤਾਂ ਔਖੀ ਹੀ ਨਿਕਲਣੀ ਸੀ। ਜਿਵੇਂ ਦਿਮਾਗ ਸੁੰਨ ਹੋ ਗਿਆ ਸੀ। ਵਾਰ-ਵਾਰ ਅਖੀਰਲੀ ਵਾਰਤਾਲਾਪ ਮੈਨੂੰ ਚੇਤੇ ਆ ਰਹੀ ਸੀ। ਇਹ ਕੀ ਸੀ? ਜੋ ਵੀ ਸੀ, ਅਜੀਬ ਸੀ। ਮੈਂ ਕਦੇ ਕਿਸੇ ਲਈ ਐਵੇਂ ਮਹਿਸੂਸ ਨਹੀਂ ਕੀਤਾ ਸੀ। ਪਰ ਇਹ ਅਨੁਭਵ ਮੈਨੂੰ ਖਾ ਰਿਹਾ ਸੀ। ਦੂਰ ਤਾਂ ਮੈਂ ਮਾਂ-ਬਾਪ ਤੋਂ ਵੀ ਸੀ। ਪਹਿਲੀ ਵਾਰ ਘਰ ਤੋਂ ਬਾਹਰ ਰਹਿਣਾ ਸੀ, ਓਹ ਵੀ ਚੰਡੀਗੜ੍ਹ। ਪਰ ਮਾਂ-ਬਾਪ ਨੂੰ ਖੋਣ ਦਾ ਕੋਈ ਡਰ ਨਹੀਂ ਸੀ, ਆਗਿਆ ਲਈ ਡਰ ਸੀ। ਬੋਲਦੇ ਤਾਂ ਅਸੀਂ ਰੋਜ਼ ਨਹੀਂ ਸੀ ਹੁੰਦੇ, ਪਰ ਓਹ ਅਹਿਸਾਸ ਕਿਸੇ ਦੇ ਨੇੜੇ ਹੋਣ ਦਾ ਇੱਕ ਧਰਵਾਸ ਜਿਹਾ ਸੀ। ਰੋਜ਼ਾਨਾ ਜ਼ਿੰਦਗੀ 'ਚ ਬਦਲਾਅ ਹੋਣ ਕਰਕੇ ਇਹੋ ਜਿਹਾ ਅਨੁਭਵ ਹੋ ਸਕਦਾ ਸੀ। ਮੈਂ ਜ਼ਿਆਦਾ ਸੋਚਦਾ ਹਾਂ ਕਹਿਕੇ, ਸੋਹਿਲਾ ਸਾਹਿਬ ਪੜ੍ਹਕੇ ਸੌਣ ਦਾ ਯਤਨ ਕੀਤਾ।

# ਸੁੰਨ ਦੀ ਖੜਾਕ

ਮੈਨੂੰ ਲੱਗਦਾ ਸੀ ਕਿ ਸ਼ਾਇਦ ਇਕੱਲ ਮੇਰੇ ਕੋਲ ਹੀ ਹੈ ਪਰ ਇਸ ਵਾਰ ਤਾਂ ਮੇਰੇ ਕਰਕੇ ਹੋਰ ਕਈਆਂ ਕੋਲ ਆ ਗਈ। ਮਾਪੇ ਸਾਰੀ ਜ਼ਿੰਦਗੀ ਆਪਣੀ ਸੰਤਾਨ ਦੇ ਭਵਿੱਖ 'ਚ ਕੱਢ ਦਿੰਦੇ, ਜਿਵੇਂ ਉਨ੍ਹਾਂ ਦਾ ਮਾਨੋ ਜ਼ਿੰਦਗੀ ਦਾ ਮਕਸਦ ਇਹੋ ਹੁੰਦਾ। ਆਪਣੇ ਚਾਅ, ਰੀਝਾਂ ਤੇ ਮਨੋਕਾਮਨਾਵਾਂ ਤਿਆਗ ਉਨ੍ਹਾਂ ਨੂੰ ਜ਼ਿੰਦਗੀ ਸਿਰਫ ਆਪਣੀ ਸੰਤਾਨ ਵਿੱਚ ਹੀ ਦਿਖਦੀ। ਜਿੱਥੇ ਇਹ ਇਕੱਲ ਜਵਾਨੀ ਦੇ ਵੀਹਵੇ ਤੋਂ ਤੀਹਵੇ ਵਰ੍ਹੇ ਤੱਕ ਇਨਸਾਨ ਦੀ ਜ਼ਿੰਦਗੀ 'ਚ ਗਦ-ਗਦ ਹੋ ਨੱਚਦੀ, ਉਥੇ ਮਾਪਿਆਂ ਦੇ ਚਾਲੀਵੇਂ ਤੋਂ ਪੰਜਾਵੇਂ ਵਰ੍ਹੇ ਤੱਕ ਫੇਰ ਆ ਸਤਾਉਂਦੀ। ਵਿਆਹ ਤੋਂ ਬਾਅਦ ਜਦ ਤੱਕ ਸੰਤਾਨ ਵਿਆਹੁਣ ਦੇ ਕਾਬਿਲ ਨਹੀਂ ਹੋ ਜਾਂਦੀ, ਉਦੋਂ ਤੱਕ ਵਿਆਹੁਤਾ ਜੋੜਾ ਇੱਕ ਲੜੀਵਾਰ ਧਾਰਾ 'ਚ ਬੰਨ੍ਹਿਆ ਹੁੰਦਾ ਕਿਉਂਕਿ ਉਸ ਦੀ ਜ਼ਿੰਦਗੀ ਸੰਤਾਨ ਦੇ ਭਵਿੱਖ ਬਣਾਉਣ 'ਚ ਨਿਕਲ ਜਾਂਦੀ।

ਰੋਜ਼ ਮਰਹਾ ਦੀਆਂ ਗੱਲਾਂ ਤੇ ਗ੍ਰਹਿਸਤ ਜੀਵਨ ਜਵਾਕਾਂ ਦੀ ਪੜ੍ਹਾਈ ਵਿੱਚ ਨਿਕਲ ਜਾਂਦਾ। ਇਸੇ ਤਰ੍ਹਾਂ ਮੇਰੇ ਮਾਪੇ ਵੀ ਹੁਣ ਤੱਕ ਮੈਨੂੰ ਪੜ੍ਹਦਾ ਦੇਖ ਇੱਕ ਸਥਿਰ ਵਾਲਾ ਜੀਵਨ ਬਤੀਤ ਕਰ ਰਹੇ ਸੀ। ਉਨ੍ਹਾਂ ਦਾ ਜਹਾਨ ਮਾਨੋ ਮੇਰੇ 'ਚ ਸੀ। ਮੈਨੂੰ ਦੇਖ ਸਾਹ ਆਉਂਦੇ ਸੀ। ਸਵੇਰ ਰਾਤ ਹੁੰਦੀ ਸੀ। ਬਹਿਸ ਵੀ ਇਸ ਪਿਆਰ ਦਾ ਹਿੱਸਾ ਸੀ। ਅਸੀਂ ਜਿਵੇਂ ਵੀ ਸੀ, ਪਰ ਅਲੱਗ ਨਹੀਂ ਸੀ। ਅੱਜ ਮੈਨੂੰ ਮਾਪਿਆਂ ਨੇ ਆਪਣੀ ਜ਼ਿੰਦਗੀ ਤੋਂ ਦੂਰ ਕਰ, ਇਸ ਅਹਿਸਾਸ ਨੂੰ ਪਹਿਲੀ ਵਾਰ ਮਹਿਸੂਸ ਕੀਤਾ ਸੀ। ਉਨ੍ਹਾਂ ਕੋਲ ਤਾਂ ਜਿਵੇਂ ਕੁਝ ਹੋਰ ਕਰਨ ਨੂੰ ਹੀ ਨਾ ਰਹਿ ਗਿਆ ਹੋਵੇ। ਘਰ ਮੇਰੇ ਬਿਨਾਂ ਸੂੰਨ ਅਸਲੀਅਤ 'ਚ ਜਾਪਦੀ ਸੀ। ਰੌਣਕ ਮੁੱਕ ਗਈ ਸੀ। ਮਾਂ ਦੇ ਤਾਂ ਸਵਾਸ ਹੀ ਮਾਨੋ ਮੈਨੂੰ ਦੇਖਕੇ ਚੱਲਦੇ ਸਨ। ਪਿਤਾ ਜੀ ਦਾ ਤਾਂ ਦਿਨ ਫੇਰ ਵੀ ਬਾਹਰ ਤੁਰ ਫਿਰ ਨਿਕਲ ਜਾਂਦਾ ਪਰ ਮਾਂ ਦਾ ਦਿਲ ਮੇਰੇ ਵਗੈਰ ਲੱਗਣਾ ਅਸੰਭਵ ਸੀ। ਉਹ ਰੋਜ਼ ਮੈਨੂੰ ਸਵੇਰ ਸ਼ਾਮ ਫੋਨ ਕਰਦੀ। ਹਾਲ ਪੁੱਛਦੀ। ਰੋਟੀ ਖਾਧੀ ਕਿ ਨਹੀਂ। ਮੇਰਾ ਦਿਲ ਲੱਗ ਗਿਆ। ਦਿਨ ਕਿਵੇਂ ਨਿਕਲਦਾ? ਵਰਗੇ ਕਈ ਸਵਾਲ ਕਰਦੀ।

ਪਿਆਰ ਦਾ ਅਹਿਸਾਸ ਵੀ ਦੂਰ ਹੋਏ 'ਤੇ ਹੀ ਪਤਾ ਲੱਗਦਾ। ਇਹ ਵਾਟਾਂ ਦਿਲ ਜੋੜ ਦਿੰਦੀਆਂ ਤੇ ਜੁੜੇ ਹੋਏ ਤੁੜਾ ਵੀ ਦਿੰਦੀਆਂ। ਅਜੀਬ ਜੀ ਅਨੁਭੂਤੀ ਕੀਤੀ ਸੀ ਮੈਂ। ਜਿੱਥੇ ਮੈਂ ਇਹ ਮੰਨ ਲਿਆ ਸੀ ਕਿ ਮੇਰੇ ਮਾਂ-ਬਾਪ ਮੇਰੀ ਜ਼ਿੰਦਗੀ 'ਚ ਅਸਥਾਈ ਨੇ, ਅੱਜ ਉੱਥੇ ਉਨ੍ਹਾਂ ਬਿਨਾ ਰਹਿਣਾ ਵੀ ਮੈਨੂੰ ਅਸੰਭਵ ਲੱਗ ਰਿਹਾ ਸੀ। ਮਾਂ-ਬਾਪ ਦੇ ਨਾਲ-ਨਾਲ ਆਗਿਆ ਦਾ ਨਾ ਹੋਣਾ ਵੀ ਮੈਨੂੰ ਖਾਲੀ ਮਹਿਸੂਸ ਕਰਵਾ ਰਿਹਾ ਸੀ। ਖੂਨ ਦੇ ਰਿਸ਼ਤੇ ਦੀ ਤਾਂ ਮੈਨੂੰ ਸਮਝ ਲੱਗ ਰਹੀ ਸੀ ਪਰ ਆਗਿਆ ਲਈ ਮੇਰੀ ਖਿੱਚ, ਬੇਚੈਨੀ, ਮੇਰੀ ਸਮਝ ਤੋਂ ਬਾਹਰ ਸੀ। ਅੱਜ ਪੂਰੇ ਇੱਕ ਹਫਤੇ ਮਗਰੋਂ ਸ਼ਨੀ-ਐਤਵਾਰ ਨੂੰ ਮੈਂ ਝੋਲਾ ਬੰਨ੍ਹ ਪਿੰਡ ਨੂੰ ਨਿਕਲ ਗਿਆ। ਮਾਂ ਨੇ ਤਾਂ ਜੱਫੀ ਹੀ ਨਹੀਂ ਖੋਲੀ ਤੇ ਪਿਤਾ ਜੀ ਨੇ ਵੀ ਜਿਵੇਂ ਮੈਨੂੰ ਮਸਾਂ ਤੱਕਿਆ ਹੋਵੇ। ਪੰਜ ਦਿਨ ਹੀ ਤਾਂ ਹੋਏ ਨੇ ਮਾਂ, ਤੂੰ ਕਿਉਂ ਅੱਥਰੂ ਬਹਾਉਨੀ ਏ?

ਮਾਂ — ਨਿਮਾਣ! ਤੇਰੇ ਬਾਝੋਂ ਪ੍ਰੁੱਤ ਵਿਹੜਾ ਸੁੰਨਾ ਲੱਗਦਾ ਸੀ। ਮੈਂ ਕਦੇ ਤੈਨੂੰ ਆਪਣੇ ਤੋਂ ਦੂਰ ਨਹੀਂ ਸੀ ਨਾ ਭੇਜਿਆ, ਏਸੇ ਲਈ ਮੈਨੂੰ ਬੜੀ ਫਿਕਰ ਰਹਿੰਦੀ ਸੀ ਤੇਰੀ।

ਨਿਮਾਣ — ਮਾਂ! ਲੋਕਾਂ ਦੇ ਪੁੱਤ ਵਿਦੇਸ਼ ਜਾ-ਜਾ ਰਹੀ ਜਾਂਦੇ ਤੇ ਤੂੰ ਮੈਨੂੰ ਏਥੇ ਭੇਜੇ 'ਤੇ ਵੀ ਹੌਲ ਪਾਈ ਬੈਠੀ ਏ।

ਮਾਂ — ਓਹ ਮਾਵਾਂ ਤੱਕੜੀਆਂ ਨੇ। ਹੌਂਸਲੇ ਬੁਲੰਦ ਨੇ ਉਨ੍ਹਾਂ ਦੇ। ਜਿਹੜੀਆਂ ਆਪਣੇ ਪੁੱਤਾਂ ਨੂੰ ਇੰਨੀ ਦੂਰ ਭੇਜੀ ਬੈਠੀਆਂ ਨੇ।

ਨਿਮਾਣ — ਮਾਂ ਫੇਰ ਤੂੰ ਵੀ ਤੱਕੜੀ ਹੋ। ਐਵੇਂ ਨਾ ਰੋਇਆ ਕਰ। ਨਾਲੇ ਮੇਰਾ ਚਿਤ ਹੌਲਾ ਕਰਦੀ ਏ।

ਪਿਤਾ ਜੀ — ਤੇਰੀ ਮਾਂ ਤਾਂ ਭੋਲੀ ਏ। ਚੱਲ ਨਿਮਾਣ ਪੁੱਤ ਤੂੰ ਰੋਟੀ ਖਾ ਤੇ ਮੈਂ ਖੇਤ ਹੋ ਕੇ ਆਇਆ।

**ਪੰਜ ਦਿਨ ਹੀ ਤਾਂ ਹੋਏ ਸੀ ਘਰੋਂ ਗਏ ਨੂੰ ਤੇ ਮਾਂ ਦਾ ਪਿਆਰ ਦੇਖ ਮੈਨੂੰ ਕੁਝ ਹੋਈ ਜਾਂਦਾ ਸੀ।**

ਰੋਟੀ ਖਾ, ਮੈਂ ਤੇ ਮਾਂ ਨੇ ਚੌਂਕੜੀ ਮਾਰ, ਮੰਜੇ 'ਤੇ ਬੈਠ ਗੱਲਾਂ ਸ਼ੁਰੂ ਕੀਤੀਆਂ।

ਮਾਂ — ਨਿਮਾਣ! ਪੁੱਤ ਤੇਰੀ ਪੜ੍ਹਾਈ ਪੂਰੀ ਹੋਣ ਤੋਂ ਬਾਅਦ ਆਪਾਂ ਤੇਰਾ ਵਿਆਹ ਕਰ ਦੇਣਾ। ਘਰ ਖੁਸ਼ੀਆਂ ਨਾਲ ਭਰ ਦੇਣਾ।

ਨਿਮਾਣ — ਮੈਂ ਤਾਂ ਹੱਕਾ ਬੱਕਾ ਸੀ। ਤੌਰ-ਭੌਰ ਸੀ। ਕਿ ਮਾਂ ਨੇ ਇਹ ਕੀ ਕਹਿ ਦਿਤਾ। ਮੈਂ ਤਾਂ ਕਦੇ ਇਸ ਵਾਰੇ ਸੋਚਿਆ ਵੀ ਨਹੀਂ। ਧਿਆਇਆ ਵੀ ਨਹੀਂ। ਮਾਂ ਮੈਂ ਵਿਆਹ ਨਹੀਂ ਕਰਾਉਣਾ। ਵਿਆਹ ਕਾਸ ਤੋਂ ਕਰਾਉਣਾ? ਮੈਂ ਨੀ ਕਰਾਉਣਾ ...

ਮਾਂ — ਲੈ! ਕਾਹਤੇ ਨੀ ਕਰਾਉਣਾ ਪੁੱਤ। ਸੁੱਖ ਨਾਲ ਹੁਣ ਤੂੰ ਇੱਕੀ ਸਾਲਾਂ ਦਾ ਹੋ ਗਿਆ। ਮੇਰਾ ਤੇ ਤੇਰੇ ਪਿਤਾ ਜੀ ਦਾ ਇੱਕੀਵੇਂ ਵਰ੍ਹੇ 'ਚ ਹੋ ਗਿਆ ਸੀ।

ਨਿਮਾਣ — ਮਾਂ! ਜ਼ਮਾਨਾ ਓਹ ਨੀ ਰਿਹਾ।

ਮਾਂ — ਜਮਾਨਾ ਤਾਂ ਪੁੱਤ ਕਦੇ ਵੀ ਨੀ ਉਹ ਰਹਿੰਦਾ ਹੁੰਦਾ। ਉਮਰ ਨਾਲ ਕਾਰ-ਵਿਹਾਰ ਹੋ ਜਾਣ ਤਾਂ ਚੰਗੇ ਰਹਿੰਦੇ। ਹੁਣ ਸੁੱਖ ਨਾਲ ਤੂੰ ਬਥੇਰਾ ਜਵਾਨ ਹੋ ਗਿਆ। ਘਰ 'ਚ ਵੀ ਰੌਣਕਾਂ ਵਧਣ ਗੀਆਂ। ਹੁਣ ਪੁੱਤ ਤੇਰੇ ਬਾਪੂ ਜੀ ਤਾਂ ਸਾਰਾ ਦਿਨ ਬਾਹਰ ਰਹਿੰਦੇ, ਮੈਂ ਕੱਲੀ ਕੀਹਦੇ ਨਾਲ ਗੱਲਾਂ ਕਰਾਂ? ਆਪਦੇ ਪੋਤੇ-ਪੋਤੀਆਂ ਖਲਾਉਂਗੀ, ਨਾਲੇ ਹੱਸੂੰਗੀ, ਨਾਲੇ ਖੇਡੂੰਗੀ .....

**ਮੈਂ ਤਾਂ ਚੁੱਪ ਸੀ ਇਹ ਸੁਣਕੇ। ਮਾਂ ਨੂੰ ਉਲਟਾ ਕੇ ਕਹਿਣ ਨੂੰ ਜੀ ਨਹੀਂ ਸੀ ਕਰਦਾ। ਉਸਦੇ ਇਹਨਾਂ ਕੱਚੇ ਹਾਸਿਆਂ ਨੂੰ ਮਾਰਨਾ ਨਹੀਂ ਸੀ ਚਾਹੁੰਦਾ। ਪਰ ਸੋਚ ਰਿਹਾ ਸੀ ਕਿ ਮਾਪੇ ਆਪਦੀਆਂ ਖੁਸ਼ੀਆਂ ਭਰਨ ਲਈ, ਸੁੰਨ ਤਬਦੀਲ ਕਰਨ ਲਈ ਮੈਨੂੰ ਵਿਆਹੁਣਾ ਚਾਹੁੰਦੇ ਨੇ। ਇਨ੍ਹਾਂ ਕੋਲ ਹੋਰ ਕੁਝ ਨਹੀਂ ਜ਼ਿੰਦਗੀ 'ਚ ਕਰਨ ਨੂੰ, ਇਸੇ ਲਈ ਜੁਗਤੇ ਬਣਾਉਂਦੇ ਨੇ। ਵਿਆਹ ਰਚਾਉਂਦੇ ਨੇ। ਮੈਨੂੰ ਵਿਆਹੁਣ ਦਾ ਸੁਪਨਾ ਸਜਾਉਂਦੇ ਨੇ। ਇਹ ਦੁਨਿਆਵੀ ਬੰਧਨ ਜਿੱਥੇ ਮੈਂ ਘਟਾਉਣਾ ਚਾਹੁੰਦਾ ਸੀ, ਉਹ ਹੋਰ ਵਧਾਉਂਦੇ ਨਜ਼ਰ ਆ ਰਹੇ ਸੀ।**

ਸੋਮਵਾਰ ਨੂੰ ਸੁਵੱਖਤੇ ਪਿੰਡੋਂ ਨਿਕਲ ਮੈਂ ਦੁਪਹਿਰ ਚੰਡੀਗੜ੍ਹ ਤੋਂ ਅੱਜ ਆਗਿਆ ਨੂੰ ਫੋਨ ਕੀਤਾ। ਉਸਦੇ ਫੋਨ ਨਾ ਚੁੱਕਣ 'ਤੇ ਮੈਂ ਦੁਬਾਰਾ ਨਾ ਕਰਨ ਦਾ ਫੈਸਲਾ ਕੀਤਾ। ਇਹ ਵੀ ਸੋਚ ਰਿਹਾ ਸੀ ਕਿ ਮੈਂ ਇੰਨਾ ਕਾਹਲਾ ਕਿਉਂ ਹਾਂ ਉਸ ਨਾਲ ਗੱਲ ਕਰਨ ਨੂੰ। ਕੀ ਮੈਂ ਉਸਨੂੰ ਦੱਸਣਾ ਚਾਹੁੰਦਾ ਸੀ ਕਿ ਵਿਆਹ ਦੀ ਗੱਲ ਸੁਣਕੇ ਮੈਨੂੰ ਤ੍ਰੇਲੀਆਂ ਛੁੱਟ ਰਹੀਆਂ ਸੀ? ਪਰ ਉਹ ਕੀ ਕਰਦੀ ਸੁਣਕੇ? ਉਹ ਕੌਣ ਹੈ ਜਿਸਨੂੰ ਮੈਂ ਦੱਸਣਾ ਚਾਹੁੰਦਾ ਹਾਂ? ਉਹ ਕੀ ਕਰ ਦੇਵੇਗੀ? ਫੇਰ ਮਨ ਕਹੇ ਉਮਰ ਤਾਂ ਉਹਦੀ ਵੀ ਏਹ ਹੀ ਹੈ, ਇਸਦਾ ਮਤਲਬ ਉਸਦੇ ਘਰਦੇ ਵੀ ਉਸਦਾ ਵਿਆਹ ਕਰ ਦੇਣਗੇ। ਤੇ ਜੇ ਉਸਦਾ ਵਿਆਹ ਹੋ ਗਿਆ, ਫੇਰ ਮੈਂ ਕੀਹਦੇ ਕੋਲ ਗੱਲ ਕਰਿਆ ਕਰਾਂਗਾ?

ਮੱਥੇ ਹੱਥ ਮਾਰਿਆ। ਜਹਾਨ ਸਾਜ਼ਿਆ। ਅੱਖਾਂ ਖੋਲੀਆਂ। ਹੱਥੋਂ ਹੱਥ ਹਟਾਇਆ। ਰੋਣਾ ਭਜਾਇਆ ਤੇ ਇੱਕ ਤਰਕ ਵਿਤਰਕ ਦਿਮਾਗੀ ਲਿਆਇਆ, ਜੋ ਖੁਦ ਨੂੰ ਹੀ ਪ੍ਰੇਸ਼ਾਨ ਕਰ ਰਿਹਾ ਸੀ। ਜੋ ਮੈਂ ਕਦੇ ਨਹੀਂ ਸੀ ਸੋਚਿਆ, ਓਹ ਇਹ ਵਿਆਹ ਵਾਲੀ ਗੱਲ ਸੁਣਕੇ ਸੋਚਣ ਲੱਗਾ ਸੀ। ਮੈਂ ਤਾਂ ਵਿਆਹ ਕਰਵਾਉਣਾ ਵੀ ਨਹੀਂ ਸੀ ਤੇ ਨਾ ਹੀ ਕਰਵਾਉਣਾ ਹੈ, ਫੇਰ ਮੈਨੂੰ ਕਿਉਂ ਇਹ ਫਿਕਰ ਖਾ ਰਹੀ ਸੀ। ਆਪਦੀ ਤਾਂ ਕੋਈ ਪਰਵਾਹ ਨਹੀਂ ਸੀ ਪਰ ਉਸਨੂੰ ਖੋਣ ਦੇ ਡਰ ਨੂੰ ਪੜ੍ਹ ਨਹੀਂ ਸਕਿਆ ਤੇ ਨਾ ਕਿਸੇ ਨੂੰ ਖੁਲ੍ਹਕੇ ਦੱਸ ਸਕਿਆ। ਸੀ ਤਾਂ ਰੂਹ ਦਾ ਰੂਹ ਨੂੰ ਪੜ੍ਹਨਾ ਹੀ, ਪਰ ਮੈਂ ਆਪਣੇ ਜਜ਼ਬਾਤ ਨਾ ਪੜ੍ਹ ਸਕਿਆ। ਮੈਂ ਜਿੱਥੇ ਗੁਰਬਾਣੀ ਨਾਲ ਆਪਣੇ ਆਪ ਨੂੰ ਸੁਲਝਿਆ ਹੋਇਆ ਸਮਝਦਾ ਸੀ, ਉਥੇ ਮੇਰੇ ਨਾਲੋਂ ਵੱਧ ਉਲਝਿਆ ਤੇ ਸੁੰਨ ਦੀ ਖੜਾਕ ਸੁਣਨ ਵਾਲਾ ਮੈਨੂੰ ਹੋਰ ਕੋਈ ਨਹੀਂ ਸੀ ਜਾਪਿਆ।

# ਵਾਟਾਂ ਦਾ ਪਹਿਰਾਵਾ

ਕਿਸਨੇ ਸੋਚਿਆ ਸੀ ਕਿ ਵਾਟਾਂ ਵੀ ਬਸਤਰ ਪਾਉਂਦੀਆਂ। ਲਾਹੁੰਦੀਆਂ ਤੇ ਬਦਲ ਦੀਆਂ। ਪਰ ਕਹਿੰਦੇ ਅਸਲੀਅਤ ਸੋਚ ਨੂੰ ਵੀ ਪਾਰ ਕਰ ਜਾਂਦੀ। ਸਰ ਕਰ ਜਾਂਦੀ। ਚੰਡੀਗੜ੍ਹ ਪਹਿਰਾਵਾ ਹੀ ਨਹੀਂ ਸਗੋਂ ਦਿਲਾਂ ਦੀਆਂ ਵਾਟਾਂ ਵੀ ਬਾਹਰੀ ਦਿੱਖ 'ਚ ਖੂਬ ਦਿਸ ਰਹੀਆਂ ਸੀ। ਜਿੱਥੇ ਮੇਰੇ ਦਿਮਾਗ ਨੇ ਕਦੇ ਸੋਚਿਆ ਵੀ ਨਹੀਂ ਸੀ ਕਿ ਮੈਂ ਵੀ ਕਿਸੇ ਨਾਲ ਕਿਸੇ ਦੀ ਤੁਲਨਾ ਕਰਾਂਗਾ, ਅੱਜ ਓਥੇ ਹੀ ਦਿਮਾਗ ਦੀ ਸੂਈ ਕਿਸੇ ਨੂੰ ਨਿਆਂਕਾਰ ਕਰੇ ਬਿਨਾਂ ਠੱਕ-ਠੱਕ ਕਰਨੋ ਹੱਟ ਨਹੀਂ ਸੀ ਰਹੀ। ਨੀਵੀਂ ਪਾਈ ਰੋਜ਼ ਸਿਖਲਾਈ (ਟ੍ਰੇਨਿੰਗ) ਲੈ ਕਿਰਾਏ ਲਿੱਤੇ ਮਕਾਨ 'ਚ ਆਕੇ ਪੈ ਜਾਂਦਾ। ਜ਼ਿਆਦਾ ਸ਼ਹਿਰ ਦਾ ਭੇਦ ਨਾ ਹੋਣ ਕਰਕੇ ਮੈਨੂੰ ਕੋਈ ਗੁਰਦੁਆਰਾ ਵੀ ਨੇੜੇ ਨਾ ਲੱਭਾ।

ਸ਼ਾਮ ਦਾ ਵੇਲਾ ਤਾਂ ਉਸ ਕਮਰੇ 'ਚ ਕੱਟਣਾ ਮੇਰੇ ਲਈ ਮੁਸ਼ਕਿਲ ਹੋ ਜਾਂਦਾ ਸੀ। ਅਨਜਾਨ ਸ਼ਹਿਰ। ਨਾ ਕੋਈ ਜਾਣ-ਪਹਿਚਾਣ। ਰਸਤੇ ਓਪਰੇ। ਹੁਣ ਮੈਨੂੰ ਖਾਣ ਜੇ ਲੱਗੇ ਸੀ। ਪਿੰਡ ਦੀ ਯਾਦ ਰੋਜ਼ ਆਉਂਦੀ ਪਰ ਇਸ ਵਾਰ ਮੈਂ ਪਿੰਡ ਨਾ ਜਾਣ ਦਾ ਨਿਰਣਾ ਕੀਤਾ। ਹਰ ਹਫਤੇ ਉਥੇ ਭੱਜਦਾ, ਫਿਰ ਆਉਂਦਾ। ਮਨ ਟਿਕਾਅ ਦੀ ਸਥਿਤੀ ਤੋਂ ਹਿੱਲ ਗਿਆ ਸੀ। ਜਦ ਸਭ ਕੁਝ ਪ੍ਰਵਿਰਤੀ ਤੋਂ ਉਲਟ ਹੁੰਦਾ ਦਿਖਦਾ, ਸਾਹ ਲਿੱਤੇ ਮੁੱਲ ਲੱਗਦੇ, ਜ਼ਿੰਦਗੀ 'ਚ ਹਾਸੇ ਦਾ ਰੂਪ ਘੁਟਣ ਲੈ ਲੈਂਦੀ, ਓਦੋਂ ਇਹ ਕਲਪ ਸਿਖਰ ਚੜ੍ਹ ਨੱਚਦੀ।

ਇਸ ਵਾਰ ਮੈਂ ਸ਼ਨੀ-ਐਤਵਾਰ ਚੰਡੀਗੜ੍ਹ ਹੀ ਸੀ। ਸੋਚਿਆ ਸੀ ਦਿਨ ਦੇ ਵੇਲੇ ਪੈਦਲ ਤੁਰ ਥੋੜ੍ਹਾ ਸ਼ਹਿਰ ਦਾ ਭੇਦ ਪਾਵਾਂਗਾ। ਅੱਜ ਮੈਂ ਸਵੇਰੇ ਉੱਠ ਸੈਕਟਰ ੨੨ 'ਚ ਸੈਰ 'ਤੇ ਨਿਕਲ ਗਿਆ। ਬੜਾ ਰੁਮਾਂਚਿਕ ਮੌਸਮ ਸੀ। ਇਹ ਦਿਨ ਦਾ ਵੇਲਾ ਜਿੱਥੇ ਪਿੰਡਾਂ 'ਚ ਚਾਰ ਵਜੇ ਪਾਠੀ ਗੁਰਦੁਆਰੇ 'ਚ ਪਾਠ ਕਰਨ ਲੱਗ ਜਾਂਦੇ, ਉਥੇ ਹੀ ਚੰਡੀਗੜ੍ਹ 'ਚ ਜਮਾਂ ਸ਼ਾਂਤੀ ਦਾ ਮਾਹੌਲ ਸੀ। ਸ਼ਹਿਰੀ ਜ਼ਿੰਦਗੀ ਕਿੰਨੀ ਅਲੱਗ ਹੁੰਦੀ ਪਿੰਡਾਂ ਤੋਂ ਇਹ ਅਨੁਭਵ ਕਰਨ ਦਾ ਅੱਜ ਮੇਰਾ ਪਹਿਲਾ ਦਿਨ ਸੀ। ਜਿੱਥੇ ਚੰਡੀਗੜ੍ਹ ਦੀ ਸਵੇਰ ਸ਼ਾਂਤਮਈ ਸੀ, ਉਥੇ ਅੱਜ ਦੀ ਰਾਤ ਦੇਖਣ ਲਈ ਮੈਂ ਰਾਤ ਦਾ ਖਾਣਾ ਖਾ ਕੋਈ ਅੱਠ-ਨੌਂ ਵਜੇ ਫੇਰ ਟਹਿਲਣ ਨਿਕਲ ਗਿਆ। ਪਾਰਕ 'ਚ ਬੜੀ ਰੌਣਕ ਦੇਖ ਮਨ ਨੂੰ ਤਸੱਲੀ ਜਿਹੀ ਮਿਲੀ। ਕੋਈ ਦੱਸ-ਗਿਆਰਾਂ ਦਾ ਵੇਲਾ ਸੀ ਰਾਤ ਦਾ, ਮੈਂ ਸੈਕਟਰ ੨੨ ਦੀ ਮਾਰਕਿਟ ਦੇ ਸਾਹਮਣੇ ਖੜਾ ਦੇਖ ਰਿਹਾ ਸੀ। ਧਿਆਨ ਮੇਰਾ ਕਿਤੇ ਹੋਰ ਸੀ। ਸੁਰਤ ਗੁਆਚੀ ਜਿਹੀ ਸੀ। ਪਰ ਕੀ ਦੇਖਦਾ? ਦੇਖਦਾ ਵੀ ਕੀ, ਦੇਖਣ ਲਾਇਕ ਹੀ ਨਹੀਂ ਸੀ। ਜਵਾਨੀ ਨਸ਼ੇ 'ਚ ਮਸਤ ਸੀ। ਬੁੱਧੀ ਸਰੀਰ 'ਚ ਤੇ ਸੁਤਾ ਜਿਸਮਾਨੀ ਮੋਹ 'ਚ। ਚੰਮ ਦਾ ਨਾਵਾਂ ਮਿਲਦਾ ਮੈਂ ਵੀ ਪਹਿਲੀ ਵਾਰ ਦੇਖਿਆ ਸੀ। ਸ਼ਾਇਦ ਗੱਲ ਨਵੀਂ ਨਾ ਹੋਵੇ ਪਰ ਮੇਰੇ ਲਈ ਜਮਾਂ ਓਪਰੀ ਸੀ। ਜ਼ਿਲਦ ਨੂੰ ਦੇਖ ਮੈਂ ਅੰਦਰੂਨੀ ਸਫੇ ਪੜ੍ਹਨੇ ਜ਼ਰੂਰੀ ਨਹੀਂ ਸਮਝੇ। ਵਾਹਨਾਂ ਦੇ ਵਾਹਨ ਫਿਰਦੇ ਸੀ ਉਸ ਰਾਤ। ਜਿਸਮਾਨੀ ਮੁੱਲ ਦੇਖ ਕਿਸੇ ਅਨਜਾਣ ਦੇ ਮੋਢੇ 'ਤੇ ਸਵਾਰ ਹੋਣਾ ਆਮ ਦਿਖ ਰਿਹਾ ਸੀ। ਨੁਮਾਇਸ਼ ਮੈਂ ਦੇਖਣਾ ਨਹੀਂ ਸੀ ਚਾਹੁੰਦਾ। ਇਸ ਲਈ ਓਥੋਂ ਤੁਰ ਘਰ ਆ ਗਿਆ।

ਵਾਟਾਂ ਦਾ ਪਹਿਰਾਵਾ ਤਾਂ ਦਿਖ ਰਿਹਾ ਸੀ ਪਰ ਨੈਤਿਕਤਾ ਰੁਲਦੀ ਮੈਂ ਅੱਖੀਂ ਪਹਿਲੀ ਵਾਰ ਦੇਖੀ ਸੀ। ਉੱਪਰਲੇ ਸਾਹ ਉੱਪਰ ਤੇ ਥੱਲੇ ਵਾਲੇ ਥੱਲੇ ਰਹਿ ਗਏ ਸਨ। ਪਲੰਗ 'ਤੇ ਆ ਜਿਵੇਂ ਹੀ ਬੈਠਾ, ਲੰਬਾ ਸਾਹ ਲਿੱਤਾ। ਸ੍ਰਿਸ਼ਟੀ ਚਲਾਉਣ ਵਾਲੇ ਦੀ ਮਨਜ਼ੂਰੀ 'ਚ ਇਹ ਸਭ ਹੋ ਰਿਹਾ ਸੀ ਤਾਂ ਮੈਂ ਤਾਂ ਕਹਿਣ ਵਾਲਾ ਵੀ ਕੌਣ ਸਾਂ? ਪਰ ਜਾਣੀ ਅੱਜ ਆਪਣੀ ਮੌਜ ਵਾਲੀ ਜ਼ਿੰਦਗੀ ਤੋਂ ਬਾਹਰ ਆ, ਮੈਂ ਕਈ ਧੁੰਦਲੇ ਸੱਚਾਂ ਰਾਹੀਂ ਰੂ-ਬਰੂ ਹੋਇਆ ਸਾਂ। ਇਸ ਸੱਚ ਦਾ ਜ਼ਿਕਰ ਕਦੇ ਕਿਸੇ ਮੂੰਹੋਂ ਸੁਣਿਆ ਨਹੀਂ ਸੀ ਕਿ ਇਹ ਸਰੀਰ ਇੰਨਾਂ ਲਾਚਾਰ ਵੀ ਹੋ ਜਾਂਦਾ ਕਿ ਆਪਣੇ ਆਪ ਨੂੰ ਵੀ ਵੇਚ ਸਕਦਾ ਹੈ ਤੇ ਕਿਸੇ ਦੀ ਹਵਸ ਇੰਨੀ ਵੀ ਵੱਧ ਜਾਂਦੀ ਕਿ ਉਹ ਵੱਖ-ਵੱਖ ਸਰੀਰਾਂ ਨੂੰ ਖਰੀਦਕੇ ਤੇ ਵਰਤਕੇ ਵੀ ਨਹੀਂ ਭਰਦੀ। ਇਹ ਦੁਨੀਆਂ ਦੀ ਸਚਾਈ ਦੇ ਸਨਮੁੱਖ ਮੈਂ ਅੱਜ ਪਹਿਲੀ ਵਾਰ ਹੋਇਆ ਸਾਂ। ਪਰ ਇਹ ਦੇਖਕੇ ਮੇਰਾ ਅੱਜ ਦਮ ਨਹੀਂ ਸੀ ਘੁੱਟਿਆ। ਮੈਂ ਜਵਾਕਾਂ ਵਾਂਗ ਜ਼ਿੱਦ ਨਹੀਂ ਸੀ ਕੀਤੀ ਕਿ ਮੈਂ ਇੱਥੇ ਨਹੀਂ ਰਹਿਣਾ ਤੇ ਨਾ ਮੈਂ ਇਹ ਸਭ ਦੇਖਣਾ। ਅੱਜ ਮੇਰਾ ਦਿਮਾਗ ਸੁੰਨ ਸੀ। ਇਸਨੇ ਸਭ ਦੇਖਕੇ ਵੀ ਇੱਕ ਹਿੰਝ ਨਹੀਂ ਸੀ ਸੁੱਟੀ। ਵਾਹ ਓਏ ਮਾਲਕਾ! ਇੰਨੇ ਰੰਗੀਂ ਦੁਨੀਆਂ। ਤੂੰ ਕਮਾਲ ਏਂ ਜੋ ਸਭ ਦੇਖਦਾ ਏਂ। ਮੈਨੂੰ ਵੀ ਹੌਂਸਲਾ ਦੇ। ਮੈਂ ਚਾਹੇ ਦੇਖਾਂ ਨਾ ਪਰ ਇਸਨੂੰ ਸਮਝਣ ਦੀ ਕੋਸ਼ਿਸ਼ ਕਰਾਂ। ਇਸਤੋਂ ਭੱਜਾਂ ਨਾ। ਇਸਨੂੰ ਨਕਾਰਾਂ ਨਾ। ਇਸਤੋਂ ਹੱਥ ਨਾ ਛੁਡਾਵਾਂ। ਇਹੋ ਦੁਨੀਆਂ ਏ। ਜਿਸਦਾ ਸੱਚ ਇਸਦੀਆਂ ਰਾਤਾਂ 'ਚ ਛੁਪਿਆ ਏ। ਤੇਰੇ ਚੰਨ ਤੇ ਤੇਰੇ ਤਾਰੇ ਭਾਵੇਂ ਰਾਤ ਨੂੰ ਰੁਸ਼ਨਾਉਣ ਦੀ ਕੋਸ਼ਿਸ਼ 'ਚ ਲੱਗੇ ਰਹਿੰਦੇ ਪਰ ਇਸਦਾ ਹਨੇਰ ਅੱਜ ਦੀ ਬਨਾਉਟੀ ਰੌਸ਼ਨੀ ਦਾ ਸ਼ਿਕਾਰ ਏ। ਇਹ ਹਨੇਰ ਹੋਰ ਧੁੰਦਲਾ ਹੋ ਰਿਹਾ ਹੈ, ਸਮੇਂ ਦੇ ਚੱਕਰਵਿਊ 'ਚ। ਸਾਨੂੰ ਇਸ 'ਚੋਂ ਨਿਕਲਣ ਦੀ ਸਮੱਤ ਬਖਸ਼।

# ਇਕੱਲ ਨਾਲ ਗੁਫ਼ਤਗੂ

ਪਰਭਾਤ ਵੇਲੇ ਉੱਠ ਅੱਜ ਮੇਰਾ ਮਨ ਜਮਾਂ ਸ਼ਾਂਤ ਸੀ। ਲੱਤਾਂ ਪਲੰਗ ਤੋਂ ਥੱਲੇ ਰੱਖ ਮੈਂ ਦੋਵੇਂ ਹੱਥ ਕੁੱਛੜਾਂ 'ਚ ਦੇ ਆਪਣੇ ਆਪ ਨਾਲ ਬੈਠ ਗਿਆ। ਉਸ ਸਥਿਤੀ ਨੇ ਮਾਨੋ ਮੈਨੂੰ ਗ੍ਰਹਿਣ ਕਰ ਲਿਆ ਹੋਵੇ ਕਿਉਂਕਿ ਮੇਰਾ ਉਸ 'ਚੋਂ ਨਿਕਲਣਾ ਲਾਜ਼ਮੀ ਨਹੀਂ ਲੱਗ ਰਿਹਾ ਸੀ। ਅੱਖਾਂ ਮੀਟ ਜਿਉਂ ਹੀ ਆਪਣੇ ਆਪ ਨੂੰ ਅਨੁਭਵ ਕਰਨ ਦੀ ਕੋਸ਼ਿਸ਼ ਕੀਤੀ ਤਾਂ ਸਰੀਰ ਦੇ ਰੋਂਗਟੇ ਖੜ੍ਹੇ ਹੋ ਗਏ।

ਇਹ ਅਨੁਭੂਤੀ ਮੈਨੂੰ ਜਿਵੇਂ ਚੁੱਪ ਰਹਿਣਾ ਸਿਖਾ ਰਹੀ ਹੋਵੇ। ਜਮਾਂ ਸ਼ਾਂਤ ਹੀ ਸੀ ਮੇਰੇ ਕਮਰੇ ਦਾ ਮਾਹੌਲ, ਪਰ ਫਿਰ ਵੀ ਮੇਰਾ ਸਾਹ ਲਿੱਤਾ ਵੀ ਇੱਕ ਧੁਨੀ ਵਾਂਗ ਲੱਗਦਾ ਸੀ। ਅੱਖਾਂ ਖੁੱਲੀਆਂ ਤੇ ਮੀਟਣ 'ਤੇ ਕੋਈ ਖਾਸ ਫਰਕ ਨਹੀਂ ਸੀ ਪੈ ਰਿਹਾ। ਮੇਰੀ ਰੂਹ ਮੇਰੇ ਸਰੀਰ 'ਚ ਭਾਵੇਂ ਸੀ ਪਰ ਇੱਕ ਤਰ੍ਹਾਂ ਨਾਲ ਉਹ ਮੇਰੇ ਸਰੀਰ 'ਚੋਂ ਨਿਕਲ ਕਿਤੇ ਡੂੰਘੀ ਅਵੱਸਥਾ ਵਿੱਚ ਜਾ ਚੁੱਕੀ ਸੀ।

ਮੇਰੇ ਸਰੀਰ ਦਾ ਮੇਰੀ ਰੂਹ ਨੂੰ ਪੁਕਾਰਨਾ ਜਾਇਜ਼ ਨਹੀਂ ਸੀ, ਇਸੇ ਲਈ ਸਰੀਰ ਨੇ ਲੱਤਾਂ 'ਤੇ ਕੰਬਲ ਤਾਣ ਤੇ ਪਿੱਠ ਕੰਧ ਨਾਲ ਲਾਕੇ ਰੂਹ ਨੂੰ ਟਿਕਾਅ ਦੀ ਸਥਿਤੀ ਅਰਪਣ ਕੀਤੀ।

ਬਹਿਸ, ਸਵਾਲ, ਬਾਤ-ਚੀਤ ਮਾਨੋ ਮੈਨੂੰ ਸਭ ਬੇਕਾਰ ਲੱਗ ਰਹੇ ਸੀ। ਜ਼ਿਆਦਾ ਬੋਲਣ ਦਾ ਤਾਂ ਸਵਾਲ ਹੀ ਨਹੀਂ ਸੀ। ਅੱਜ ਕੋਈ ਸ਼ਿਕਾਇਤ, ਰੋਸਾ, ਸ਼ਿਕਵਾ ਨਹੀਂ ਸੀ। ਇਸ ਸੰਸਾਰ ਤੋਂ ਟੁੱਟਿਆ-ਟੁੱਟਿਆ ਨਜ਼ਰ ਆਉਂਦਾ ਸਾਂ ਮੈਂ। ਰਾਤ ਤਾਂ ਦਿਨ ਦੇ ਜਾਂਦੀ ਪਰ ਅੱਜ ਦਿਨ ਵੀ ਦਿਨ ਨਹੀਂ ਸੀ। ਅੱਜ ਤੋਂ ਦਿਨ ਵੀ ਰਾਤ ਸੀ ਤੇ ਰਾਤ ਵੀ ਦਿਨ ਸੀ। ਕੋਈ ਫਰਕ ਲੱਗਣੋਂ ਹੱਟ ਗਿਆ ਸੀ, ਪੱਥਰ ਮੈਂ ਬਣਨਾ ਨਹੀਂ ਸੀ ਚਾਹੁੰਦਾ ਪਰ ਅੱਜ ਇਕੱਲ ਨਾਲ ਬੈਠਕੇ ਮੈਨੂੰ ਇਕੱਲੇ ਰਹਿਣਾ ਚੰਗਾ ਲੱਗਿਆ। ਲਗਾਅ, ਤਿਓ, ਦਿਲਚਸਪੀ ਮਕਾਉਣਾ ਚਾਹੁੰਦਾ ਸੀ ਮੈਂ। ਕਾਮ, ਕ੍ਰੋਧ, ਲੋਭ, ਮੋਹ ਹਰ ਇਨਸਾਨ 'ਚ ਕਿਸੇ ਨਾ ਕਿਸੇ ਤਰ੍ਹਾਂ ਆ ਜਾਂਦਾ ਪਰ ਇਸਤੋਂ ਮੈਂ ਜਮਾਂ ਮੁਕਤ ਹੋਣਾ ਚਾਹੁੰਦਾ ਸੀ। ਪ੍ਰਮਾਤਮਾ ਨਾਲ ਗੱਲਾਂ ਕਰਨਾ ਚਾਹੁੰਦਾ ਸਾਂ, ਓਹ ਗੱਲਾਂ ਜੋ ਮੇਰੇ ਤੇ ਓਹਨਾਂ ਵਿਚਕਾਰ ਹੀ ਰਹਿਣ। ਜਿਸਦਾ ਬਾਲੀ ਵਾਰਿਸ ਮੈਂ ਹੋਵਾਂ ਤੇ ਲੇਖਕ ਓਹ ਖੁਦ।

ਹੇ ਪਰਮਾਤਮਾ ਜੀਓ! ਜੇ ਤੁਸੀਂ ਜੀਵਨ ਨੂੰ ਜਿਉਣ ਦੀ ਪ੍ਰੀਭਾਸ਼ਾ ਦੱਸੀ ਹੈ ਤਾਂ ਉਸ ਵਿੱਚ ਕਾਮ, ਕ੍ਰੋਧ, ਲੋਭ, ਮੋਹ, ਹੰਕਾਰ ਨੂੰ ਤਿਆਗਣਾ ਦੱਸਿਆ ਹੈ। ਜੇ ਮੈਂ ਜੀਵਨ ਨੂੰ ਗ੍ਰਹਿਸਤ ਜੀਵਨ ਬਣਾਕੇ ਜਿਉਂਦਾ ਹਾਂ ਤਾਂ ਇਹ ਕਿੱਦਾਂ ਸੰਭਵ ਹੈ ਕਿ ਇਨ੍ਹਾਂ ਵਿੱਚੋਂ ਇੱਕ ਵੀ ਮੇਰੇ ਵਿੱਚ ਨਾ ਆਵੇ। ਘਰ ਬਣਾਉਣਾ ਆਪਣੇ ਆਪ 'ਚ ਮੋਹ ਹੈ ਤੇ ਇਹ ਮੋਹ ਕਦ ਲੋਭ ਵਿੱਚ ਤਬਦੀਲ ਹੋ ਜਾਂਦਾ, ਇਨਸਾਨ ਨੂੰ ਵੀ ਨਹੀਂ ਪਤਾ ਚੱਲਦਾ। ਤੇ ਜੇ ਮੈਂ ਇਹ ਗ੍ਰਹਿਸਤ ਜੀਵਨ ਤੋਂ ਹੱਟ ਪਰੇ ਆਪਣੀ ਜ਼ਿੰਦਗੀ ਸ਼ੁਰੂ ਕਰਦਾ ਹਾਂ ਤਾਂ ਉਸ ਵਿੱਚ ਮੈਂ ਇਸ ਦੁਨੀਆਂ ਨੂੰ ਰਹੇ ਪਾਉਣ 'ਤੇ ਆਪਣਾ ਪ੍ਰਤੀਸ਼ਤ ਦੇਣ ਵਿੱਚ ਵਾਂਝਾ ਰਹਿ ਜਾਵਾਂਗਾ। ਪ੍ਰਮਾਤਮਾ ਦੇ ਲੜ ਲੱਗਿਆ ਰਹਿ, ਰਸਤਾ ਆਪਣੇ ਆਪ ਨਿਕਲੇਗਾ! ਜਿਸ ਤਰ੍ਹਾਂ ਜ਼ਿੰਦਗੀ ਚੱਲ ਰਹੀ, ਦੌੜ ਰਹੀ, ਭੱਜ ਰਹੀ, ਉਸਨੂੰ ਉਸੇ ਵਿਉਂਤ 'ਚ ਚੱਲ ਲੈਣ ਦੇਵਾਂ ਕਹਿ ਰੂਹ ਨੇ ਸਰੀਰ ਨੂੰ ਟਿਕਾਅ ਦੀ ਸਥਿਤੀ 'ਚੋਂ ਕੱਢ ਮੈਨੂੰ ਪਲੰਗ ਤੋਂ ਹਿਲਾ ਦਿੱਤਾ।

# ਉਮਰ-ਬੋਧ

ਅਠਾਰਾਂ ਤੱਕ ਤਾਂ ਮੈਂ ਰੱਝਵਾਂ ਬਚਪਨ ਮਾਣਿਆ ਬਿਨ ਕਿਸੇ ਸੋਚ ਵਿਚਾਰ ਤੇ ਤਤਕਾਰ ਤੋਂ। ਅਠਾਰਵੇਂ ਤੇ ਇੱਕੀਵੇਂ ਵਰ੍ਹੇ ਦੇ ਵਿਚਕਾਰ ਜੋ ਮੇਰੀ ਜ਼ਿੰਦਗੀ ਨੇ ਰੂਪ ਲਿੱਤਾ ਉਹ ਸ਼ਾਇਦ ਮੇਰੇ ਮਾਪਿਆਂ ਨੇ ਵੀ ਨਹੀਂ ਸੋਚਿਆ ਹੋਣਾ। ਭਾਂਤ-ਭਾਂਤ ਦਾ ਪਾਣੀ ਚਾਹੇ ਨਹੀਂ ਪੀਤਾ ਸੀ ਮੈਂ ਆਪਣੀ ਇੱਕੀ ਸਾਲ ਦੀ ਉਮਰ 'ਚ, ਪਰ ਜਾਇਦਾ ਸੋਚਣ ਕਰਕੇ ਤੇ ਆਪਣੀ ਬੁੱਧੀ ਨੂੰ ਤਰਕ-ਵਿਤਰਕ ਦਾ ਜੀਵਨ ਪ੍ਰਧਾਨ ਕਰਕੇ ਮੈਂ ਕਈ ਗੱਲਾਂ ਜੋ ਇਨਸਾਨ ਇੰਨੀ ਕੁ ਉਮਰ ਵਿੱਚ ਨਹੀਂ ਵੀ ਸੋਚਦਾ, ਉਹ ਵੀ ਸੋਚੀਆਂ। ਬਾਈਵਾਂ ਲੱਗ ਗਿਆ ਕਹਿ ਅਕਸਰ ਮਾਪੇ ਜਵਾਨੀ ਦਾ ਅਹਿਸਾਸ ਕਰਵਾ ਦਿੰਦੇ ਕਿ ਉਨ੍ਹਾਂ ਦਾ ਨਿਮਾਣ ਹੁਣ ਵੱਡਾ ਹੋ ਗਿਆ।

ਮੈਂ ਨਹੀਂ ਕਦੇ ਵੀ ਸੋਚਿਆ ਸੀ ਕਿ ਮੈਂ ਕਦੇ ਸਮਾਜ ਨੂੰ ਬਦਲਣ ਦੀਆਂ ਗੱਲਾਂ ਕਰਾਂਗਾ। ਮਾਪਿਆਂ ਦੀ ਪਰਵਰਿਸ਼ ਜਾਂ ਸੰਸਕਾਰਾਂ 'ਤੇ ਨਿਰਭਰ ਕਰਦੀ ਬੱਚਿਆਂ ਦੀ ਰਹਿਣੀ-ਬਹਿਣੀ। ਮੇਰੇ ਘਰ ਕੋਈ ਵੀ ਐਦਾਂ ਦਾ ਨਹੀਂ ਸੀ ਜੋ ਛੋਟੀਆਂ-ਛੋਟੀਆਂ ਗੱਲਾਂ ਵੀ ਸੋਚਦਾ ਹੋਵੇ ਤੇ ਚਾਹੁੰਦਾ ਹੋਵੇ ਕਿ ਉਸ 'ਚ ਕਿਸੇ ਨਾ ਕਿਸੇ ਤਰ੍ਹਾਂ ਸੁਧਾਰ ਕੀਤਾ ਜਾਵੇ। ਮਾਂ-ਪਿਓ ਦੋਵੇਂ ਰੋਜ਼ ਦੇ ਮਾਮੂਲੀ ਕੰਮਾਂ 'ਚ ਉਲਝੇ ਉਹ ਜੀਵ ਸਨ ਜੋ ਜਿਵੇਂ ਸ੍ਰਿਸ਼ਟੀ ਚੱਲ ਰਹੀ ਤੇ ਜਿਵੇਂ ਸਮਾਜ ਜੀਵਨ ਚਲਾ ਰਿਹਾ ਉਸੇ 'ਚ ਖੁਸ਼ ਸਨ। ਸ਼ਾਇਦ ਸੰਤੁਸ਼ਟੀ ਇਹ ਸਾਰੇ ਟਿਕਾਅ ਦਾ ਕਾਰਣ ਸੀ। ਮੈਂ ਸੰਤੁਸ਼ਟ ਨਹੀਂ ਸਾਂ ਚਾਹੇ ਮੈਂ ਗੁਰਬਾਣੀ ਪੜ੍ਹਦਾ ਸਾਂ। ਮੈਂ ਦੂਜੇ ਇਨਸਾਨਾਂ ਵਾਂਗ ਟਿਕਾਅ ਵਾਲਾ ਜੀਵਨ ਬਤੀਤ ਨਹੀਂ ਕਰ ਸਕਦਾ ਸਾਂ ਤੇ ਇਸ ਸਭ ਦੀ ਸਮਝ 'ਤੇ ਨਿਰਣਾ ਮੈਂ ਆਪਣੀ ਉਮਰ ਦੇ ਇੱਕੀ ਸਾਲਾਂ ਤੱਕ ਲੈ ਚੁੱਕਾ ਸਾਂ।

# ਅੱਖਾਂ ਦਾ ਫੂਹਨਾ

ਜਿੱਥੇ ਮੈਂ ਵਾਟਾਂ ਦਾ ਪਹਿਰਾਵਾ ਤੱਕ ਦੇਖਿਆ। ਉੱਥੇ ਮੈਂ ਪੂਰੇ ਛੇ ਮਹੀਨੇ ਚੰਡੀਗੜ੍ਹ ਬਿਤਾ ਅੱਜ ਵਾਪਿਸ ਫਤਿਹਗੜ੍ਹ ਸਾਹਿਬ ਆ ਉਹੀ ਸਾਦਗੀ ਤੇ ਨਿਮਰਤਾ ਦੇਖੀ। ਇਸ ਧਰਤੀ 'ਤੇ ਵਾਕਿਏ ਹੀ ਛੋਟੇ ਸਾਹਿਬਜ਼ਾਦਿਆਂ ਦਾ ਪਿਆਰ ਤੇ ਮਾਤਾ ਗੁਜਰੀ ਜੀ ਦੀ ਸਰਲਤਾ ਸੀ ਜੋ ਮੈਨੂੰ ਮੇਰੇ ਸਧਾਰਨ ਤੇ ਭੋਲੇ-ਭਾਲੇ ਲੋਕਾਂ ਵਿੱਚ ਦਿਸਦੀ ਸੀ। ਇੰਨਾਂ ਪਿਆਰ ਤੇ ਬਚਪਨਾ ਮੈਨੂੰ ਮੇਰੇ ਸ਼ਹਿਰ ਵਿਚ ਹੀ ਜਾਪਦਾ ਸੀ। ਸਹੀ ਮਾਇਨੇ 'ਚ ਇੱਥੇ ਦੇ ਲੋਕ ਸੱਚੀਂ ਸਾਦੇ ਸੀ। ਪਿਆਰੇ, ਆਪਣੇ ਤੇ ਭੋਲੇ।

ਅੱਜ ਮੈਂ ਪੂਰੇ ਛੇ ਮਹੀਨੇ ਮਗਰੋਂ ਕਾਲਜ ਦੇ ਦਰਸ਼ਨ ਕਰਨੇ ਸੀ। ਆਖਰੀ ਸਮੈਸਟਰ ਸੀ ਮੇਰੀ ਪੜ੍ਹਾਈ ਦਾ।

ਅੱਜ ਉਸੇ ਬੱਸ ਅੱਡੇ 'ਤੇ ਸਾਡੀਆਂ ਦੋਹਾਂ ਦੀਆਂ ਅੱਖਾਂ ਨੇ ਫੇਰ ਛੁਹਿਆ। ਅੱਖਾਂ ਛੋਹ ਨਹੀਂ ਸਕਦੀਆਂ ਕਿਉਂਕਿ ਆਪਸ ਵਿੱਚ ਇੱਕ ਦੂਜੇ ਨੂੰ ਦੇਖ ਨਹੀਂ ਸਕਦੀਆਂ ਤੇ ਦੂਸਰੇ ਦੀਆਂ ਛੋਹਣ ਲਈ ਇਨ੍ਹਾਂ ਵਿਚਾਲੇ ਮੁਖੜਾ ਆਉਂਦਾ ਹੈ। ਬਿਨ ਛੋਹੇ ਵੀ ਪਰ ਸਾਡੀਆਂ ਅੱਖਾਂ ਛੋਹੀਆਂ ਸੀ। ਮੇਰਾ ਮਨ ਨਾ ਖ਼ੁਸ਼ ਸੀ ਅੱਜ ਤੇ ਨਾ ਦੁਖੀ। ਕੋਈ ਫਰਕ ਨਹੀਂ ਸੀ ਲੱਗਿਆ ਉਸਨੂੰ ਦੇਖਕੇ। ਪਰ ਉਹ ਮੈਨੂੰ ਦੇਖ ਝੱਟ ਭੱਜੀ ਆਈ। — "ਨਿਮਾਣ! ਤੂੰ ਇੱਥੇ?"

ਨਿਮਾਣ — ਮੈਂ ਵੀ ਕਾਲਜ ਚੱਲਿਆ ਹਾਂ।

ਆਗਿਆ — ਤੇਰੀ ਟ੍ਰੇਨਿੰਗ ਮੁੱਕ ਵੀ ਗਈ!
**ਬੜੀ ਖ਼ੁਸ਼ ਦਿੱਖ ਰਹੀ ਸੀ ਓਹ ਜਿਵੇਂ ਉਸਨੂੰ ਕੋਈ ਆਪਣਾ ਮਿਲ ਗਿਆ ਹੋਵੇ। ਪਰ ਮੈਨੂੰ ਕੋਈ ਫਰਕ ਕਿਉਂ ਨਹੀਂ ਸੀ?**

ਆਗਿਆ — ਤੂੰ ਮੇਰੇ ਨਾਲ ਨਰਾਜ਼ ਏ? ਕਿ ਮੈਂ ਤੇਰਾ ਫੋਨ ਨਹੀਂ ਸੀ ਸੁਣਿਆ।

ਨਿਮਾਣ — ਨਹੀਂ। ਨਹੀਂ। ਝੱਲੀ ਨਾ ਹੋਵੇ ਤਾਂ।
**ਮੇਰੇ ਤਾਂ ਦਿਮਾਗ 'ਚ ਐਸੀ ਕੋਈ ਗੱਲ ਵੀ ਨਹੀਂ ਸੀ।**

ਆਗਿਆ — ਤੇਰੇ ਚਿਹਰੇ ਤੋਂ ਤਾਂ ਐਦਾਂ ਹੀ ਲੱਗ ਰਿਹਾ ਹੈ।

ਨਿਮਾਣ — ਚਿਹਰਿਆਂ ਤੋਂ ਦਿਲ ਨਹੀਂ ਪੜ੍ਹੇ ਜਾ ਸਕਦੇ, ਸੁਭਾਅ ਤੋਂ ਲਗਾਉ ਨਹੀਂ ਪੜ੍ਹਿਆ ਜਾ ਸਕਦਾ ਤੇ ਵਰਤਾਵ ਨਾਲ ਕਈ ਵਾਰ ਭਾਵਨਾ ਨਹੀਂ ਵਿਅਕਤ ਕੀਤੀ ਜਾ ਸਕਦੀ।

(**ਉਸਦਾ ਉਸ ਦਿਨ ਕੀਤੀ ਕਾਲ ਨੂੰ ਲੈਕੇ ਸਪੱਸ਼ਟੀਕਰਨ ਜਾਰੀ ਸੀ। ਮੈਂ ਸੁਣ ਵੀ ਲਿਆ ਤੇ ਉਸਨੂੰ ਠੰਡੀ ਵੀ ਕਰਾ ਦਿੱਤਾ ਕਿਉਂਕਿ ਮੈਨੂੰ ਸੱਚ ਮੁੱਚ ਉਸਤੋਂ ਕੋਈ ਆਸ ਜਾਂ ਰੋਸਾ ਨਹੀਂ ਸੀ।**)

# ਖਿੜਕਾਅ

ਜਿੱਥੇ ਕਾਲਜ ਦਾ ਆਖਰੀ ਸਮੈਸਟਰ ਸੀ ਉਥੇ ਹੀ ਸਭ ਦੀ ਜ਼ਿੰਦਗੀ 'ਚ ਉਥਲ-ਪੁੱਥਲ ਤੇ ਖਿੜਕਾਅ ਸੀ। ਜ਼ਿੰਦਗੀ ਦੇ ਵਹਾਉ 'ਚ ਜੋ ਰੁੜਨਾ ਸੀ ਸਭ ਨੇ। ਤੇਜ਼ੀ ਸੀ। ਕਾਹਲੀ ਸੀ। ਧਾਰਾ ਸੀ। ਬੜਾ ਚਾਉ ਸੀ ਸਭ ਨੂੰ ਕਾਲਜ ਤੋਂ ਮਗਰੋਂ ਕੁਝ-ਨਾ-ਕੁਝ ਬਣਨ ਦਾ। ਇਹ ਚਾਉ ਮੈਨੂੰ ਮੇਰੇ 'ਚ ਕਿਉਂ ਨਹੀਂ ਸੀ ਦਿਖ ਰਿਹਾ ਇਹ ਮੇਰੀ ਵੀ ਸਮਝ ਤੋਂ ਬਾਹਰ ਸੀ। ਕਈਆਂ ਦੇ ਘਰ ਰਿਸ਼ਤਿਆਂ ਦੀਆਂ ਗੱਲਾਂ ਹੋਣ ਲੱਗੀਆਂ। ਕਈਆਂ ਨੇ ਪ੍ਰਦੇਸ਼ ਜਾਣ ਲਈ ਮਨ ਬਣਾ ਲਏ। ਕੁਝ ਕੁ ਨੌਕਰੀਆਂ ਦੀ ਭਾਲ 'ਚ ਸੀ। ਜਾਣੀ ਸਭ ਦੇ ਦਿਮਾਗ ਪੂਰੇ ਵਿਅਸਥ ਸੀ। ਚੰਚਲ ਸੀ। ਭਰਪੂਰ ਸੀ।

ਜਿੱਥੇ ਇਹ ਮਨ ਪਹਿਲੇ ਸਾਲ ਇੱਕ ਦੂਜੇ ਨੂੰ ਜਾਨਣ ਦੀ ਚਾਹਨਾ 'ਚ ਸੀ, ਉਥੇ ਅੱਜ ਇੱਕ-ਦੂਸਰੇ ਨੂੰ ਵਿਸਾਰ ਕਿਸੇ ਹੋਰ ਟਿਕਾਣੇ 'ਤੇ ਜਾ ਨਵੇਂ ਲੋਕਾਂ ਨੂੰ ਮਿਲਣ ਦੇ ਸੁਵਾਦ 'ਚ ਸੀ। ਸਭ ਦੇ ਮਨ ਦਾ ਖਿੜਕਾਅ ਦੇਖਕੇ ਮੇਰਾ ਮਨ ਜ਼ਰਾ ਵੀ ਨਹੀਂ ਸੀ ਖਿੜਕਿਆ। ਜਾਂ ਤਾਂ ਮੈਂ ਆਪਣਾ ਆਪ ਕਾਬੂ ਕਰ ਲਿਆ ਸੀ ਜਾਂ ਫੇਰ ਮੇਰੀ ਕਲਪ ਠੰਢੀ ਪੈ ਗਈ ਸੀ। ਹਰ ਰੋਜ਼ ਸੁਣਦੇ ਸਭ ਦੀ ਜ਼ਿੰਦਗੀਆਂ ਦੇ ਨਵੇਂ-ਨਵੇਂ ਰੰਗ। ਮੈਂ ਤਾਂ ਉਵੇਂ ਹੀ ਰੋਜ਼ ਕਾਲਜ ਜਾਂਦਾ ਤੇ ਬਿਨ ਕਿਸੇ ਬਦਲਾਅ ਦੇ ਵਾਪਿਸ ਘਰ ਆ ਜਾਂਦਾ।

ਹਲਚਲ ਤਾਂ ਸਭ ਦੀਆਂ ਜ਼ਿੰਦਗੀਆਂ 'ਚ ਸੀ ਜਿਵੇਂ ਮਾਨੋ ਡਿਗਰੀ ਕਰਕੇ ਪਤਾ ਨਹੀਂ ਕੀ ਕਰ ਦੇਣਾ। ਮਾਪਿਆਂ ਦੀ ਸੋਚ 'ਚ ਵੀ ਇਸੇ ਇੱਕ ਸਾਲ 'ਚ ਪਤਾ ਨਹੀਂ ਅਸੀ ਇੱਡੇ ਵੱਡੇ ਹੋ ਗਏ ਕਿ ਉਹ ਸਾਡੇ ਵਿਆਹ ਰਚਾਉਣ ਦੀਆਂ ਗੱਲਾਂ ਕਰਦੇ ਸਨ। ਹੁਣ ਤੱਕ ਤਾਂ ਅਸੀਂ ਪੜ੍ਹਨ ਵਾਲੇ ਜਵਾਕ ਹੀ ਸਾਂ ਪਰ ਪਤਾ ਨਹੀਂ ਕਿਉਂ ਕਾਲਜ ਦੇ ਅਖੀਰਲੀ ਸਾਲ ਖਤਮ ਹੋਣ ਦੀ ਉਡੀਕ ਕਰਦੇ ਮਾਪਿਆਂ ਲਈ ਬਹੁਤ ਵੱਡੇ ਕਿਉਂ ਹੋ ਗਏ ਸਾਂ। ਓਹਨਾਂ ਮੁਤਾਬਿਕ ਸਾਡੀ ਵਿਆਹ ਦੀ ਉਮਰ ਹੋ ਗਈ ਸੀ।

ਸਾਡੇ ਘਰ ਵੀ ਇਹ ਖੁਸਰ-ਫੁਸਰ ਹੁਣ ਕਈ ਦਿਨਾਂ ਤੋਂ ਮਾਤਾ-ਪਿਤਾ ਵਿਚਕਾਰ ਚੱਲ ਰਹੀ ਸੀ। ਅੱਜ ਸਹੀ ਸਮਾਂ ਦੇਖ ਮਾਤਾ ਜੀ ਨੇ ਅਵਾਜ਼ ਮਾਰ ਓਨ੍ਹਾਂ ਦੋਹਾਂ ਕੋਲ ਬੈਠ ਗੱਲ ਕਰਨ ਨੂੰ ਕਿਹਾ।

ਪਿਤਾ ਜੀ  — ਨਿਮਾਣ! ਪੁੱਤਰ ਅਸੀਂ ਤੇਰੇ ਨਾਲ ਤੇਰੀ ਹੀ ਜ਼ਿੰਦਗੀ ਵਾਰੇ ਗੱਲ ਕਰਨੀ ਚਾਹੁੰਦੇ ਹਾਂ।

ਨਿਮਾਣ  — ਜ਼ਰੂਰ ਪਿਤਾ ਜੀ! ਪਰ ਜੇ ਜ਼ਿੰਦਗੀ ਮੇਰੀ ਦੀ ਗੱਲ ਹੋ ਰਹੀ ਤਾਂ ਧਿਆਨ ਰੱਖਿਆ ਜਾਵੇ ਕਿ ਫੈਸਲਾ ਮੇਰੇ ਹੱਕ 'ਚ ਹੀ ਹੋਵੇ।

ਪਿਤਾ ਜੀ  — ਪੁੱਤਰ! ਫੈਸਲੇ ਕਚਹਿਰੀਆਂ 'ਚ ਹੁੰਦੇ ਨੇ। ਘਰਾਂ 'ਚ ਮਸਲੇ ਹੱਲ, ਪਰਿਵਾਰ ਦੇ ਹਿੱਤ ਮੁਤਾਬਿਕ ਹੋਣ ਤਾਂ ਚੰਗੇ ਰਹਿੰਦੇ।

ਨਿਮਾਣ  — ਪਿਤਾ ਜੀ! ਪਰਿਵਾਰ ਦੀ ਕਦਰ ਕਰਨੀ ਚੰਗੀ ਗੱਲ ਹੈ। ਪਰ ਭਾਵਨਾਵਾਂ 'ਚ ਬਹਿ ਆਪਣਾ ਜੀਵਨ ਤਬਾਹ ਕਰਨਾ, ਸਭ ਤੋਂ ਮਾੜੀ।

ਮਾਤਾ ਜੀ  — ਨਿਮਾਣ ਪੁੱਤ! ਪਹਿਲਾਂ ਸੁਣ ਤਾਂ ਲੈ ਤੇਰੇ ਪਿਤਾ ਜੀ ਕਿਹੜੀ ਗੱਲ ਕਰਨੀ ਚਾਹੁੰਦੇ ਹਨ।

(**ਪਤਾ ਤਾਂ ਮੈਨੂੰ ਵੀ ਸਭ ਸੀ ਕਿ ਕਿਹੜੀ ਗੱਲ ਕਰਨੀ ਹੋਣੀ, ਕਿਉਂਕਿ ਮੈਂ

ਕਿਹੜਾ ਕਿਸੇ ਹੋਰ ਨੂੰ ਜਵਾਨੀ ਚੜ੍ਹਦੀ ਨਹੀਂ ਦੇਖੀ। ਸਭ ਦੇ ਘਰ ਇਹੋ ਗੱਲਾਂ ਸਨ ਤਾਂ ਸਪਸ਼ਟ ਸੀ ਕਿ ਸਾਡੇ ਘਰ ਵੀ ਓਹੋ ਗੱਲ ਹੋਣੀ। ਪਰ ਫੇਰ ਵੀ ਮਾਤਾ ਪਿਤਾ ਦਾ ਸਤਿਕਾਰ ਕਰਦਿਆਂ ਮੈਂ ਸੁਣਨ ਦਾ ਯਤਨ ਕੀਤਾ।**

ਨਿਮਾਣ  — ਜ਼ਰੂਰ। ਦੱਸੋ ਪਿਤਾ ਜੀ ਤੁਸੀਂ ਕਿਹੜੀ ਗੱਲ ਕਰਨੀ ਹੈ। ਮੈਂ ਹਾਜ਼ਿਰ ਹਾਂ।

ਪਿਤਾ ਜੀ — ਪੁੱਤਰ! ਤੇਰੀ ਮਾਂ ਤੇ ਮੈਂ, ਇਹ ਸੋਚਿਆ ਕਿ ਹੁਣ ਤੇਰੀ ਵਿਆਹ ਦੀ ਉਮਰ ਹੋ ਗਈ ਹੈ। ਜੇ ਤੂੰ ਕਹੇਂ ਤਾਂ ਕਿਸੇ ਨੇ ਰਿਸ਼ਤੇਦਾਰੀ 'ਚ ਕੁੜੀ ਦੀ ਦੱਸ ਪਾਈ ਹੈ ਤਾਂ ਆਪਾਂ ਗੱਲ ਕਰ ਲੈਨੇ ਹਾਂ।

ਮਾਤਾ ਜੀ — ਨਿਮਾਣ ਕੁੜੀ ਵੀ ਸੁਣਿਆ ਚੰਗੀ ਹੈ। ਸੋਹਣੀ ਹੈ। ਪੜ੍ਹੀ-ਲਿਖੀ ਹੈ। ਜੇ ਤੂੰ ਕਹੇਂ ਤਾਂ ਆਪਾਂ ਦੇਖ ਵੀ ਲਵਾਂਗੇ।

ਨਿਮਾਣ — ਮਾਤਾ ਜੀ! ਕੁੜੀਆਂ ਤਾਂ ਸਾਰੀਆਂ ਹੀ ਸੋਹਣੀਆਂ ਹੁੰਦੀਆਂ। ਬਾਕੀ ਗੱਲ ਪੜ੍ਹਾਈ-ਲਿਖਾਈ ਦੀ ਰਹੀ, ਮੈਨੂੰ ਕੋਈ ਫਰਕ ਨਹੀਂ ਉਸ ਨਾਲ। ਸਮਝ ਜ਼ਰੂਰੀ ਹੁੰਦੀ, ਕਈ ਵਾਰ ਕਿੰਨਾ ਪੜ੍ਹਕੇ ਵੀ ਨਹੀਂ ਆਉਂਦੀ ਤੇ ਕਈ ਵਾਰ ਘਰ ਬੈਠੇ ਬਿਠਾਇਆਂ ਵੀ ਆ ਜਾਂਦੀ।

ਮਾਤਾ ਜੀ — ਫੇਰ ਪੁੱਤਰ! ਅਸੀਂ ਦੇਖ ਆਉਂਦੇ ਹਾਂ ਕੁੜੀ। ਗੱਲ ਅੱਗੇ ਤੋਰ ਲਈਏ ਜੇ ਤੂੰ ਆਖੇ?

ਨਿਮਾਣ — ਚੁੱਪ ਵੱਟ, ਬਿਨ ਕੁਝ ਕਹੇ ਉਥੇ ਨਿਕਲ ਗਿਆ।

**ਇਹ ਤਾਂ ਐਸਾ ਥਿੜਕਾਅ ਸੀ ਜਿਸਦਾ ਫੈਸਲਾ ਮੈਨੂੰ ਖੁਦ ਲੈਣਾ ਸੀ। ਮਾਪਿਆਂ ਵੱਲ ਦੇਖਦਾ ਜਾਂ ਆਪਣੀ ਸੋਚ ਵੱਲ। ਸੋਚ ਵੀ ਕੀ ਕਹਿੰਦੀ ਸੀ ਕਿਤੇ? ਵਿਆਹ ਵਾਲੀ ਸੋਚ ਤਾਂ ਮੈਂ ਹਲੇ ਤੱਕ ਬਣਾਈ ਵੀ ਕਿੱਥੇ ਸੀ ਫੇਰ ਇਸ 'ਤੇ ਫੈਸਲਾ ਤਾਂ ਮੈਂ ਕਿੱਥੇ ਲੈਣਾ ਸੀ।**

# ਚਿੱਤ ਤੇ ਬੁੱਧੀ ਦਾ ਸੌਣਾ

ਹੁਣ ਨਜ਼ਰ ਤਾਂ ਮੈਂ ਐਸੀ ਬਣਾ ਲਈ ਸੀ ਕਿ ਜੋ ਆਲੇ-ਦੁਆਲੇ ਹੁੰਦਾ ਉਸ ਨਾਲ ਮੈਨੂੰ ਕੁਝ ਖਾਸ ਫਰਕ ਨਾ ਪੈਂਦਾ। ਹੁਣ ਕਾਲਜ ਮੁੱਕਣ 'ਚ ਬਸ ਥੋੜ੍ਹੇ ਕੁ ਦਿਨ ਹੀ ਬਾਕੀ ਸਨ। ਜਿੱਥੇ ਘਰਦਿਆਂ ਦੀ ਸੋਚ 'ਚ ਮੇਰੇ ਲਈ ਪ੍ਰੀਵਰਤਨ ਸੀ, ਉਥੇ ਹੀ ਸਭ ਸਹਿਯੋਗੀ, ਸਹਿਚਾਰੀ ਆਪਣੀ ਜ਼ਿੰਦਗੀ ਦੇ ਅਗਲੇ ਪੜਾਵਾਂ 'ਤੇ ਜਾਣ ਲਈ ਕਾਹਲੇ ਸਨ। ਪਰ ਮੈਂ ਆਪਣੀ ਕਾਇਆ ਜਮਾਂ ਸੁੰਨ 'ਚ ਲੈ ਗਿਆ ਸੀ ਕਿਉਂਕਿ ਇਹ ਸਭ ਪ੍ਰੀਵਰਤਨ ਲਈ ਮੇਰੇ ਕੋਲ ਸ਼ਾਇਦ ਸਹਿਣ-ਸ਼ਕਤੀ ਨਹੀਂ ਸੀ। ਮੈਂ ਆਪਣੇ ਆਪ ਨੂੰ ਕਿਸੇ ਵੀ ਲਗਾਅ ਕਰਕੇ ਕਮਜ਼ੋਰ ਨਹੀਂ ਸੀ ਦਿਖਾਉਣਾ ਚਾਹੁੰਦਾ। ਬੜਾ ਨਿਆਂਪੂਰਵਕ ਜਿਹਾ ਸੁਭਾਅ ਅਪਣਾ ਲਿਆ ਸੀ ਜਿਸਨੂੰ ਵਿਆਪ, ਤਰਾਸ, ਅਸ਼ੋਕ ਦਾ ਕੋਈ ਵੀ ਅਸਰ ਨਾ ਹੋਵੇ। ਆਗਿਆ ਦਾ ਮੈਨੂੰ ਛੇ ਸਾਲ ਪਹਿਲਾਂ ਮਿਲਣਾ ਤੇ ਅੱਜ ਉਸਦਾ ਵਿਛੜਨਾ ਮੈਨੂੰ ਕੋਈ ਖਾਸ ਫਰਕ ਨਹੀਂ ਸੀ ਪਾ ਰਿਹਾ।

ਅੱਜ ਕਾਲਜ ਦੇ ਅਖੀਰਲੀ ਦਿਨ ਅਸੀਂ ਦੋਵਾਂ ਨੇ ਇਕੱਲੇ ਬੈਠਕੇ ਇਕ ਦੂਜੇ ਦੀ ਇਕੱਲ ਪੜ੍ਹਨੀ ਜ਼ਰੂਰੀ ਸਮਝੀ। ਇੱਕ ਵੀ ਬੋਲ ਨਹੀਂ ਸੀ ਦੋਹਾਂ ਦੀ ਜ਼ੁਬਾਨ 'ਤੇ। ਕੈਸਾ ਮਿਲਾਪ ਸੀ ਇਹ ਜਿਸ ਦਾ ਆਗਾਜ਼ ਤੇ ਅਖੀਰ ਚੁੱਪ ਸੀ। ਪਤਾ ਨਹੀਂ ਉਸਨੂੰ ਵੀ ਇਹ ਖਿੱਚ ਮੇਰੇ ਪ੍ਰਤੀ ਸੀ ਜਾਂ ਨਹੀਂ, ਪਰ ਮੇਰੀ ਖਿੱਚ ਮੈਨੂੰ ਵਾਰ-ਵਾਰ ਉੱਥੋਂ ਉੱਠ, ਇਸ ਲਗਾਅ ਨੂੰ ਇੱਥੇ ਹੀ ਮੁਕਾਉਣ ਦੀ ਕੋਸ਼ਿਸ਼ 'ਚ ਸੀ। ਦੋਵਾਂ ਨੇ ਇੱਕ ਵਾਰ ਵੀ ਤੱਕਿਆ ਨਹੀਂ। ਛੂਹਿਆ ਨਹੀਂ। ਅਪਣਾਇਆ ਨਹੀਂ। ਬਸ ਮਹਿਸੂਸ ਕੀਤਾ ਸੀ। ਇਹ ਅਨੁਭਵ ਸਾਡੀ ਰੂਹਾਨੀ ਖਿੱਚ ਸੀ, ਜਿਸਦਾ ਪ੍ਰਣਾਮ ਸਿਰਫ ਅਸੀਂ ਦੋਹੀਂ ਸੀ।

ਆਗਿਆ — ਨਿਮਾਣ ਤੂੰ ਅੱਜ ਵੀ ਕੁਝ ਨਹੀਂ ਬੋਲੇਗਾਂ?

ਨਿਮਾਣ — ਕੀ ਬੋਲਾਂ? (ਥੋੜ੍ਹੀ ਦੇਰ ਮਗਰੋਂ)

ਆਗਿਆ — ਬੋਲ ਤਾਂ ਚਾਹੇ ਨਾ ਵੀ। ਹੁਣ ਬੋਲਣ ਲਈ ਤਾਂ ਵਕਤ ਵੀ ਨਹੀਂ ਰਿਹਾ ਆਪਣੇ ਕੋਲ। ਪਰ ਤੂੰ ਸੱਚੀਂ ਕੁਝ ਵੀ ਨਹੀਂ ਕਹੇਂਗਾ?

ਨਿਮਾਣ — ਕਹਿਣ ਲਈ ਵੀ ਸ਼ਬਦ ਹੋਣੇ ਜ਼ਰੂਰੀ ਨੇ ਝੱਲੀਏ। ਅੱਜ ਸ਼ਬਦਾਂ ਨੇ ਚੁੱਪ ਵੱਟ ਲਈ ਆ।

ਆਗਿਆ — ਕੀ ਇਹ ਸ਼ਬਦ ਵਕਤ ਮੁਤਾਬਿਕ ਚੱਲਦੇ ਨੇ?

ਨਿਮਾਣ — ਝੱਲੀਏ! ਸ਼ਬਦ ਵਕਤਾਂ ਦੀ ਖੈਰ ਹੁੰਦੇ ਨੇ। ਇਨ੍ਹਾਂ 'ਤੇ ਕਾਬੂ ਹੋਣਾ ਵੀ ਜ਼ਰੂਰੀ ਹੈ।

ਆਗਿਆ — ਇਹ ਹਕੂਮਤ ਵੀ ਫੇਰ ਕਿਸ ਕੰਮ ਦੀ, ਜਦ ਇਹ ਸ਼ਬਦ ਮੌਕਾਪ੍ਰਸਤ ਵੀ ਨਹੀਂ ਹਨ।

ਨਿਮਾਣ — ਮੌਕਾਪ੍ਰਸਤ ਲੋਕ ਹੁੰਦੇ ਨੇ। ਸ਼ਬਦ ਤਾਂ ਹਮੇਸ਼ਾਂ ਖੈਰ ਮੰਗਦੇ ਹੀ ਚੰਗੇ ਲੱਗਦੇ ਨੇ।

ਆਗਿਆ — ਖੈਰ ਵੀ ਆਪਣਿਆਂ ਦੀ ਹੀ ਮੰਗੀ ਜਾਂਦੀ ਹੈ। ਜਾਂ ਸਿਰਫ ਬੇਗਾਨਿਆਂ ਲਈ ਹੀ ਇਹ ਸ਼ਬਦ ਹਾਜ਼ਿਰ ਹੁੰਦੇ ਨੇ?

ਨਿਮਾਣ — ਬੇਗਾਨੇ ਆਪਣੇ ਕੁਝ ਨਹੀਂ ਹੁੰਦਾ। ਸਭ ਉਸ ਰੱਬ ਦੇ ਬੰਦੇ ਨੇ ਆਗਿਆ।

ਆਗਿਆ — ਮੈਨੂੰ ਪਤਾ ਨਹੀਂ ਸੀ ਕਿ ਮੈਂ ਵੀ ਉਹ ਸਭ ਲੋਕਾਂ ਵਿੱਚ ਆਉਂਦੀ ਹਾਂ।

ਨਿਮਾਣ — ਤੂੰ ਗਲਤ ਸਮਝਦੀ ਏਂ। ਅੱਜ ਵਕਤ ਐਸਾ ਹੈ ਕਿ ਇਹ ਸ਼ਬਦ ਖੈਰ ਮੰਗਣੋਂ ਵੀ ਡਰਦੇ ਨੇ।

ਆਗਿਆ — ਜੇ ਮੇਰਾ ਚੰਗਾ ਸੋਚਣਾਂ ਇੱਕ ਡਰ ਹੈ ਤਾਂ ਮੈਂ ਇਹ ਡਰ ਤੁਹਾਡੇ ਦਿਲ 'ਚੋਂ ਅੱਜ ਕੱਢ ਦਿੰਦੀ ਹਾਂ। ਅੱਜ ਤੋਂ ਮੈਂ ਵੀ ਤੁਹਾਡੇ ਲਈ ਰੱਬ ਦੇ ਬੰਦਿਆਂ ਦਾ ਹਿੱਸਾ ਹਾਂ। ਤੁਹਾਨੂੰ ਡਰਨ ਦੀ ਲੋੜ ਨਹੀਂ।

ਨਿਮਾਣ — ਮੈਂ ਡਰਦਾ ਨਹੀਂ ਹਾਂ ਆਗਿਆ। ਇਹ ਇੱਕ ਐਸਾ ਕਦਮ ਹੈ ਜਿਸਦੀ ਸਮਝ ਮੈਨੂੰ ਖੁਦ ਨਹੀਂ ਹੈ।

ਆਗਿਆ — ਜੇ ਸਮਝ ਹੀ ਨਹੀਂ ਹੈ ਫੇਰ ਮੇਰੇ ਸਮਝਾਉਣ ਦਾ ਵੀ ਕੀ ਫਾਇਦਾ। ਕੋਈ ਨਹੀਂ ....

ਨਿਮਾਣ — ਤੂੰ ਚੰਗਾ ਜਿਹਾ ਮੁੰਡਾ ਦੇਖਕੇ ਵਿਆਹ ਕਰਾਲੀਂ। ਤੇਰੇ ਬਾਪੂ ਜੀ ਨੂੰ ਵੀ ਸੁਖ ਹੋਜੂ ਨਾਲੇ।

ਆਗਿਆ — ਮੇਰੇ ਤੇ ਮੇਰੇ ਬਾਪੂ ਜੀ ਦਾ ਸੋਚਣਾਂ ਤੁਹਾਨੂੰ ਸ਼ਾਇਦ ਡਰਾ ਨਾ ਦੇਵੇ। ਕੋਈ ਨਹੀਂ ਮੈਂ ਆਪਣਾ ਭਵਿੱਖ ਖੁਦ ਲਿਖ ਲਵਾਂਗੀ।

ਨਿਮਾਣ — ਆਹੋ ਲਿਖ ਲਵੇਂਗੀ। ਪਤਾ ਮੈਨੂੰ ਬਹੁਤ ਸਿਆਣੀ ਐਂ ਤੂੰ। ਪਰ ਦੁਨੀਆਂ ਨਹੀਂ, ਇਸੇ ਲਈ ਕਹਿਨਾ ਆਪਣਾ ਧਿਆਨ ਰੱਖੀਂ।

(**ਸਾਡੀਆਂ ਦੋਹਾਂ ਦੀਆਂ ਅੱਖਾਂ 'ਚ ਹੰਝੂ ਸੀ। ਓਹ ਤਾਂ ਸਾਹਮਣੇ ਰੋ ਵੀ ਪਈ ਸੀ। ਪਰ ਮੈਂ ਤਾਂ ਜਿਵੇਂ ਹੰਝੂਆਂ ਤੇ ਵੀ ਨਿਯੰਤਰਨ ਕਰ ਲਿਆ ਹੋਵੇ। ਇੱਕ ਛਿੱਟ ਨਹੀਂ ਡਿਗਣ ਦਿੱਤੀ, ਪਤਾ ਨਹੀਂ ਕਿਉਂ!**)

ਫਾਸਲਾ ਪੈ ਗਿਆ ਸੀ ਸਾਡੇ ਰਾਹਾਂ 'ਚ। ਓਹ ਫਾਸਲਾ ਜੋ ਸ਼ਾਇਦ ਮੇਰੀ ਚੁੱਪ ਨਾਲ ਤਾਂ ਕਦੇ ਨਹੀਂ ਸੀ ਮਿੱਟਣਾ। ਪਤਾ ਨਹੀਂ ਕਿਉਂ ਮੈਂ ਆਪਣੀ ਬੁੱਧੀ ਬੰਦ ਕਰ ਲਈ ਸੀ ਤੇ ਚਿੱਤ ਸਵਾ ਲਿਆ ਸੀ।

ਅੱਜ ਤਾਂ " ਹੱਥ ਅੱਡਿਆਂ ਵੀ ਭਰ ਨਾ ਹੋਇਆ। ਹੰਝੂ ਦੇਖਿਆਂ ਵੀ ਜ਼ਰ ਨਾ ਹੋਇਆ। ਦਿਲ ਸਹਿਮਿਆਂ ਵੀ ਰੱਖ ਨਾ ਹੋਇਆ। ਹੱਥ ਲਾਇਆ ਵੀ ਥੰਮ ਨਾ ਹੋਇਆ। ਪਿਆਰ ਕੀਤਿਆਂ ਵੀ ਨਿਭਾ ਨਾ ਹੋਇਆ। ਅਹਿਸਾਸ ਹੁੰਦਿਆਂ ਵੀ ਕਰ ਨਾ ਹੋਇਆ। ਕਲਪ ਕਰਿਆਂ ਵੀ ਕਹਿ ਨਾ ਹੋਇਆ। ਵਿਰਾਗ ਸਹਿੰਦਿਆਂ ਵੀ ਜੁੜ ਨਾ ਹੋਇਆ। ਸਭ ਕਹਿਆਂ ਵੀ ਅਰ ਨਾ ਹੋਇਆ। ਹੋਣੀ ਹੁੰਦਿਆਂ ਵੀ ਮਰ ਨਾ ਹੋਇਆ।"

ਕਾਲਜ ਵਾਲੇ ਅਧਿਆਇ ਦੀ ਸਮਾਪਤੀ ਮੈਂ ਅੱਜ ਇੱਥੇ ਹੀ ਕਰ ਚੱਲਾ ਸੀ। ਜ਼ਿੰਦਗੀ ਦੇ ਅੱਜ ਇਸ ਕਿੱਸੇ ਨੂੰ ਮੈਂ ਭੇੜ ਚੱਲਾ ਸੀ। ਲੰਬਾ ਸਾਹ ਲਿੱਤਾ। ਕੰਬਣੀ ਛੇੜੀ। ਸ਼ਾਂਤੀ ਲਿਆਂਦੀ। ਸੁੰਨ ਮਹਿਸੂਸ ਕਰ ਮੈਂ ਹੁਣ ਘਰ ਵੱਲ ਤੁਰ ਚੱਲਾ ਸੀ। ਅੱਜ ਮੈਂ ਉਸਨੂੰ ਬੱਸ ਅੱਡੇ ਤੱਕ ਨਾਲ ਤੁਰਨ ਨੂੰ ਵੀ ਨਹੀਂ ਕਿਹਾ ਤੇ ਨਾ ਹੀ ਪਿੱਛੇ ਮੁੜ ਦੇਖਣ ਦੀ ਕੋਸ਼ਿਸ਼ ਕੀਤੀ। ਅੱਜ ਓਹ ਰਾਸਤਾ ਚੁਣ ਲਿਆ ਸੀ ਜਿਸਦਾ ਸੁਪਨਾ ਮੈਂ ਕੱਲ ਦੇਖਿਆਂ ਕਰਦਾ ਸਾਂ। ਮੈਂ ਆਪਣੇ ਆਪ ਨੂੰ ਉਸ ਨਾਲੋਂ ਖੁਦ ਤੋੜਿਆ ਸੀ ਪਰ ਮੈਂ ਤਾਂ ਕਦੇ ਜੁੜਿਆ ਵੀ ਨਹੀਂ ਸਾਂ,

ਇਹ ਉਸਨੂੰ ਵੀ ਬਹੁਤ ਚੰਗੀ ਤਰ੍ਹਾਂ ਪਤਾ ਸੀ। ਮੈਂ ਗਲਤ ਕੀਤਾ ਸੀ ਜਾਂ ਨਹੀਂ, ਇਸ ਵਾਰੇ ਸੋਚਣਾ ਨਹੀਂ ਚਾਹੁੰਦਾ ਸੀ। ਸਵਾਰਥੀ ਸੀ ਸ਼ਾਇਦ ਮੈਂ ਆਪਣੇ ਪ੍ਰਤੀ। ਮੈਂ ਆਪਣੇ ਜੀਵਨ ਨੂੰ ਇਸ ਮੇਲੇ 'ਚ ਗਵਾ ਦੇਣਾ ਨਹੀਂ ਸੀ ਚਾਹੁੰਦਾ। ਇਹ ਭਾਵਨਾਵਾਂ ਕੱਚੀਆਂ ਸਨ, ਜੋ ਹੱਥ ਮਾਰੇ 'ਤੇ ਹੀ ਮੈਂ ਗਿਰਾ ਦਿੱਤੀਆਂ ਸੀ ਅਤੇ ਅੱਖਾਂ ਮੀਟੇ 'ਤੇ ਉਡਾ ਦਿੱਤੀਆਂ ਸਨ।

# ਖਾਮੋਸ਼ ਵਿਖਿਆਨ

ਮੈਂ ਸੋਚਣਾ ਵੀ ਨਹੀਂ ਸੀ ਚਾਹੁੰਦਾ ਆਪਣੀ ਜ਼ਿੰਦਗੀ ਦੇ ਉਹ ਚਾਰ ਸਾਲ। ਮਾੜੇ ਨਹੀਂ ਸੀ ਪਰ ਚੰਗਿਆਂ 'ਚ ਮੈਂ ਗਿਣ ਵੀ ਨਹੀਂ ਸੀ ਸਕਦਾ। ਸਿੱਖਿਆ ਬਹੁਤ ਕੁਝ। ਆਪਣੇ ਆਪ 'ਤੇ ਅਨੁਸ਼ਾਸ਼ਨ ਬਣਾਉਣਾ ਕਿੰਨਾ ਔਖਾ, ਇਹ ਮੈਨੂੰ ਉਹ ਚਾਰ ਸਾਲਾਂ ਨੇ ਸਿਖਾ ਦਿੱਤਾ ਸੀ। ਖਿਚਾਅ ਸ਼ਾਇਦ ਮੇਰੇ ਅੰਦਰ ਵੀ ਸੀ ਕਿਤੇ ਨਾ ਕਿਤੇ ਪਰ ਉਸਨੂੰ ਮੈਂ ਕਿੰਝ ਮਾਰ ਆਪਣੀ ਕਲਪ ਨੂੰ ਉੱਪਰ ਲੈਕੇ ਆਇਆ, ਇਹ ਮੇਰੇ ਤੋਂ ਬਗੈਰ ਮੇਰੀ ਜ਼ਿੰਦਗੀ ਵਾਰੇ ਹੋਰ ਕੋਈ ਨਹੀਂ ਸੀ ਜਾਣਦਾ। ਪਰ ਮੈਂ ਸੰਤੁਸ਼ਟ ਸੀ ਕਿ ਇਹ ਹੱਥੋਂ ਤਿਲਕਦੀ ਉਮਰ ਦੀ ਕਹਾਣੀ ਮੈਂ ਕਿਸੇ ਨਾਲ ਵੀ ਸਾਂਝੀ ਨਹੀਂ ਸੀ ਕੀਤੀ। ਜਦ ਇਨਸਾਨ ਆਪਣੀ ਕੰਮਜ਼ੋਰੀ ਵਾਰੇ ਹੋਰਾਂ ਨੂੰ ਦੱਸਦਾ ਹੈ ਤਾਂ ਜ਼ਰੂਰੀ ਨਹੀਂ ਹੁੰਦਾ ਕਿ ਹਰ ਸੁਣਨ ਵਾਲਾ ਉਸਦਾ ਹਮਦਰਦ ਹੋਵੇ ਜਾਂ ਉਸਦਾ ਭਾਈਵਾਲ ਹੋਵੇ। ਮੈਂ ਖੁਸ਼ ਸੀ ਕਿ ਮੈਂ ਆਪਣੀ ਅੰਦਰਲੀ ਕਾਹਲ ਤੇ ਉਮਰ ਦੀ ਹਵਸ, ਘੱਟੋ-ਘੱਟ ਕਿਸੇ ਤੀਸਰੇ ਇਨਸਾਨ ਕੋਲ ਵਿਅਕਤ ਨਹੀਂ ਕੀਤੀ।

ਅੱਜ ਇਸੇ ਚੁੱਪ ਦੀ ਤਰਜਮਾਨੀ ਨੂੰ ਪੂਰਾ ਇੱਕ ਸਾਲ ਹੋ ਗਿਆ ਸੀ। ਇਹ ਇੱਕ ਸਾਲ ਮੈਂ ਮਸੀਂ ਕੁਝ ਲੋੜੀਂਦੇ ਸ਼ਬਦ ਹੀ ਬੋਲੇ ਹੋਣੇ ਨੇ। ਮਾਤਾ-ਪਿਤਾ ਨਾਲ ਵੀ ਕੰਮ ਦੀ ਗੱਲ ਹੀ ਕਰਦਾ। ਫਾਲਤੂ ਗੱਲਾਂ ਵੱਲ ਤਾਂ ਧਿਆਨ ਪਹਿਲਾਂ ਹੀ ਮੁਕਤ ਸੀ ਪਰ ਹੁਣ ਤਾਂ ਜਮਾਂ ਤੁਰਦਾ ਹੋਇਆ ਵੀ, ਆਪਣਾ ਕਦੇ ਪਰਛਾਵਾਂ ਵੀ ਨਹੀਂ ਸੀ ਤੱਕਿਆ। ਅਜਿਹੀ ਸਥਿਤੀ ਮਾਂ ਅਕਸਰ ਕਹਿ ਦਿੰਦੀ ਕਿ ਮੁਰਦਿਆਂ ਦੀ ਹੁੰਦੀ ਹੈ, ਮੈਂ ਵੀ ਹੱਸਕੇ ਕਹਿ ਦਿੰਦਾ ਕਿ ਮੁਰਦੇ ਤਾਂ ਧਰਤੀ ਨਾਲ ਬੰਨ੍ਹੇ ਜਾਂਦੇ ਨੇ ਤੇ ਮੇਰੇ ਵਰਗਾ ਮੁਰਦਾ ਤਾਂ ਹਾਲੇ ਵੀ ਧਰਤੀ ਦੇ ਨਾਲ-ਨਾਲ ਘੁੰਮ ਰਿਹਾ ਹੈ।

ਡਾਕੀਏ ਦੀ ਉੱਚੀ ਜਿਹੀ ਅਵਾਜ਼ ਸੁਣ ਮਾਂ ਭੱਜੀ ਗਈ ਬੂਹੇ ਵੱਲ। ਆਉਣਾ ਤਾਂ ਕੀ ਸੀ। ਚਿੱਠੀ ਸੀ। ਮੇਰੇ ਕਾਲਜ ਤੋਂ। ਸਾਲ-ਬਾਅਦ ਡਿਗਰੀਆਂ ਵੰਡਣੀਆਂ ਸੀ ਉਹਨਾਂ ਨੇ। ਮੈਨੂੰ ਵੀ ਸੱਦਾ ਆਇਆ ਸੀ।

ਮਾਂ  — ਨਿਮਾਣ! ਤੇਰੇ ਕਾਲਜ ਤੋਂ ਚਿੱਠੀ ਆਈ ਪੁੱਤ।

ਨਿਮਾਣ  — ਹਾਂਜੀ ਠੀਕ ਐ।

ਮਾਂ  — ਕੀ ਠੀਕ ਐ? ਆਪਾਂ ਚੱਲਾਂਗੇ ਓਥੇ। ਚੰਗਾ!

ਨਿਮਾਣ  — ਹਾਂਜੀ ਠੀਕ ਐ ਮਾਂ ਚੱਲਾਂਗੇ।

ਪੂਰੇ ਇੱਕ ਸਾਲ ਬਾਅਦੋਂ ਜਾਣਾ ਸੀ ਮਾਤਾ ਗੁਜਰੀ ਕਾਲਜ। ਅਜੀਬ ਜਿਹਾ ਅਨੁਭਵ ਸੀ। ਓਹ ਸਭ ਯਾਦ ਆਉਣ ਲੱਗਾ ਸੀ ਜੋ ਪਿੱਛੇ ਕਿੱਧਰੇ ਛੱਡ ਆਇਆ ਸੀ ਮੈਂ। ਮੈਂ, ਮਾਤਾ ਜੀ ਤੇ ਪਿਤਾ ਜੀ ਅੱਜ ਡਿਗਰੀ ਦੇ ਸਮਾਰੋਹ ਲਈ ਚਲੇ ਗਏ। ਕਾਲਜ ਦੇ ਵੱਡੇ ਭਵਨ 'ਚ ਰੱਖਿਆ ਗਿਆ ਸੀ ਸਮਾਰੋਹ। ਬੜਾ ਇਕੱਠ ਸੀ ਅੱਜ ਓਥੇ। ਬਹੁਤੇ ਪਹਿਚਾਣ ਆ ਵੀ ਰਹੇ ਸੀ ਤੇ ਬਹੁਤੇ ਨਹੀਂ ਵੀ। ਰੰਗ-ਰੂਪ ਬਦਲੇ ਤੇ ਸ਼ਖਸ਼ੀਅਤ ਤਾਂ ਕਿੱਥੇ ਬਦਲਦੀ ਪਰ ਫੇਰ ਵੀ ਭੁਲੇਖਾ ਜਿਹਾ ਤਾਂ ਪੈ ਹੀ ਜਾਂਦਾ। ਅਸੀਂ ਚਾਹ ਪਾਣੀ ਪੀ ਹਾਲੇ ਬਾਹਰ ਹੀ

ਖੜੇ ਸਾਂ ਇੰਨੇ 'ਚ ਸਾਡੀ ਅੱਧਿਓਂ ਵੱਧ ਜਮਾਤ ਆ ਇਕੱਠੀ ਹੋ ਗਈ। ਬਹੁਤੇ ਮਾਪਿਆਂ ਨਾਲ ਸੀ, ਕਈ ਦੋਸਤਾਂ ਨਾਲ ਤੇ ਕਈਆਂ ਦੀ ਗਿਣਤੀ ਜੀਵਨ ਸਾਥੀਆਂ ਨਾਲ ਵੀ ਸੀ। ਮੈਨੂੰ ਤਾਂ ਸ਼ਕਲਾਂ ਵੀ ਧੁੰਦਲੀਆਂ ਹੋ ਗਈਆਂ ਸਨ। ਮੈਂ ਲੱਭ ਨਹੀਂ ਸੀ ਰਿਹਾ ਪਰ ਮੈਨੂੰ ਗਵਾਚਿਆ ਦੇਖ ਮਾਤਾ ਜੀ ਨੇ ਮੈਨੂੰ ਪੁੱਛ ਹੀ ਲਿੱਤਾ।

"ਨਿਮਾਣ! ਇੰਝ ਕਿਉਂ ਲੱਗ ਰਿਹਾ ਕਿ ਤੂੰ ਕਿਸੇ ਦੀ ਉਡੀਕ 'ਚ ਏਂ?"

ਨਿਮਾਣ — ਮਾਂ! ਮੈਂ ਕੀਹਦੀ ਉਡੀਕ 'ਚ ਹੋਣਾ ਭਲਾਂ? ਮੈਨੂੰ ਇੱਥੇ ਕੌਣ ਜਾਣਦਾ ਏ? ਜ਼ਿੰਦਗੀ ਦੇ ਚਾਰ ਸਾਲ ਜ਼ਰੂਰ ਬਿਤਾਏ ਸੀ ਇੱਥੇ ਪਰ ਮੇਰਾ ਆਪਣਾ ਨਹੀਂ ਸੀ ਬਣਿਆ ਇੱਥੇ ਕੋਈ। ਤੂੰ ਫਿਕਰ ਨਾ ਕਰ ਮੈਂ ਕਿਸੇ ਨੂੰ ਨਹੀਂ ਲੱਭ ਰਿਹਾ ਤੇ ਨਾ ਕੋਈ ਮੈਨੂੰ।

ਪਿਤਾ ਜੀ — ਚੱਲ ਨਿਮਾਣ ਅੰਦਰ ਚੱਲਕੇ ਬੈਠਦੇ ਹਾਂ ਪੁੱਤ।

ਨਿਮਾਣ — ਹਾਂ ਜੀ ਪਿਤਾ ਜੀ! ਤੁਸੀਂ ਇੱਥੇ ਹੀ ਰੁਕੋ। ਮੈਂ ਪਾਣੀ ਪੀ ਕੇ ਆਇਆ।

ਮੇਰੇ ਪਾਣੀ ਦੀ ਧਰਾਲ ਮੇਰੀਆਂ ਅੱਖਾਂ 'ਚ ਦਿਸੀ ਜਦ ਲੋਕਾਂ 'ਚ ਖੜੀ ਓਹ ਦਿਸ ਗਈ। ਹੌਲੀ ਹੌਲੀ ਡਿੰਗ ਪੱਟ ਉਹ ਤਾਂ ਉਰਾਂ ਨੂੰ ਹੀ ਆ ਗਈ। ਮੈਂ ਪਿੱਠ ਘੁਮਾਉਣੀ ਚਾਹੁੰਦਾ ਸੀ ਪਰ ਕਿਸੇ ਤਰ੍ਹਾਂ ਘੁਮਾ ਨਾ ਸਕਿਆ। ਜਾਣਦਿਆਂ ਹੋਇਆਂ ਵੀ ਅਨਜਾਣ ਬਣਨਾ ਨਹੀਂ ਸੀ ਚਾਹੁੰਦਾ। ਇੰਨੇ ਮੇਰੇ ਮਾਤਾ-ਪਿਤਾ ਵੀ ਮੇਰੇ ਕੋਲ ਮੈਨੂੰ ਬੁਲਾਉਣ ਆ ਗਏ।

ਆਗਿਆ — ਤੂੰ ਵੀ ਆਇਆ ਏਂ 'ਨਿਮਾਣ'?

ਮਾਤਾ ਜੀ — ਹਾਂ ਜੀ ਨਿਮਾਣ ਵੀ ਆਇਆ ਤੇ ਉਸਦੇ ਮਾਤਾ-ਪਿਤਾ ਵੀ।

(**ਉਸਨੇ ਲੈਂਦਿਆਂ ਸਾਰ ਮੇਰੇ ਮਾਪਿਆ ਨੂੰ ਸਤਿ ਸ੍ਰੀ ਅਕਾਲਿ ਬੁਲਾਈ ਤੇ ਆਪਣੇ ਪਿਤਾ ਜੀ ਨਾਲ ਵੀ ਮਿਲਾਇਆ**)

ਦੋਹਾਂ ਦੇ ਘਰਦਿਆਂ ਨੇ ਖੂਬ ਗੱਲਾਂ ਕੀਤੀਆਂ। ਇਹ ਸਮਾਂ ਮੈਂ ਰੋਕ ਦੇਣਾ ਚਾਹੁੰਦਾ ਸੀ। ਨਾ ਵਾਰਤਾਲਾਪ। ਨਾ ਆਪਣਾਪਨ। ਨਾ ਮੇਲ-ਮਿਲਾਪ।

ਅਸੀਂ ਮਾਪਿਆਂ ਨੂੰ ਇਕੱਠੇ ਬਿਠਾ ਦੋਵੇਂ ਭਵਨ ਦੇ ਅੰਦਰ ਵੱਲ ਨੂੰ ਤੁਰ ਪਏ। ਦੋਹਾਂ ਦੀ ਵਾਰਤਾਲਾਪ 'ਚ ਅੱਜ ਵੀ ਚੁੱਪ ਸੀ।

ਆਗਿਆ  — ਤੂੰ ਤਾਂ ਸਾਲ ਬਾਅਦ ਵੀ ਓਹੋ ਜਿਹਾ ਹੀ ਪਿਆ ਏਂ!

ਨਿਮਾਣ  — ਤੂੰ ਕਿਹੜਾ ਬਦਲ ਗਈ ਏਂ।

ਆਗਿਆ  — ਤੂੰ ਤਾਂ ਮੈਨੂੰ ਬਿਨ ਬੁਲਾਏ ਹੀ ਮੁੜ ਜਾਣਾ ਸੀ ਨਾ? ਜੇ ਮੈਂ ਤੈਨੂੰ ਨਾ ਦੇਖਦੀ।

ਨਿਮਾਣ  — ਅੱਜ ਵੀ ਤੂੰ ਸੋਚਣੋਂ ਨਾ ਹਟੀਂ।

ਆਗਿਆ  — ਸੋਚ ਅਸਲੀਅਤ ਨੂੰ ਸਰ ਕਰ ਜਾਂਦੀ ਕਈ ਵਾਰ ਤੇ ਅੱਜ ਉਸਨੇ ਆਪਣਾ ਸਬੂਤ ਦੇ ਜਾਣਾ ਸੀ।

ਨਿਮਾਣ  — ਜੇ ਅਜਿਹਾ ਹੁੰਦਾ, ਫੇਰ ਦੇਖੀ ਜਾਂਦੀ। ਹੁਣ ਤਾਂ ਅਜਿਹਾ ਹੋਣੋ ਰੁਕ ਗਿਆ।

ਆਗਿਆ  — ਕਿੰਨੀ ਅਸਾਨੀ ਨਾਲ ਕਹੀ ਜਾ ਰਿਹਾ। ਚੱਲ ਕੋਈ ਨਹੀਂ। ਆਪਾਂ ਤਾਂ ਅਨਜਾਣ ਰਾਹੀ ਹਾਂ ਅੱਜ ਵੀ। ਖਬਰੇ ਕਿਹੜੇ ਰਸਤੇ ਮਿਲ ਜਾਣਾ।

ਨਿਮਾਣ  — ਅਨਜਾਣ ਹਾਂ। ਇਹ ਤਾਂ ਅੱਜ ਪਤਾ ਲੱਗਿਆ।

ਆਗਿਆ  — ਪਤਾ ਤਾਂ ਤੁਹਾਨੂੰ ਵੀ ਕਦੋਂ ਦਾ ਹੈ। ਸ਼ਬਦਾਂ ਦਾ ਹੇਰ-ਫੇਰ ਨਾ ਕਰੋ।

ਨਿਮਾਣ  — ਸ਼ਬਦ ਅੱਜ ਵੀ ਆਪਣੀ ਵਾਰਤਾਲਾਪ ਦਾ ਹਿੱਸਾ ਨੇ। ਫੇਰ ਮੈਂ ਇਨ੍ਹਾਂ 'ਚ ਤਬਾਦਲੀ ਕਿੱਦਾਂ ਕਰ ਸਕਦਾ ਹਾਂ?

ਆਗਿਆ  — ਇਹ ਸ਼ਬਦ ਵੀ ਮੇਰੇ ਹੱਕ 'ਚ ਕਦੇ ਨਹੀਂ ਖੜੇ ਨਾ? ਹੈਰਾਨੀ ਹੈ ਕਿ ਇਨ੍ਹਾਂ ਨੂੰ ਮੇਰੇ ਤੋਂ ਨਫਰਤ ਹੈ ਜਾਂ ਮੇਰੀ ਪਰਵਾਹ ਨਹੀਂ।

ਨਿਮਾਣ  — ਸ਼ਬਦਾਂ ਦਾ ਸਿਰਜਣਹਾਰ ਇਨਸਾਨ ਹੀ ਹੈ। ਭਾਵੇਂ ਸ਼ਬਦ ਚੰਗੇ ਨੇ ਜਾਂ ਮਾੜੇ ਇਨ੍ਹਾਂ ਦੀ ਘੜਤ ਇਨਸਾਨ ਨੇ ਹੀ ਕੀਤੀ ਹੈ। ਫੇਰ ਪਰਵਾਹ ਹੋਵੇ ਜਾਂ ਨਫਰਤ ਇਨਸਾਨ ਦੀ ਆਪਣੀ ਖੁਆਇਸ਼ ਹੈ। ਸ਼ਬਦ ਸਿਰਫ ਜ਼ਰੀਆ ਹਨ।

ਆਗਿਆ  — ਸਹੀ ਕਿਹਾ। ਇਨ੍ਹਾਂ ਦਾ ਸਿਰਜਣਹਾਰ ਹੀ ਜਦ ਇਨ੍ਹਾਂ ਨੂੰ ਘੜਨਾ ਨਹੀਂ ਚਾਹੁੰਦਾ। ਫੇਰ ਸ਼ਬਦਾਂ ਦਾ ਵੀ ਕੀ ਦੋਸ਼।

ਨਿਮਾਣ  — ਆਗਿਆ! ਉਮੀਦ ਇਨਸਾਨ ਨੂੰ ਕਈ ਵਾਰ ਤੋੜ ਦਿੰਦੀ ਹੈ। ਉਮੀਦ ਦੀ ਰਫੀਕ ਨਾ ਬਣ। ਨਹੀਂ ਸਾਰੀ ਜ਼ਿੰਦਗੀ ਇਸੇ ਦੀ ਝਾਕ 'ਚ ਕੱਢਣੀ ਪੈ ਜਾਣੀ।

ਆਗਿਆ  — ਸਾਰੀ ਜ਼ਿੰਦਗੀ? ਆ ਤੂੰ ਕੀ ਕਹਿ ਦਿੱਤਾ। ਤੈਨੂੰ ਕੀ ਲੱਗਦਾ ਮੈਂ ਸੱਚੀਂ ਇੰਨੀ ਭੋਲੀ ਹਾਂ? ਮੈਨੂੰ ਵੀ ਸਮਝ ਆ ਗਈ ਹੈ ਨਿਮਾਣ। ਤੂੰ ਫਿਕਰ ਨਾ ਕਰ। ਇਸ ਦੀਵੇ ਦੀ ਬੱਤੀ ਨੂੰ ਮੈਂ ਕਦੇ ਵੀ ਸੀਖ ਦਾ ਝੋਕਾ ਨਹੀਂ ਲਾਵਾਂਗੀ।

ਨਿਮਾਣ  — ਇੱਕ ਸਾਲ 'ਚ ਹੀ ਇੰਨੀਆਂ ਸਿਆਣੀਆਂ ਗੱਲਾਂ ਕਰਨ ਲੱਗ ਗਈ।

ਆਗਿਆ — ਸਿਆਣਾ ਇਨਸਾਨ ਨੂੰ ਵਕਤ ਬਣਾਉਂਦਾ ਹੈ। ਤੇ ਕਈ ਵਾਰ ਇਨਸਾਨਾਂ ਦੀ ਸ਼ੈਅ ਇਸਨੂੰ ਹੋਰ ਵਧਾ ਦਿੰਦੀ ਹੈ।

ਨਿਮਾਣ — (*ਅੱਗੋਂ ਚੁੱਪ ਸੀ*)

ਉਸਦੀਆਂ ਗੱਲਾਂ ਚੁੱਭ ਨਹੀਂ ਸੀ ਰਹੀਆਂ ਮੇਰੇ। ਉਸਦਾ ਗੁੱਸਾ ਵੀ ਜਾਇਜ਼ ਸੀ। ਆਪਣਾ ਜੋ ਸਮਝਦੀ ਸੀ ਮੈਨੂੰ, ਸ਼ਾਇਦ ਨਹੀਂ ਵੀ। ਪੂਰਾ ਸਮਾਰੋਹ ਮੈਂ ਅਰਾਮ ਨਾਲ ਹਾਜ਼ਿਰ ਹੋ ਦੇਖਿਆ ਤੇ ਮਾਪਿਆਂ ਨੂੰ ਘਰ ਜਾਣ ਲਈ ਆਖਿਆ। ਆਗਿਆ ਤੇ ਮੇਰੇ ਪਿਤਾ ਜੀ ਦੀ ਅੱਜ ਖਾਸੀ ਸਾਂਝ ਪੈ ਗਈ ਸੀ। ਦੋਹਾਂ ਨੇ ਇੱਕ ਦੂਜੇ ਦਾ ਫੋਨ ਨੰਬਰ ਵੀ ਲੈ ਲਿਆ ਸੀ। ਪਰ ਸਾਡੀਆਂ ਦੋਹਾਂ ਦੀਆਂ ਨਜ਼ਰਾਂ ਇੱਕ ਵਾਰ ਵੀ ਝਾਕਣਾ ਨਹੀਂ ਸੀ ਚਾਹੁੰਦੀਆਂ। ਉਸਨੂੰ ਸ਼ਾਇਦ ਰੋਸਾ ਸੀ ਤੇ ਮੈਨੂੰ ਇਸ ਲਗਾਅ ਤੋਂ ਮੁਕਤ ਹੋਣ ਦੀ ਇੱਛਾ।

# ਅੰਦਰ ਦਾ ਸਵੀਕਾਰਨਾ

ਅੱਜ ਸਾਲ ਡੇਢ ਸਾਲ ਮਗਰੋਂ ਮੈਂ ਵੀ ਸ਼ਹਿਰ ਕੰਮ 'ਤੇ ਲੱਗ ਗਿਆ। ਪੈਸੇ ਦੀ ਕੋਈ ਖਿੱਚ ਨਹੀਂ ਸੀ ਪਰ ਮਾਪਿਆਂ ਦੇ ਵਾਰ-ਵਾਰ ਜ਼ੋਰ ਪਾਏ 'ਤੇ ਮੈਂ ਉਨ੍ਹਾਂ ਦੀ ਗੱਲ ਕੰਨੀ ਪਾ ਲਿੱਤੀ। ਹੁਣ ਤਾਂ ਮੇਰੇ ਪਿਤਾ ਜੀ ਤੇ ਆਗਿਆ ਦੇ ਪਿਤਾ ਜੀ ਦੀ ਕਦੇ ਕਦੇ ਟੈਲੀਫੋਨ 'ਤੇ ਵਾਰਤਾਲਾਪ ਵੀ ਹੋ ਜਾਂਦੀ।

ਅੱਜ ਉਹ ਸਵੇਰ ਸੀ ਜਿਸਨੇ ਮੇਰੀ ਚੱਲਦੀ ਫਿਰਦੀ ਜ਼ਿੰਦਗੀ 'ਚ ਰੰਗ ਘੋਲਿਆ ਸੀ ਜਾਂ ਇਸਨੂੰ ਬਦਰੰਗਾ ਕਰ ਦਿੱਤਾ ਸੀ ਇਹ ਮੈਨੂੰ ਵੀ ਨਹੀਂ ਪਤਾ। ਪਿਤਾ ਜੀ ਨੂੰ ਆਗਿਆ ਦੇ ਪਿਤਾ ਜੀ ਦਾ ਟੈਲੀਫੋਨ ਆਇਆ ਸੀ ਤੇ ਉਹ ਦਸ ਰਹੇ ਸਨ ਕਿ ਉਹ ਆਗਿਆ ਲਈ ਵਰ ਦੀ ਭਾਲ 'ਚ ਨੇ। ਜੇ ਕਿੱਧਰੇ ਕੋਈ ਦੱਸ ਪਾ ਦੇਵੇ ਤਾਂ ਉਹ ਸ਼ੁਕਰ ਗੁਜ਼ਾਰ ਹੋਣਗੇ।

ਮੈਂ ਬੇਚੈਨ ਨਹੀਂ ਸੀ ਸੁਣਕੇ ਕਿਉਂਕਿ ਇਹ ਤਾਂ ਹੋਣਾ ਹੀ ਸੀ। ਜਿਸਤੋਂ ਭੱਜ ਰਿਹਾ ਸਾਂ ਉਹ ਸੱਚਾਈ ਸੀ। ਪਿਤਾ ਜੀ ਕਹਿ ਰਹੇ ਸਨ ਕਿ ਓਹ ਘਰ ਜਵਾਈ ਦੀ ਭਾਲ 'ਚ ਨੇ ਕਿਉਂਕਿ ਆਗਿਆ ਘਰਦਿਆਂ ਦੀ ਕੱਲੀ ਕੱਲੀ ਧੀ ਸੀ ਤੇ ਉਸਦੇ ਪਿਤਾ ਜੀ ਤੋਂ ਵਗੈਰ ਉਨ੍ਹਾਂ ਦੇ ਪਰਿਵਾਰ 'ਚ ਕੋਈ ਹੋਰ ਹੈ ਵੀ ਨਹੀਂ ਸੀ।

(ਪਿਤਾ ਜੀ ਮਾਂ ਨੂੰ)

ਪਿਤਾ ਜੀ — ਅੱਜ ਕੱਲੂ ਤਾਂ ਨਿੰਦਰ ਕਿੱਥੇ ਘਰ ਜਵਾਈ ਮਿਲਦਾ। ਇਹ ਵੀ ਲੱਭਣਾ ਔਖਾ ਹੈ ਅੱਜ ਦੇ ਸਮੇਂ। ਪਹਿਲੇ ਜ਼ਮਾਨੇ ਲੋਕਾਂ ਦੇ ਔਲਾਦ ਜ਼ਿਆਦਾ ਹੁੰਦੀ ਸੀ ਤਾਂ ਮੁੰਡਾ ਦੇਣ ਤੋਂ ਕੋਈ ਕਤਰਾਉਂਦਾ ਨਹੀਂ ਸੀ। ਪਰ ਅੱਜ ਕੱਲੂ ਤਾਂ ਮਸੀਂ ਇੱਕ ਜਾਂ ਦੋ ਨਿਆਣੇ ਹੁੰਦੇ ਘਰ।

ਮਾਂ — ਹਾਂ ਜੀ! ਇਹ ਵੀ ਗੱਲ ਸਹੀ ਹੈ। ਪਰ ਉਸ ਕੁੜੀ ਦੀ ਜ਼ਿੰਦਗੀ 'ਚ ਸਿਰਫ ਉਸਦੇ ਬਾਪੂ ਜੀ ਹੀ ਨੇ। ਓਹ ਓਹਨਾਂ ਨੂੰ ਵੀ ਨਹੀਂ ਛੱਡ ਸਕਦੀ।

ਪਿਤਾ ਜੀ — ਇਹ ਵੀ ਗੱਲ ਸਹੀ ਏ ਤੇਰੀ। ਚੱਲ ਆਪਾਂ ਵੀ ਨਿਗ੍ਹਾ 'ਚ ਰੱਖਾਂਗੇ। ਬਾਕੀ ਆਪੇ ਕਰਤਾਰ ਜਾਣੇ।

ਉਸਦੇ ਰਿਸ਼ਤੇ ਦੀ ਵਾਰਤਾਲਾਪ ਸਾਡੇ ਘਰ ਹੋਣ ਦਾ ਮਤਲਬ ਇਹ ਨਹੀਂ ਸੀ ਕਿ ਮੇਰੇ ਘਰਦੇ ਉਸ ਪ੍ਰਤੀ ਦਿਲੋਂ ਹਮਦਰਦੀ ਕਰਦੇ ਸਨ। ਇਹ ਤਾਂ ਦੁਨਿਆਵੀ ਚੱਲ ਰਹੇ ਚੱਕਰਵਿਊ ਦੇ ਓਹ ਪ੍ਰਾਣੀ ਸਨ ਜਿਨ੍ਹਾਂ ਨੂੰ ਜਿੰਦਾਂ ਚੱਲ ਰਿਹਾ ਵੱਲ ਜ਼ਿਆਦਾ ਧਿਆਨ ਸੀ, ਨਾ ਕਿ ਕਿਉਂ ਹੋ ਰਿਹਾ। ਗੱਲ ਕਰਕੇ ਓਥੇ ਛੱਡ ਦੇਣ ਵਾਲੇ ਜ਼ਰੂਰ ਸਨ।

ਆਗਿਆ ਦੇ ਰਿਸ਼ਤੇ ਦੀ ਗੱਲ ਸੁਣਕੇ ਮੈਂ ਉਸ ਨਾਲ ਇੱਕ ਵਾਰ ਗੱਲ ਜ਼ਰੂਰ ਕਰਨੀ ਚਾਹੁੰਦਾ ਸਾਂ। ਕਿਉਂਕਿ ਫੇਰ ਪਤਾ ਨਹੀਂ ਮੈਂ ਜ਼ਿੰਦਗੀ 'ਚ ਉਸਨੂੰ ਕਦੇ ਬੁਲਾਉਣਾ ਵੀ ਸੀ ਜਾਂ ਨਹੀਂ। ਪਰ ਗੱਲ ਵੀ ਕੀ ਕਰਦਾ? ਆਪਣੇ ਅੰਦਰਲੇ

ਖਿਚਾਅ ਨੂੰ ਮੈਂ ਵਧਾਉਣਾ ਨਹੀਂ ਸੀ ਚਾਹੁੰਦਾ। ਪਰ ਉਸ ਨਾਲ ਗੱਲ ਕਰੇ ਬਿਨਾਂ ਮੋਥੋਂ ਰਿਹਾ ਵੀ ਨਹੀਂ ਸੀ ਜਾਣਾ। ਅੱਜ ਦਿਲ ਕਰਦਾ ਸੀ ਕਿ ਅਸੀਂ ਦੋਵੇਂ ਬੈਠ ਦਿਲ ਦੀਆਂ ਗੱਲਾਂ ਕਰੀਏ। ਕੋਈ ਰੂਹਾਨੀ ਬਾਤ ਪਾਈਏ। ਉਸ ਰੱਬ ਵੱਲ ਇਕੱਠੇ ਤੱਕੀਏ। ਫੇਰ ਸਮਾਂ ਰੁੱਕ ਜਾਵੇ। ਫੇਰ ਕਦਮ ਨਾਲ ਕਦਮ ਮਿਲਾਈਏ। ਮੈਨੂੰ ਉਹ ਹੱਸਕੇ ਦਿਖਾਵੇ, ਰੋ ਕੇ ਦਿਖਾਵੇ। ਆਪਣੇ ਦਿਲ ਦਾ ਹਾਲ ਸੁਣਾਵੇ। ਮੇਰੇ ਨਾਲ ਗੱਲਾਂ ਕਰੇ। ਕਿਉਂ ਇੰਨਾ ਰੋਸਾ ਕਰ ਲਿੱਤਾ ਉਸਨੇ। ਕਿਉਂ ਝੱਲੀ ਮੇਰੀ ਚੁੱਪ ਵੱਲ ਚਲੀ ਗਈ। ਕਿਉਂ ਉਹ ਅੱਜ ਇੰਨੀ ਦੂਰ ਹੋ ਗਈ? ਦੋਸਤ ਤਾਂ ਸੀ ਹੀ, ਕੀ ਉਸਨੇ ਦੋਸਤੀ ਵੀ ਵਿਸਾਰ ਦਿੱਤੀ?

ਅਸੀਂ ਤਾਂ ਉਹ ਰਾਹੀ ਸੀ ਜਿਨ੍ਹਾਂ ਨੂੰ ਮੰਜ਼ਿਲ ਤੱਕ ਨਹੀਂ ਸੀ ਪਤਾ ਕਿਉਂਕਿ ਮੰਜ਼ਿਲ ਵੀ ਰਾਹ ਬਣਾਏ 'ਤੇ ਬਣਦੀ ਹੈ। ਤੇ ਰਾਹ ਬਣਾਉਣ ਲਈ ਸਾਡੇ ਦੋਹਾਂ 'ਚੋਂ ਇੱਕ ਨੇ ਵੀ ਭਾਵਨਾ ਵਿਅਕਤ ਨਹੀਂ ਸੀ ਕੀਤੀ। ਮੈਨੂੰ ਮੇਰੀ ਕਲਪ ਲੈ ਬੈਠੀ ਤੇ ਉਸਨੂੰ ਉਸਦੀ ਇੱਜ਼ਤ। ਮੈਂ ਕਦੇ ਸਮਾਜ ਨੂੰ ਅਹਿਮੀਅਤ ਨਹੀਂ ਸੀ ਦਿੱਤੀ ਤੇ ਉਸਨੇ ਕਦੇ ਬਿਨ ਸਮਾਜ ਕੋਈ ਡਿੰਗ ਨਹੀਂ ਸੀ ਪੁੱਟੀ। ਜਾਇਜ਼ ਸੀ ਉਸਦੇ ਸਾਰੇ ਕਦਮ ਕਿਉਂਕਿ ਉਸਨੂੰ ਉਸਦੀ ਬਾਪੂ ਜੀ ਦੀ ਪੱਗ ਦੀ ਫਿਕਰ ਸੀ ਤੇ ਮੈਂ ਉਸ ਗੱਲ ਲਈ ਉਸਦੀ ਕਦਰ ਕਰਦਾ ਸਾਂ। ਇਸੇ ਲਈ ਉਸਨੂੰ ਅਲੱਗ ਸਮਝਦਾ ਸਾਂ। ਉਹਨੂੰ ਉੱਪਰ ਮੰਨਦਾ ਸਾਂ। ਪਰ ਮੈਂ ਉਸਨੂੰ ਅਪਣਾਉਣ ਲਈ ਆਪਣੀ ਕਲਪ ਵੀ ਕਿਵੇਂ ਮਾਰ ਦਿੰਦਾ।

ਜੋ ਦੁਨੀਆਂ ਨੂੰ ਹੁੰਦਾ ਹੈ ਓਹ ਸਾਨੂੰ ਕਦੇ ਨਹੀਂ ਸੀ ਹੋਇਆ। ਨਾ ਕੋਈ ਆਸ਼ਿਕੀ ਦਾ ਭੂਤ ਸਵਾਰ। ਨਾ ਪਿਆਰ ਦੀਆਂ ਬਾਤਾਂ। ਨਾ ਜਿਸਮਾਨੀ ਖਿੱਚ। ਬਸ ਇੱਕ ਦੂਜੇ ਨੂੰ ਇੱਕ ਦੂਜੇ ਦੀ ਰੂਹ ਟੁੰਬ ਗਈ ਸੀ। ਜਦੋਂ ਖਿਆਲ ਰੂਹ ਦਾ ਹੋਵੇ ਫੇਰ ਇਹ ਸਮਾਂ, ਦੂਰੀ, ਤੇ ਜਗਾਹ ਕੋਈ ਫਰਕ ਨਹੀਂ ਪੈਣ ਦਿੰਦੇ। ਅਸੀਂ ਕਿਹੜਾ ਇੱਕ ਦੂਜੇ ਨਾਲ ਗੱਲ ਕਰਦੇ ਸਾਂ ਜਿਵੇਂ ਜੱਗ ਕਰਦਾ ਸੀ ਪਰ ਫੇਰ ਵੀ ਪਤਾ ਨਹੀਂ ਕਿਉਂ ਇੱਕ ਦੂਜੇ ਨੂੰ ਚੰਗੀ ਤਰ੍ਹਾਂ ਜਾਣਦੇ ਸਾਂ। ਓਹ ਜਾਣ-ਪਹਿਚਾਣ ਜੋ ਲੋਕਾਂ ਨੂੰ ਕਈ ਵਾਰ ਇੱਕ ਦੂਜੇ ਨਾਲ ਇੰਨੇ ਸਾਲ ਬਿਤਾਕੇ ਵੀ ਨਹੀਂ ਹੁੰਦੀ। ਇੱਕ ਦੂਜੇ ਦੇ ਸੁਭਾਅ ਦੀ ਪ੍ਰਵਾਨਗੀ, ਸਬਰ ਤੇ ਸਹਿਣਸ਼ੀਲਤਾ ਦੀ ਚੰਗੀ ਤਰ੍ਹਾਂ ਪਰਖ ਸੀ ਸਾਨੂੰ। ਕਿਉਂਕਿ ਇੱਕ ਦੂਜੇ ਨਾਲ

ਅਸੀਂ ਦਰਦ ਸਾਂਝਾ ਕੀਤਾ ਸੀ, ਖੁਸ਼ੀ ਨਹੀਂ। ਇਹ ਦਰਦ ਕਦ ਆਪਣੇਪਨ 'ਚ ਬਦਲ ਗਿਆ, ਇਹ ਦੋਹਾਂ ਨੂੰ ਹੀ ਨਹੀਂ ਪਤਾ ਚੱਲਾ ਸੀ। ਮੈਂ ਤਾਂ ਇੰਨਾ ਬੇਸੌੜੀ ਸਾਂ ਕਿ ਉਸ ਕੋਲੋਂ ਦੂਰ ਹੋਣ ਦੇ ਹਰ ਟੋਟਕੇ ਅਪਨਾਕੇ ਦੇਖ ਲਿਤੇ ਸੀ ਪਰ ਫੇਰ ਵੀ ਉਸਨੂੰ ਆਪਣੀ ਜ਼ਿੰਦਗੀ 'ਚੋਂ ਵਿਸਾਰ ਨਾ ਸਕਿਆ। ਜ਼ਿੰਦਗੀ ਦਾ ਚਾਲਾ ਚਾਹੇ ਕਿੰਨਾ ਹੀ ਵਿਅਸਬ ਸੀ ਪਰ ਫਿਰ ਵੀ ਜਦ ਇਕੱਲਾ ਬੈਠਦਾ ਸਾਂ ਤਾਂ ਖਿਆਲ ਉਸਦਾ ਹੀ ਆਉਂਦਾ ਸੀ।

ਮੈਂ ਮੰਨ ਲਿਆ ਸੀ ਕਿ ਆਗਿਆ ਨਾਲ ਮੈਂ ਜ਼ਿੰਦਗੀ ਕੱਟ ਸਕਦਾ ਹਾਂ ਤੇ ਨਾਲ ਮੈਨੂੰ ਇਹ ਵੀ ਯਾਦ ਸੀ ਕਿ ਮੈਂ ਇਸ ਦੁਨਿਆਵੀ ਝਮੇਲੇ 'ਚ ਨਹੀਂ ਪੈਣਾ ਚਾਹੁੰਦਾ। ਇਸ ਕਰਕੇ ਮੈਂ ਆਗਿਆ ਨਾਲ ਅਖੀਰਲੀ ਵਾਰ ਗੱਲ ਕਰਕੇ ਇਹ ਸਿਲਸਿਲਾ ਉਰੇ ਹੀ ਬੰਦ ਕਰ ਦੇਵਾਂਗਾ। ਕਿਉਂਕਿ ਵਿਆਹ ਮੈਂ ਕਰਾ ਨਹੀਂ ਸੀ ਸਕਦਾ ਤੇ ਜਜ਼ਬਾਤ ਬਿਆਨ ਕਰਕੇ ਮੈਂ ਉਸਨੂੰ ਅੱਗੇ ਵਧਣ ਤੋਂ ਰੋਕ ਨਹੀਂ ਸੀ ਸਕਦਾ। ਮੈਂ ਉਸਦੀ ਜ਼ਿੰਦਗੀ ਨਾਲ ਬਾਜੀ ਨਹੀਂ ਸੀ ਲਾ ਸਕਦਾ। ਨਾਟਕ ਨਹੀਂ ਸੀ ਰਚਾ ਸਕਦਾ। ਕੋਈ ਉਲਝੇਵਾਂ ਨਹੀਂ ਸੀ ਪਾ ਸਕਦਾ।

ਅੱਜ ਦੁਪਹਿਰ ਦੇ ਕੋਈ ਦੋ-ਤਿੰਨ ਕੁ ਵਜੇ ਮੈਂ ਆਗਿਆ ਨੂੰ ਟੈਲੀਫੋਨ ਘੁਮਾਇਆ। ਜਿਵੇਂ ਰੱਬ ਨੂੰ ਹੀ ਕਾਹਲੀ ਹੋਵੇ ਇਹ ਤਰਕ-ਵਿਤਰਕ ਮਿਟਾਉਣ ਦੀ, ਓਵੇਂ ਹੀ ਆਗਿਆ ਨੇ ਝੱਟ ਫੋਨ ਚੱਕ ਲਿਆ।

ਨਿਮਾਣ — ਸਤਿ ਸ਼੍ਰੀ ਅਕਾਲਿ! ਕੀ ਹਾਲ ਐ?

ਆਗਿਆ — ਸਤਿ ਸ੍ਰੀ ਅਕਾਲ ਨਿਮਾਣ। ਮੈਂ ਵਧੀਆ ਤੂੰ ਸੁਣਾ?

ਨਿਮਾਣ — ਮੈਂ ਵੀ ਵਧੀਆ।

ਆਗਿਆ — ਅੱਜ ਕਿਵੇਂ ਫੋਨ ਕਰ ਲਿਤਾ।

ਨਿਮਾਣ — ਫੋਨ ਇੱਕ ਦੂਜੇ ਦਾ ਹਾਲ ਚਾਲ ਪੁੱਛਣ ਲਈ ਹੀ ਬਣੇ।

ਆਗਿਆ — ਮੇਰਾ ਹਾਲ ਤੇ ਚਾਲ ਤੂੰ ਚੰਗੀ ਤਰ੍ਹਾਂ ਜਾਣਦੇ ਹੋਏ ਵੀ ਫੋਨ ਕੀਤਾ?

ਨਿਮਾਣ — ਮੈਨੂੰ ਤੇਰਾ ਹਾਲ ਕਿੱਦਾਂ ਪਤਾ ਹੋ ਸਕਦਾ? ਆਪਾਂ ਕਿਹੜਾ ਰੋਜ਼ ਮਿਲਦੇ ਹਾਂ।

ਆਗਿਆ — ਪਰ ਮੈਨੂੰ ਤਾਂ ਤੇਰਾ ਪਤਾ ਹੈ।

ਨਿਮਾਣ — ਜੇ ਪਤਾ ਹੈ ਤਾਂ ਫੇਰ ਤੂੰ ਜਾਣੀਜਾਣ ਏ। ਮੈਂ ਥੋੜ੍ਹੀ।

ਆਗਿਆ — ਜਿਹੜੇ ਜਾਣੀਜਾਣ ਹੋਕੇ ਵੀ ਅਣਜਾਣ ਬਣਦੇ। ਤੂੰ ਓਹ ਏ ਨਿਮਾਣ।

ਨਿਮਾਣ — ਤੂੰ ਫੋਨ 'ਤੇ ਵੀ ਲੜੀ ਜਾਣਾ ਹੁਣ। ਮੈਂ ਨਹੀਂ ਕਰਦਾ ਅੱਗੇ ਤੋਂ ਜੇ ਤੂੰ ਕਹਿਨੀ ਏ।

ਆਗਿਆ — ਜਿਵੇਂ ਤੁਹਾਡੀ ਮਰਜ਼ੀ। ਅੱਜ ਤੱਕ ਤੇਰੀ ਚੱਲੀ, ਹੁਣ ਵੀ ਤੇਰੀ ਸਹੀ।

(**ਇਹ ਸੁਣ ਮੈਂ ਫੋਨ ਕੱਟ ਦਿੱਤਾ। ਗੁੱਸੇ ਨਹੀਂ ਸਾਂ ਮੈਂ ਪਰ ਬਹਾਨਾ ਮਿਲ ਗਿਆ ਸੀ। ਇੱਕ ਟਿਕਾਅ ਮਿਲ ਗਿਆ ਇਸਤੋਂ ਮੁਕਤ ਹੋਣ ਦਾ। ਜਿਵੇਂ ਤਸੱਲੀ ਹੋ ਗਈ ਹੋਵੇ।**)

ਆਪਣੇ ਅੰਦਰ ਨੂੰ ਸਵੀਕਾਰ ਕੇ, ਤੇ ਉਸ ਨਾਲ ਆਖਰੀ ਵਾਰ ਗੱਲ ਕਰਕੇ ਮੈਂ ਸੰਤੁਸ਼ਟ ਹੋ ਗਿਆ ਸਾਂ। ਪਰ ਇਹ ਸੰਤੁਸ਼ਟੀ ਕੁਝ ਪਲ ਲਈ ਸੀ ਜਾਂ ਅਮਿੱਟ ਸੀ, ਇਹ ਵਕਤ ਜਾਣਦਾ ਸੀ।

# ਇਕੱਲ ਦਾ ਹਾਣੀ

ਆਸ਼ਿਕ ਬਣਾ ਦਿੱਤਾ ਸੀ ਮੈਨੂੰ ਮੇਰੇ ਦਿਲ ਦੀ ਕਲਪ ਨੇ ਪਰ ਇਹ ਆਸ਼ਿਕੀ ਕਿਸੇ ਮਹਿਲਾ ਨਾਲ ਨਹੀਂ ਮੈਨੂੰ ਮੇਰੀ ਇਕੱਲਤਾ ਨਾਲ ਸੀ। ਤੇਈ-ਚੌਵੀ ਵਰ੍ਹੇ ਦੀ ਉਮਰ 'ਚ ਜੋ ਸਭ ਨੂੰ ਹੁੰਦਾ, ਉਸ ਵਿੱਚੋਂ ਹੋ ਮੈਂ ਵੀ ਲੰਘ ਗਿਆ ਸੀ। ਉਡੀਕ ਸੀ ਕਿ ਕਦ ਇਹ ਬਦਹਵਾਸੀ ਵਾਲੀ ਉਮਰ ਲੰਘ ਜਾਵੇ ਤੇ ਮੈਨੂੰ ਇਕੱਲ ਮਿਲ ਜਾਵੇ। ਉਹ ਇਕੱਲ ਜਿੱਥੇ ਮੈਂ ਤੇ ਮੇਰਾ ਰੱਬ ਹੋਵੇ, ਮੇਰੇ ਸਵਾਲ ਤੇ ਉਸਦੇ ਜਵਾਬ ਹੋਣ। ਜਿੱਥੇ ਮੈਂ ਆਪਣੀ ਜ਼ਿੰਦਗੀ ਕਿਸੇ ਚੰਗੇ ਕਾਰਜਕਾਰ ਦੇ ਲੇਖੇ ਲਗਾ ਸਕਾ। ਪਰ ਜਦ ਦੇ ਇਹ ਵੀਹਵੇਂ ਵਰ੍ਹੇ ਦੀ ਉਮਰ ਤੋਂ ਲੈਕੇ ਜੋ ਮੇਰੀ ਜ਼ਿੰਦਗੀ 'ਚ ਉਤਰਾਅ-ਚੜ੍ਹਾ ਆਏ ਮੈਂ ਆਪਣੀ ਜ਼ਿੰਦਗੀ ਦਾ ਮਕਸਦ ਹੀ ਭੁੱਲ ਗਿਆ ਸਾਂ। ਕੰਮ ਕਰਕੇ ਵੀ ਇਹ ਮਿਲੇ ਪੈਸੇ ਮੈਨੂੰ ਖੁਸ਼ੀ ਨਾ ਦਿੰਦੇ। ਮੈਂ ਲੱਭ ਰਿਹਾ ਸਾਂ ਆਪਣੀ ਹੋਂਦ ਦੇ ਵਹਾਉ ਨੂੰ। ਹੁਣ ਸੋਚ ਲਿੱਤਾ ਸੀ ਕਿ ਇਸ ਜ਼ਿੰਦਗੀ ਦੀ ਪੱਟੜੀ ਨੂੰ ਅੱਗੇ ਵਧਾਵਾਂ, ਜਿਸਤੋਂ ਮੇਰਾ ਮਨ ਨਾ ਅੱਕੇ ਤੇ ਮੈਂ ਕੁਝ ਸਾਲਾਂ ਲਈ ਚੰਚਲ ਰਹਾਂ।

ਮੈਂ ਮਾਤਾ ਤੇ ਪਿਤਾ ਜੀ ਦੋਹਾਂ ਨੂੰ ਕਹਿਣਾ ਚਾਹੁੰਦਾ ਸੀ ਇਹ ਗੱਲ। ਚੰਗਾ ਵਕਤ ਦੇਖ ਮੈਂ ਅੱਜ ਇਹ ਵਾਰਤਾਲਾਪ ਸ਼ੁਰੂ ਦਿੱਤੀ।

ਨਿਮਾਣ — ਪਿਤਾ ਜੀ! ਮੈਂ ਆਪਣੀ ਜ਼ਿੰਦਗੀ ਇੰਨੀ ਅਕਾ ਕੇ ਨਹੀਂ ਕੱਢ ਸਕਦਾ ਕਿਉਂਕਿ ਮੈਨੂੰ ਮੇਰੀ ਹੋਂਦ ਦਾ ਕੋਈ ਲਾਭ ਨਹੀਂ ਲੱਗ ਰਿਹਾ।

ਪਿਤਾ ਜੀ — ਅੱਕਣ ਨੂੰ ਕੌਣ ਕਹਿੰਦਾ ਪੁੱਤ। ਖ਼ੁਸ਼ ਹੋ। ਜਵਾਨੀਆਂ ਮਾਣ। ਦਿਨ ਕਟੀ ਤਾਂ ਅਸੀਂ ਕਰਦੇ ਹਾਂ।

ਨਿਮਾਣ — ਤਾਂ ਹੀ ਮੈਂ ਇਹ ਦਿਨ ਕਟੀ 'ਚ ਪੈਣਾ ਨਹੀਂ ਚਾਹੁੰਦਾ। ਮੈਂ ਇਸ ਉਲਝੇਵੇਂ ਦਾ ਪਾਤਰ ਵੀ ਨਹੀਂ ਬਣਨਾ ਚਾਹੁੰਦਾ।

ਪਿਤਾ ਜੀ — ਜ਼ਿੰਦਗੀ ਤਾਂ ਇਹੀ ਹੈ ਪੁੱਤਰ ਜੀ। ਜਿੰਨੀ ਦੇਰ ਭੱਜਣਾ ਹੈ ਭੱਜ ਲਵੋ। ਆਖਿਰ ਲੱਤ ਏਸੇ 'ਚ ਅੜੂਨੀ ਹੈ।

ਨਿਮਾਣ — ਇਹ ਗੱਲ ਤਾਂ ਤੁਸੀਂ ਚਹੈਂਤੀ ਵਿੱਚ ਕਹਿ ਦਿੱਤੀ। ਜ਼ਰੂਰੀ ਨਹੀਂ ਕਿ ਹਰ ਕੋਈ ਜ਼ਿੰਦਗੀ ਤੁਹਾਡੀ ਤਰ੍ਹਾਂ ਕੱਟਦਾ ਹੈ?

ਪਿਤਾ ਜੀ — ਜੇ ਸਾਡੀ ਤਰ੍ਹਾਂ ਨਹੀਂ ਕੱਟਦਾ ਹੈ। ਹੋਰ ਕਿਸ ਤਰ੍ਹਾਂ ਕੱਟਦੇ ਨੇ ਲੋਕ? ਕੀ ਉਹ ਵਿਆਹੁਦੇ ਨਹੀਂ? ਜਾਂ ਕੀ ਉਹ ਮਾਪੇ ਨਹੀਂ ਬਣਦੇ? ਜਾਂ ਕੀ ਉਹ ਘਰ ਨਹੀਂ ਵਸਾਉਂਦੇ? ਜੇ ਵਸਾਉਂਦੇ ਨੇ, ਫੇਰ ਲੜੀਵਾਰ ਧਾਰਾ ਇਹ ਚੱਲਣੀ ਏ। ਜੇ ਤੁਹਾਨੂੰ ਪੁੱਤਰ ਜੀ ਇਹ ਲੱਗਦਾ ਕਿ ਵਸਾਉਂਦੇ ਨਹੀਂ, ਫੇਰ ਤੁਸੀਂ ਦੁਨੀਆਂ ਦੇਖੀ ਨਹੀਂ ਹੈ।

ਨਿਮਾਣ — ਮੈਂ ਐਦਾਂ ਕਦ ਕਿਹਾ ਬਾਪੂ ਜੀ ਕਿ ਲੋਕੀਂ ਘਰ ਨਹੀਂ ਵਸਾਉਂਦੇ। ਬਲਕਿ ਘਰ ਵਸਾਉਣ ਦੀ ਚਾਹਨਾ ਤਾਂ ਓਹਨਾਂ 'ਚ ਵੀਹਵੇ ਵਰ੍ਹੇ ਤੋਂ ਹੋ ਜਾਂਦੀ ਹੈ। ਕਾਮ, ਇਸ਼ਕ, ਵਾਸਨਾ ਹਰ ਇਨਸਾਨ ਦੇ ਚਰਿੱਤਰ 'ਚ ਹੁੰਦੀ ਹੈ। ਪਰ ਵੱਸ ਕਰਨਾ ਵੀ ਆਪਣੇ ਹੱਥ ਹੁੰਦਾ ਹੈ।

ਪਿਤਾ ਜੀ — ਵੱਸ ਵੀ ਹੋ ਜਾਂਦਾ ਹੈ ਪੁੱਤਰ। ਪਰ ਤੈਨੂੰ ਕੀ ਲੱਗਦਾ ਕਿ ਵਿਆਹ ਲੋਕੀਂ ਕਾਮ-ਵਾਸਨਾ ਦੀ ਪੂਰਤੀ ਲਈ ਕਰਦੇ ਨੇ?

ਨਿਮਾਣ — ਕਾਮ-ਵਾਸਨਾ ਦਾ ਵੀ ਬਹਾਨਾ ਹੋ ਸਕਦਾ ਬਾਪੂ ਜੀ। ਇਹ ਅਹਿਸਾਸ ਤਾਂ ਹਰ ਇੱਕ ਦੇ ਅੰਦਰ ਪੈਦਾ ਹੁੰਦਾ ਹੈ, ਸ਼ਾਇਦ ਇਸ 'ਤੇ ਨਿਯੰਤਰਣ ਬਣਾਉਣ 'ਚ ਲੋਕੀਂ ਅਸਫਲ ਹੋ ਜਾਂਦੇ ਹਨ।

ਪਿਤਾ ਜੀ — ਸੰਭੋਗ ਤੇ ਨਿਰੋਧ ਕਰਨਾ, ਇਸ ਸ੍ਰਿਸ਼ਟੀ ਦੀ ਚੱਲ ਰਹੀ ਵਿਯੋਤਬੰਧੀ 'ਚ ਰੁਕਾਵਟ ਹੈ। ਪਰ ਇਹ ਸਭ ਪ੍ਰਮਾਤਮਾ ਦੀ ਹਜ਼ੂਰੀ ਤੋਂ ਬਾਅਦ ਕਰਨਾ, ਇੱਕ ਬਰਕਤ ਹੈ।

ਨਿਮਾਣ — ਇਸ ਬਰਕਤ ਦਾ ਹਿੱਸੇਦਾਰ, ਹਰ ਕੋਈ ਬਣ ਰਿਹਾ ਹੈ ਸੰਸਾਰ 'ਤੇ। ਮੈਂ ਬਣਾ ਜਾਂ ਨਾ, ਤਾਂ ਵੀ ਕੋਈ ਫਕਰ ਨਹੀਂ। ਇਹ ਸ੍ਰਿਸ਼ਟੀ ਨੂੰ ਇੱਕ ਦੀ ਉਤਪਤੀ ਰੁਕਣ ਨਾਲ ਕੋਈ ਵਿਵਧਤਾ ਨਹੀਂ ਪੈਣੀ।

ਪਿਤਾ ਜੀ — ਜਿਵੇਂ ਤੇਰੀ ਮਰਜ਼ੀ ਪੁੱਤਰ। ਜ਼ੋਰ ਨਾਲ ਰਿਸ਼ਤੇ ਜਿੱਤ ਨਹੀਂ ਹੁੰਦੇ, ਖੁੱਲ ਨਾਲ ਰਿਸ਼ਤੇ ਮਜ਼ਬੂਤ ਰਹਿੰਦੇ ਨੇ। ਮੈਂ ਅੱਜ ਤੱਕ ਤੈਨੂੰ ਬਲ ਪੂਰਵਕ ਕਦੇ ਨਹੀਂ ਸਮਝਾਇਆ। ਸਭ ਤੇਰੀ ਖੁਆਇਸ਼ ਹੈ। ਜਿਵੇਂ ਤੂੰ ਖੁਸ਼ ਏਂ। ਅਸੀਂ ਤੇਰੀ ਖੁਸ਼ੀ 'ਚ ਰਾਜ਼ੀ ਤੇ ਹਾਜ਼ਿਰ ਹਾਂ।

ਨਿਮਾਣ — ਪਿਤਾ ਜੀ ਮੈਂ ਸ਼ੁਰਕ ਗੁਜ਼ਾਰ ਹਾਂ ਕਿ ਮੈਨੂੰ ਤੁਹਾਡੇ ਵਰਗੇ ਮਾਪੇ ਮਿਲੇ। ਮੈਂ ਤੁਹਾਡਾ ਦੇਣ ਕਦੇ ਨਹੀਂ ਦੇ ਸਕਦਾ। ਪਰ ਮੈਂ ਅੱਗੇ ਅਧਿਐਨ ਕਰਨਾ ਚਾਹੁੰਦਾ ਹਾਂ। ਪੜ੍ਹਨਾ ਚਾਹੁੰਦਾ ਹਾਂ। ਅੱਗੇ ਵੱਧਣਾ ਚਾਹੁੰਦਾ ਹਾਂ।

ਪਿਤਾ ਜੀ — (**ਮੇਰਾ ਫੈਸਲਾ ਸੁਣ ਓਹ ਖੁਸ਼ ਸਨ**)
ਜ਼ਰੂਰ ਪੁੱਤਰ! ਮੈਂ ਤੇਰੇ ਇਸ ਫੈਸਲੇ 'ਚ ਨਾਲ ਹਾਂ।

ਪਿਤਾ ਜੀ ਦੀ ਹਾਂ ਸੁਣ ਮੈਂ ਵੀ ਖੁਸ਼ ਸੀ। ਓਹ ਖੁਸ਼ ਸਨ ਕਿ ਮੇਰੀ ਜ਼ਿੰਦਗੀ ਘੱਟੋ-ਘੱਟ ਚੱਲ ਤਾਂ ਰਹੀ ਹੈ। ਨਹੀਂ ਰੁਕੀ ਹੋਈ ਦੇਖ ਤਾਂ ਉਹ ਵੀ ਦੁਖੀ ਹੀ ਹੁੰਦੇ ਸਨ। ਮਾਤਾ ਜੀ ਦੀ ਖੁਸ਼ੀ ਦਾ ਇਸ ਵਾਰਤਾਲਾਪ ਤੋਂ ਬਾਅਦ ਕੋਈ ਟਿਕਾਣਾ ਨਹੀਂ ਰਿਹਾ।

# ਸੱਜਰੀ ਜਿਲਦ

ਹੁਣ ਮੈਂ ਮਾਸਟਰਸ ਕਰਨ ਲਈ ਪੰਜਾਬੀ ਯੂਨੀਵਰਸਿਟੀ ਪਟਿਆਲਾ ਵਿੱਚ ਦਾਖਲਾ ਲੈ ਲਿੱਤਾ। ਕੋਈ ਇੱਕ-ਸਵਾ ਕੁ ਘੰਟਾ ਲੱਗਦਾ ਸੀ ਮੈਨੂੰ ਬੱਸ 'ਚ ਓਥੇ ਜਾਣ ਨੂੰ। ਮੈਂ ਰਿਹਾਇਸ਼ ਓਥੇ ਕਰਨ ਦੀ ਵਜਾਏ ਘਰੋਂ ਜਾਣਾ ਆਉਣਾ ਸਹੀ ਸਮਝਿਆ ਕਿਉਂਕਿ ਇਸ ਨਾਲ ਮਾਤਾ ਜੀ ਦਾ ਦਿਲ ਵੀ ਸਥਿਰ ਰਹਿੰਦਾ। ਨਹੀਂ ਤਾਂ ਮੇਰੇ ਓਰੇ ਪਰਾਂ ਰਹਿਣ 'ਤੇ ਓਨ੍ਹਾਂ ਦਾ ਦਿਲ ਕਿੰਨਾ ਕਾਹਲਾ ਪੈਂਦਾ, ਇਹ ਮੈਂ ਦੇਖ ਚੁੱਕਾ ਸਾਂ। ਓਨ੍ਹਾਂ ਨੂੰ ਦੁਬਾਰਾ ਪੀੜ ਦੇਣ ਦਾ ਅਨੁਭਵ ਮੈਂ ਕਰਨਾ ਵੀ ਨਹੀਂ ਸੀ ਚਾਹੁੰਦਾ। ਮੈਂ ਇੱਕ ਨਵੀਂ ਸ਼ੁਰੂਆਤ 'ਚ ਸੀ। ਨਵੀਂ ਸਵੇਰ ਸੀ। ਇੱਕ ਵੱਖਰਾ ਅਧਿਆਇ ਸੀ ਤੇ ਇੱਕ ਸੱਜਰੀ ਜਿਲਦ ਸੀ ਜਿਸਦੇ ਪਹਿਲੇ ਤੇ ਅਖੀਰੀ ਪੰਨੇ ਨੂੰ ਮੈਂ ਖੁਸ਼ੀਆਂ ਤੇ ਕੁਝ ਚੰਗਾ ਲਿਖਕੇ ਤੇ ਕਰਕੇ ਹੀ ਭਰਨਾ ਚਾਹੁੰਦਾ ਸਾਂ। ਇਨ੍ਹਾਂ ਪੰਨਿਆਂ ਲਈ ਮੈਂ ਕਿਸੇ ਇੱਕ ਦੇ ਵੀ ਹੰਝੂਆਂ ਨਾਲ, ਆਪਣੀ ਕਲਮ ਲਬੇੜਨਾ ਨਹੀਂ ਸੀ ਚਾਹੁੰਦਾ।

ਇਹ ਜਿਲਦ ਮੈਂ ਖ਼ੁਦ ਉਕੇਰੀ ਸੀ। ਇਕ ਵੱਖਰੀ। ਨਵੀਂ ਤੇ ਸੱਜਰੀ। ਪਿਛਲਾ ਸਭ ਪਿੱਛੇ ਛੱਡ ਨਵੇਂ ਲੋਕਾਂ ਨੂੰ ਮਿਲਣਾ ਇਕ ਨਵਾਂ ਤਜ਼ੁਰਬਾ ਕਰਨਾ ਬਹੁਤ ਚੰਗਾ ਲੱਗ ਰਿਹਾ ਸੀ। ਜਿਵੇਂ ਹਨੇਰੇ ਤੋਂ ਬਾਅਦ ਚਾਨਣ। ਰਾਤ ਤੋਂ ਬਾਅਦ ਦਿਨ। ਦੁਖ ਤੋਂ ਬਾਅਦ ਸੁੱਖ। ਓਵੇਂ ਹੀ ਮੇਰੀ ਕਹਾਣੀ ਸੀ, ਸਭ ਕੁਝ ਨਵਾਂ। ਕਦੇ ਮੌਤ ਤੋਂ ਬਾਅਦ ਵੀ ਜਨਮ ਹੁੰਦਾ ਦੇਖਿਆ! ਮੈਂ ਸਾਰੇ ਜਜ਼ਬਾਤਾਂ ਤੋਂ ਦੀ ਲੰਘ ਤੇ ਉੱਪਰ ਉੱਠ ਅੱਜ ਇੱਥੇ ਪਹੁੰਚਾ ਸਾਂ। ਮੇਰੇ ਹਾਲਾਤ ਭਾਵੇਂ ਇੰਨੇ ਮਾੜੇ ਨਹੀਂ ਸਨ ਪਰ ਮੇਰੇ ਜਜ਼ਬਾਤਾਂ ਨੇ ਮੈਨੂੰ ਜ਼ਿੰਦਗੀ ਦੀ ਓਹ ਗਹਿਰਾਈ ਦਿਖਾ ਦਿੱਤੀ ਸੀ ਜਿਸ ਤੋਂ ਮਗਰੋਂ ਹੁਣ ਗਮ, ਉਦਾਸੀ ਤੇ ਖ਼ੁਸ਼ੀ ਦਾ ਕੋਈ ਅੰਤਰ ਨਾ ਲੱਗਦਾ।

ਨਵੇਂ ਨਵੇਂ ਲੋਕ ਸੀ ਯੂਨੀਵਰਸਿਟੀ। ਜੋਟੇ। ਟੋਲੇ। ਮੰਡਲੀ। ਧੜੇ। ਜੱਥੇ। ਸਭ ਸੀ ਉਥੇ। ਸਭ ਨਾਲ ਹੱਸਦਾ ਖੇਡਦਾ ਮੈਂ ਪਰ ਇਕ ਦਾਇਰੇ 'ਚ ਰਹਿਕੇ। ਮੈਂ ਆਪਣੀ ਸ਼ਖਸ਼ੀਅਤ ਆਪ ਬਣਾਉਣੀ ਸੀ ਇੱਥੇ। ਤੇ ਆਪਣਾ ਵਿਅਕਤਿਤਵ ਇਕ ਗੰਭੀਰ ਇਨਸਾਨ ਦੇ ਰੂਪ 'ਚ ਸਿਰਜਣਾ ਚਾਹੁੰਦਾ ਸੀ। ਜਿਸਨੂੰ ਗਿਆਨ ਦਾ ਭੰਡਾਰ ਹੋਵੇ। ਕਿਤਾਬਾਂ ਨਾਲ ਪਿਆਰ ਹੋਵੇ। ਰੱਬੀ ਮਿਲਾਪ ਹੋਵੇ। ਥੋੜੀ ਇਕਲ ਹੋਵੇ। ਰਾਸਤਾ ਵੱਖਰਾ ਹੋਵੇ। ਮੇਲ ਸਭ ਨਾਲ ਹੋਵੇ। ਖ਼ੁਸ਼ੀਆਂ ਹੰਡਾਵੇ। ਦੁੱਖ ਵੰਡਾਵੇ। ਮਾਨੋ ਕਹਿ ਲਵੋ ਮੈਂ ਆਪਣੇ ਜੀਵਨ ਦਾ ਹਰ ਦਿਨ ਕੁਝ ਨਵਾਂ ਸਿੱਖਕੇ ਤੇ ਕਿਸੇ ਦਾ ਦੁੱਖ ਵੰਡਾਕੇ ਕਿੱਤੇ ਲਾਉਣਾ ਚਾਹੁੰਦਾ ਸੀ।

ਇਸਦੀ ਸ਼ੁਰੂਆਤ ਅੱਜ ਤੋਂ ਹੀ ਹੋ ਗਈ ਜਦ ਬੱਸ ਵਿੱਚ ਬੈਠੇ ਨੂੰ ਇਕ ਬੱਚੀ ਮਿਲ ਗਈ। ਕੋਈ ਗਿਆਰਾਂ-ਬਾਰਾਂ ਕੁ ਵਰ੍ਹੇ ਦੀ ਬੱਚੀ ਬੱਸ 'ਚ ਇਕੱਲੀ ਰਹਿ ਗਈ ਜਦੋਂ ਉਸਦੇ ਮਾਪੇ ਉਸਨੂੰ ਕੁਝ ਖਾਣ ਲਈ ਲੈਣ ਬੱਸ ਅੱਡੇ 'ਤੇ ਉੱਤਰ ਗਏ। ਡਰਾਈਵਰ ਨੇ ਬੱਸ ਝੱਟ ਤੋਰ ਦਿੱਤੀ ਤੇ ਮਾਤਾ ਪਿਤਾ ਪਿੱਛੇ ਹੀ ਰਹਿ ਗਏ। ਮੈਂ ਇਹ ਸਭ ਬੈਠਾ ਦੇਖ ਰਿਹਾ ਸੀ। ਬੱਚੀ ਨੂੰ ਹੱਥਾਂ ਵਿੱਚ ਲੈ ਮੈਂ ਉਸਦਾ ਕਿਰਾਇਆ ਲਾ ਦਿੱਤਾ ਆਪਣੇ ਪਿੰਡ ਤੱਕ ਤੇ ਉਸਦੇ ਮਾਤਾ ਪਿਤਾ ਨੂੰ ਟੈਲੀਫੋਨ ਕਰਕੇ ਦੱਸ ਵੀ ਦਿੱਤਾ। ਅਗਲੇ ਹੀ ਬੱਸ ਸਟਾਪ ਤੇ ਉਸਦੇ ਮਾਤਾ-ਪਿਤਾ ਹੋਰ ਬੱਸ ਲੈ ਉਥੇ ਪੁੱਜ ਗਏ। ਮੈਂ ਬੱਚੀ ਓਹਨਾਂ ਨੂੰ ਸੌਂਪ ਵਾਪਿਸ ਆਪਣੀ ਬੱਸ ਬੈਠ ਗਿਆ। ਓਨ੍ਹਾਂ ਬੜਾ ਧੰਨਵਾਦ ਕੀਤਾ ਇਸ ਉਪਕਾਰ ਦਾ।

ਪਰ ਮੈਂ ਕੋਈ ਉਪਕਾਰ ਨਹੀਂ ਸੀ ਕੀਤਾ, ਇਨਸਾਨੀਅਤ ਦਿਖਾਈ ਸੀ।

ਪਰ ਇਨ੍ਹਾਂ ਪੱਚੀ ਵਰ੍ਹਿਆਂ 'ਚ ਮੈਨੂੰ ਇਨਸਾਨੀਅਤ ਦਿਖਾਉਣ ਦਾ ਮੌਕਾ ਪਹਿਲੀ ਵਾਰ ਮਿਲਿਆ ਸੀ।

ਪੰਜਾਬੀ ਯੂਨੀਵਰਸਿਟੀ 'ਚ ਅਗਲੇ ਦੋ ਸਾਲ ਬਿਤਾ ਮੈਂ ਉਹ ਮਹਾਰਥ ਹਾਸਿਲ ਕਰਨੀ ਚਾਹੁੰਦਾ ਸੀ ਕਿ ਜਿੱਥੇ ਮੇਰੀ ਮੌਜੂਦਗੀ ਹੋਵੇ, ਉਥੇ ਇੱਕ ਵੀ ਗਲਤ ਕੰਮ ਨਾ ਹੋਵੇ। ਮੈਂ ਪਰਮਾਤਮਾ ਦਾ ਸ਼ੁਕਰ ਗੁਜ਼ਾਰ ਸਾਂ ਕਿ ਉਹਨਾਂ ਮੈਨੂੰ ਇਹ ਜ਼ਿੰਦਗੀ ਦਿੱਤੀ ਤੇ ਸਹੀ ਰਸਤਾ ਵੀ ਦਿਖਾਇਆ। ਬੁੱਧੀ ਕਦ ਫਿਰਦੀ ਇਸਦਾ ਅਨੁਮਾਨ ਇਨਸਾਨ ਵੀ ਨਹੀਂ ਲਗਾ ਸਕਦਾ। ਮੈਂ ਮੇਰੇ ਚੁਣੇ ਹੋਏ ਰਸਤੇ ਲਈ ਪਰਮਾਤਮਾ ਦਾ ਕੋਟਿ-ਕੋਟਿ ਧੰਨਵਾਦੀ ਸਾਂ।

ਹੇ ਪਰਮਾਤਮਾ ਜੀਓ! ਮੈਂ ਕੁਕਰਮ ਕੀਤੇ ਨੇ ਤੇ ਸ਼ਾਇਦ ਗਲਤੀਆਂ ਵੀ। ਅਨਜਾਣੇ 'ਚ ਤਕਲੀਫ ਵੀ ਦਿੱਤੀ ਹੋਣੀ ਕਿਸੇ ਨੂੰ। ਦਿਲ ਵੀ ਦੁਖਾਇਆ ਹੋਣਾ। ਬੁਰਾ ਵੀ ਬੋਲਿਆ ਹੋਣਾ ਪਰ ਸਭ ਬੇਸੋਝੀ 'ਚ ਹੋਇਆ ਹੋਣਾ ਕਿਉਂਕਿ ਜੇ ਸੋਝੀ ਹੁੰਦੀ ਤਾਂ ਤੁਸੀਂ ਉਹ ਕਦੇ ਨਹੀਂ ਸੀ ਹੋਣ ਦੇਣਾ। ਮੈਨੂੰ ਬੱਲ ਬਖਸ਼ਣਾ ਕਿ ਮੈਂ ਜੀਵਨ ਨੂੰ ਸਹੀ ਤਰੀਕੇ ਨਾਲ ਜੀਅ ਸਕਾਂ। ਇਸ ਨਾਲ ਖੁਸ਼ੀਆਂ ਵੰਡ ਸਕਾਂ। ਲੋਕਾਂ ਦੀ ਤਕਲੀਫ ਥੋੜੀ ਘੱਟ ਕਰ ਸਕਾਂ। ਮੂੰਹ ਬੰਨ੍ਹ ਸਮਾਜ ਪਿੱਛੇ ਨਾ ਲੱਗਾਂ। ਬੁਲੰਦ ਅਵਾਜ਼ ਰੱਖਾਂ। ਸਹੀ ਨੂੰ ਸਹੀ ਤੇ ਗਲਤ ਨੂੰ ਗਲਤ। ਤਸੀਹੇ ਦੇਣ ਵਾਲਿਆਂ ਨੂੰ ਵਰਜਾਂ ਤੇ ਸਹਿਣ ਵਾਲਿਆਂ ਦਾ ਆਪਣਾ ਬਣ ਜਾਵਾਂ। ਇਹ ਸੱਜਰੀ ਜਿਲਦ ਨੂੰ ਹਮੇਸ਼ਾਂ ਸੱਜਰੀ ਰੱਖਾਂ।

# ਗਿਆਨ ਦਾ ਸੰਗ੍ਰਹਿਕ

ਮੇਰੀ ਦੋ ਸਾਲਾਂ ਦੀ ਮਾਸਟਰਸ 'ਚ ਮੈਂ ਇੰਨਾ ਗਿਆਨ ਇਕੱਠਾ ਕੀਤਾ ਕਿ ਹਰ ਰੋਜ਼ ਕਿਤਾਬਾਂ 'ਚ ਰੁੱਜਾ ਰਹਿੰਦਾ। ਕਿਤਾਬਾਂ ਮੈਂ ਇਕੱਲੀਆਂ ਇਤਿਹਾਸ, ਸਾਹਿਤ ਜਾਂ ਸੱਭਿਆਚਾਰ ਦੀਆਂ ਨਹੀਂ ਸੀ ਪੜ੍ਹੀਆਂ ਸਗੋਂ ਕਾਵਿ-ਸੰਗ੍ਰਹ, ਨਾਵਲ, ਧਰਮ, ਰਾਜਨੀਤੀ, ਸਮਾਜਿਕ ਬਦਸਲੂਕੀ, ਤੇ ਹੋਰ ਕਈ ਐਸੀਆਂ ਜਿੰਨਾ ਨਾਲ ਮੈਨੂੰ ਇਨਸਾਨੀ ਸੁਭਾਅ ਨੂੰ ਜਾਨਣ ਦੀ ਚਾਹਨਾ ਜਾਗ ਉੱਠੀ ਸੀ। ਹਰ ਇੱਕ ਇਨਸਾਨ ਕਿੰਨਾ ਵੱਖਰਾ, ਵਿਰਾਨਾ, ਉਤਾਵਲਾ, ਸੋਹਣਾ, ਲੋੜੀਂਦਾ ਤੇ ਆਧਾਰ ਹੈ, ਇਹ ਜਾਣ-ਜਾਣ ਮੈਨੂੰ ਤਲਬ ਹੋਰ ਵੱਧਦੀ ਗਈ। ਮੈਂ ਤਰਕ-ਵਿਤਰਕ ਕਰਨਾ ਛੱਡ, ਨਿਰੀਖਣ ਕਰਨਾ ਸ਼ੁਰੂ ਕਰ ਦਿੱਤਾ। ਕਿਸੇ ਦਾ ਗੁੱਸਾ ਇੰਨਾ ਵੱਧ ਜਾਂਦਾ ਕਿ ਉਸਦਾ ਆਪਣੇ ਆਪ 'ਤੇ ਵੱਸ ਨਹੀਂ ਰਹਿੰਦਾ।

ਤੇ ਕਿਸੇ ਨੂੰ ਸਨੇਹ ਇੰਨਾ ਹੋ ਜਾਂਦਾ ਕਿ ਉਹ ਉਸ ਵਗੈਰ ਜੀਅ ਨਹੀਂ ਸਕਦਾ। ਵਾਹ ਓਹ ਰੱਬਾ! ਕਮਾਲ ਕੀਤੀ ਪਈ ਤੂੰ ਤਾਂ। ਇੰਨੀ ਵੰਨਸੁਵੰਨਤਾ! ਤੂੰ ਸੱਚੀਂ ਸਿਰਜਣਹਾਰ ਏ। ਤੂੰ ਸਿਰਜਣਹਾਰ ਏਂ ਇਕੱਲੇ ਮਨੁਖ ਦਾ ਨਹੀਂ, ਸਾਰੀ ਮਨੁੱਖਤਾ ਦਾ, ਉਨ੍ਹਾਂ ਦੇ ਹਾਵ-ਭਾਵਾਂ ਦਾ, ਉਨ੍ਹਾਂ ਦੇ ਵਿਚਾਰਾਂ ਦਾ, ਉਨ੍ਹਾਂ ਦੇ ਕਰਮਾਂ ਦਾ। ਤੂੰ ਸੱਚੀਂ ਕਰਤਾਰ ਐਂ। ਤੂੰ ਰਚਣਹਾਰ ਐਂ।

ਅੱਜ ਮਾਸਟਰਸ ਕਰਕੇ ਪੂਰੇ ਦੋ ਵਰ੍ਹੇ ਬਾਅਦ ਪੂਰੀ ਵਿਦਵਤਾ ਲੈ ਮੈਂ ਪਿੰਡ ਮੁੜਿਆ ਸੀ। ਆਵੇਸ਼ ਸੀ ਕੁਝ ਵੱਖਰਾ ਕਰਨ ਦਾ। ਪਿੰਡ 'ਚ ਤਾਂ ਜਾਣੀ ਸਭ ਤੋਂ ਵੱਧ ਗਿਆਨ ਹਾਸਿਲ ਕਰਨ ਵਾਲਾ ਨਿਮਾਣ ਵੱਜਣ ਲੱਗ ਗਿਆ ਸੀ ਪਰ ਓਹਨਾਂ ਨੂੰ ਕੀ ਪਤਾ ਸੀ ਕਿ ਮੈਂ ਇੱਕ ਓਹ ਸਖਸ਼ ਹਾਂ ਜੋ ਆਪਣੀ ਕਲਪ ਤੋਂ ਭੱਜਦਾ-ਭੱਜਦਾ ਇਸ ਪੜਾਅ ਤੱਕ ਪਹੁੰਚ ਗਿਆ ਜਿਸਨੇ ਉਸਨੂੰ ਮਹਾਰਥ ਹਾਸਿਲ ਕਰਵਾਈ ਹੈ।

# ਨਿਰੀਖਣ ਮਿਆਦ

ਸਤਾਈਵੇਂ ਵਰ੍ਹੇ ਤੱਕ ਆਪਣੀ ਕਲਪ ਦਾ ਤਾਂ ਮੈਂ ਕਾਇਆ ਕਲਪ ਕਰ ਦਿੱਤਾ ਸੀ ਕਿਉਂਕਿ ਭਾਵੇਂ ਮੈਂ ਪੜ੍ਹ-ਲਿਖ ਆਪਣੀ ਇੱਕ ਵੱਖਰੀ ਪਹਿਚਾਣ ਬਣਾ ਲਿੱਤੀ ਸੀ। ਇੱਜ਼ਤ ਕਮਾ ਲਿੱਤੀ ਸੀ। ਸੋਚ ਸਰ ਕਰ ਲਿੱਤੀ ਸੀ। ਰੁਤਬਾ ਬਣਾ ਲਿਤਾ ਸੀ। ਪਰ ਫੇਰ ਵੀ ਆਗਿਆ ਦੀ ਆਉਂਦੀ ਅੱਖਾਂ ਮੁਹਰੇ ਆਈ ਇੱਕ ਝਲਕ ਹੀ ਮੈਨੂੰ ਹਰਾ ਦਿੰਦੀ ਸੀ। ਉਹ ਹਾਰ ਜਿਸ ਵਿੱਚ ਨਿਮਾਣ ਆਪਣੀ ਕਲਪ ਤੋਂ ਹਾਰਿਆ ਸੀ। ਪਛਾੜਿਆ ਸੀ। ਢਾਹਿਆ ਸੀ। ਨਾਕਾਮਯਾਬ ਕੀਤਾ ਸੀ। ਨਿਮਾਣ ਇੱਕ ਓਹ ਸਖਸ਼ੀਅਤ ਬਣ ਗਿਆ ਸੀ ਅੱਜ ਜਿਸ ਕੋਲ ਅਕਸਰ ਪਿੰਡ ਦੇ ਲੋਕੀਂ ਸਲਾਹ ਮਸ਼ਵਰਾ ਕਰਨ ਆਉਂਦੇ ਆਪਣੀਆਂ ਨਿੱਜੀ ਪਰੇਸ਼ਾਨੀਆਂ ਨੂੰ ਲੈ। ਕਿਤੇ ਨਾ ਕਿਤੇ ਖੁਸ਼ੀ ਵੀ ਹੁੰਦੀ ਕਿ ਭਾਵੇਂ ਮੈਂ ਜਜ਼ਬਾਤਾਂ ਤੋਂ ਹਾਰ ਗਿਆ ਹਾਂ ਪਰ ਮੈਂ ਆਪਣੀ ਜ਼ਿੰਦਗੀ ਪੇਸ਼ਾਵਰ ਬਣਾ ਲਿੱਤੀ ਹੈ ਜਿਸਨੇ ਮੈਨੂੰ ਬਾਕੀ ਲੋਕਾਂ ਤੋਂ ਇੱਕ ਵੱਖਰਾ ਬਣਾਇਆ ਹੈ। ਮੇਰੀ ਵਿਲੱਖਣ ਸਖਸ਼ੀਅਤ ਪਿੰਡ ਵਾਲਿਆਂ ਦੇ ਦਿਲਾਂ 'ਚ ਮੇਰੀ ਇੱਜ਼ਤ ਦਾ ਕਾਰਨ ਸੀ।

ਚਿੱਟਾ ਕੁੜਤਾ ਪਜ਼ਾਮਾ ਪਾ ਮੈਂ ਅਕਸਰ ਬਾਹਰ ਲੋਕਾਂ 'ਚ ਵਿਚਰਦਾ। ਛਾਤੀ ਤੱਕ ਆਈ ਵਧੀ ਹੋਈ ਦਾਹੜੀ ਲੋਕਾਂ 'ਚ ਪ੍ਰਭਾਵ ਪਾਉਂਦੀ ਸੀ। ਪਿਤਾ ਜੀ ਵੀ ਕਾਫੀ ਖ਼ੁਸ਼ ਹੁੰਦੇ ਸਨ ਮੇਰੀ ਇਸ ਉਪਲੱਬਧੀ ਨਾਲ। ਦੁਪਹਿਰ ਦੇ ਸਮੇਂ ਕੋਈ ਤਿੰਨ ਕੁ ਵਜੇ ਵਾਲੀ ਚਾਹ ਪੀਣ ਮੌਕੇ ਅੱਜ ਪਿਤਾ ਜੀ ਨੇ ਗੱਲ ਤੋਰ ਲਿੱਤੀ।

ਪਿਤਾ ਜੀ — ਨਿਮਾਣ! ਤੈਨੂੰ ਪਤਾ ਪੁੱਤ? ਜਿਹੜੀ ਕੁੜੀ ਤੇਰੇ ਨਾਲ ਕਾਲਜ ਵਿੱਚ ਪੜ੍ਹਦੀ ਸੀ ਉਸਦਾ ਆਪਣੇ ਹੀ ਪਿੰਡ ਵਿਆਹ ਹੋ ਗਿਆ।

(** ਮੇਰੀ ਦਿਲ ਦੀ ਧੜਕਣ ਬਹੁਤ ਤੇਜ਼ ਵੱਜਣ ਉਪਰੰਤ ਵੀ ਮੈਂ ਆਪਣਾ ਇੱਕ ਵੀ ਹਾਵ-ਭਾਵ ਵਿਅਕਤ ਨਹੀਂ ਕੀਤਾ**) ਸਗੋਂ ਅਨਜਾਣਾਂ ਵਾਂਗ ਪੁੱਛਿਆ –

ਨਿਮਾਣ — ਕਿਹੜੀ ਕੁੜੀ ਦੀ ਗੱਲ ਕਰਦੇ ਹੋ ਪਿਤਾ ਜੀ? ਮੈਨੂੰ ਤਾਂ ਕੁਝ ਯਾਦ ਨਹੀਂ ਆ ਰਿਹਾ। ਹੁਣ ਤਾਂ ਕਿੰਨੇ ਵਰ੍ਹੇ ਵੀ ਹੋ ਗਏ।

ਪਿਤਾ ਜੀ — ਨਿਮਾਣ! ਓਹੀ ਪੁੱਤ। ਜਿਸਦੇ ਪਿਤਾ ਜੀ ਓਨ੍ਹਾਂ ਲਈ ਘਰ-ਜਵਾਈ ਲੱਭ ਰਹੇ ਸੀ। ਕੀ ਨਾਮ ਸੀ ਉਸਦਾ ? . . . . . . ਸੱਚ ਆਗਿਆ। . . . . . ਬੜਾ ਪਿਆਰਾ ਨਾਮ ਸੀ ਬੱਚੀ ਦਾ।

(** ਹਿੰਮਤ ਦੇ ਵਾਹਿਗੁਰੂ! ਬਸ ਟੁੱਟਾਂ ਨਾ। ਕੰਮਜ਼ੋਰ ਨਾ ਹੋਵਾਂ। ਬੱਲ ਬਖਸ਼।**)

ਨਿਮਾਣ — ਠੀਕ ਹੈ ਪਿਤਾ ਜੀ। ਵਧੀਆ ਹੈ ਉਸ ਲਈ। ਉਸਦੇ ਪਿਤਾ ਜੀ ਸ਼ਾਇਦ ਖ਼ੁਸ਼ ਹੋਣਗੇ!

ਪਿਤਾ ਜੀ — ਹਾਂ ਖ਼ੁਸ਼ ਨੇ ਪੁੱਤਰ ਕਿਉਂਕਿ ਮੁੰਡਾ ਘਰ ਜਵਾਈ ਰਹਿਣ ਲੱਗਾ ਹੈ। ਮੁੰਡੇ ਹੋਣੀ ਤਿੰਨ ਭਰਾ ਸੀ ਤਾਂ ਮਾਪਿਆਂ ਨੂੰ ਇੰਨਾ ਇਤਰਾਜ਼ ਵੀ ਨਹੀਂ ਸੀ।

ਮਾਂ — ਹਾਂ ਮੁੰਡੇ ਦਾ ਵੀ ਚੰਗਾ ਹੋਇਆ। ਕੁੜੀ ਨੂੰ ਜ਼ਮੀਨ ਆਉਂਦੀ ਸੀ ਮਗਰੋਂ। ਇੱਧਰੋਂ ਤਾਂ ਮੁੰਡੇ ਕੇ ਮਸੀਂ ਪੰਜ ਕੀਲੇ ਸੀ ਤਿੰਨਾ ਭਰਾਵਾਂ ਕੋਲ। ਵਧੀਆ ਰਹੂ ਆਪਦਾ। ਸੁੱਖ ਨਾਲ ਕੁੜੀ ਨੂੰ ਦੱਸ ਕੀਲੇ ਜ਼ਮੀਨ ਆ।

ਨਿਮਾਣ — ਮਾਤਾ ਜੀ ਤੁਸੀਂ ਤਾਂ ਉਹ ਗੱਲ ਕੀਤੀ ਜਿਵੇਂ ਜ਼ਮੀਨ ਤੇ ਕੀਲੇ ਹੀ ਇਨਸਾਨ ਦੀ ਵਿਵਾਹਿਕ ਜ਼ਿੰਦਗੀ ਦੀ ਬੁਨਿਆਦ ਹੋਣ। ਇਹ ਕੀ ਕਾਰਣ ਬਣ ਸਕਦੇ ਨੇ ਅਖੇ ਰੂਹ ਨੂੰ ਰੂਹ ਸਮਝਣ ਦਾ?

ਮਾਂ — ਨਿਮਾਣ! ਪੁੱਤ ਜ਼ਰੂਰੀ ਨਹੀਂ, ਰੂਹ ਨੂੰ ਰੂਹ ਸਮਝਕੇ ਹੀ ਵਿਵਾਹਿਕ ਬੰਧਨ ਵਿੱਚ ਬੱਝਦੀ ਹੈ। ਕਈ ਵਾਰ ਰਿਸ਼ਤੇ ਸਮਾਜਿਕ ਪ੍ਰਤੀਨਿਧੀਆਂ 'ਤੇ ਵੀ ਅਧਾਰਿਤ ਹੁੰਦੇ ਨੇ।

(**ਮੈਂ ਚੁੱਪ ਵੱਟ ਲਿੱਤੀ ਕਿਉਂਕਿ ਜੇ ਆਗਿਆ ਦਾ ਵਿਆਹ ਬਸ ਇੱਕ ਘਰ ਜਵਾਈ ਵਾਲੀ ਸ਼ਰਤ ਕਰਕੇ ਤੇ ਜ਼ਮੀਨ ਦਾ ਪਿਛੋਕੜ ਦੇਖਕੇ ਹੋਇਆ ਹੈ, ਤਾਂ ਇਸਤੋਂ ਵੱਡੀ ਉਦਾਹਰਣ ਸਮਾਜਿਕ ਰਿਸ਼ਤੇ ਦੀ ਕੋਈ ਨਹੀਂ ਹੋ ਸਕਦੀ**)

ਠੀਕ ਸੀ। ਠੀਕ ਹੈ। ਜੋ ਹੋ ਰਿਹਾ ਹੈ। ਜ਼ਰੂਰੀ ਵੀ ਨਹੀਂ ਕਿ ਮੈਂ ਹਰ ਗੱਲ 'ਚ ਆਪਣਾ ਮੱਤ ਦੇਵਾਂ। ਪਰ ਦਿਲ ਨੂੰ ਲੱਗੀ ਠੇਸ ਦਾ ਮਰਹਮ ਕਿਸ ਕੋਲ ਸੀ, ਕੋਈ ਉਹ ਵੀ ਤਾਂ ਦੱਸ ਦਿੰਦਾ? ਇਹ ਛੇ ਫੁੱਟ ਦੀ ਸਖਸ਼ੀਅਤ ਝੂਠੀ ਜਾਪਦੀ ਨਜ਼ਰ ਆਉਂਦੀ ਸੀ ਕਿਉਂਕਿ ਉਹ ਸਚਮੁੱਚ ਆਪਣੀ ਕਲਪ ਕਰਕੇ ਆਪਣੇ ਜਜ਼ਬਾਤਾਂ ਤੋਂ ਹਾਰ ਗਈ ਸੀ। ਹੁਣ ਤਾਂ ਰੋਦਾਂ ਵੀ ਕਮਜ਼ੋਰ ਲਗਦਾ ਸਾਂ ਪਰ ਜ਼ਿੰਦਗੀ ਤੋਂ ਹਾਰਨਾ ਨਹੀਂ ਸੀ ਚਾਹੁੰਦਾ ਮੈਂ ਤੇ ਨਾ ਚਾਅਕੇ ਵੀ ਜਿੱਤ ਨਹੀਂ ਹੋਇਆ।

ਅੱਗੇ ਤਾਂ ਮੈਂ ਬਹੁਤ ਸਮਾਂ ਪਹਿਲਾਂ ਵੱਧ ਗਿਆ ਸਾਂ ਕਿਉਂਕਿ ਜੋ ਖਬਰ ਅੱਜ ਸੁਣੀ, ਨਹੀਂ ਤਾਂ ਇਹ ਹੋਣੀ ਵੀ ਨਹੀਂ ਸੀ। ਪਰ ਮੈਨੂੰ ਸੱਚ ਮੁੱਚ ਨਹੀਂ ਸੀ ਲੱਗਾ ਉਸ ਵਕਤ ਕਿ ਮੈਨੂੰ ਆਪਣੀ ਜ਼ਿੰਦਗੀ ਜਿਉਣ ਲਈ ਕਿਸੇ ਇਨਸਾਨ

ਦੀ ਜ਼ਰੂਰਤ ਪਵੇਗੀ। ਇਕੱਲਾ ਕਾਫੀ ਸਾਂ ਮੈਂ, ਮੇਰੇ ਵਾਹਿਗੁਰੂ ਨਾਲ, ਪਰ ਜਾਣੀ ਆਹ ਸਤਾਈਵੇਂ-ਅਠਾਈਵੇਂ ਵਰ੍ਹੇ ਵਾਲੀ ਉਮਰ ਤਾਂ ਮੈਨੂੰ ਖਾਂਦੀ ਨਜ਼ਰ ਆ ਰਹੀ ਸੀ। ਪਰ ਮੈਂ ਦੇਖਣਾ ਚਾਹੁੰਦਾ ਸਾਂ ਕਿ ਇਹ ਭਾਵਨਾਤਮਕ ਖਿੱਚ ਮੈਨੂੰ ਕਿੰਨਾ ਤਗੜਾ ਬਣਾਏਗੀ। ਇਕੱਲਾ ਤਾਂ ਮੈਂ ਮੁੱਢ ਤੋਂ ਹੀ ਸੀ ਤੇ ਆਖਿਰ ਇਕੱਲਾ ਹੀ ਜਾਵਾਂਗਾ ਪਰ ਜਾਣੀ ਇਹ ਵਿਚਕਾਰਲਾ ਸਮਾਂ ਪਤਾ ਨਹੀਂ ਕੀ ਕਰ ਜਾਵੇਗਾ? ਖੁਸ਼ੀ ਦੇਵੇਗਾ? ਸਿਖਾਵੇਗਾ? ਜਾਂ ਜਮਾਂ ਤੋੜ ਦੇਵੇਗਾ।

"ਫੱਟ ਕਿਤੇ ਮੈਨੂੰ ਇਹਨੇ ਦਿੱਤੇ?
ਇਹ ਐਸਾ ਇੱਕ ਵਹਿਮ ਮੇਰਾ,
ਇਹ ਤੋਂ ਪਹਿਲਾਂ ਕਿੰਨੇ ਖਾ ਲਏ
ਸੌਵਾਂ ਹੋਣਾ ਨਾਮ ਇਹਦਾ।"

ਰੂਹਾਨੀਅਤ ਦਾ ਇਹ ਜੋੜ, ਫਾਸਲਿਆਂ ਕਰਕੇ ਵਿਖਰ ਗਿਆ। ਟੁੱਟ ਗਿਆ। ਚੂਰ ਹੋ ਗਿਆ।

# ਪਛਤਾਵਾ ਰਹਿਤ

ਪਛਚਾਤਾਵ ਤੋਂ ਬਿਨਾਂ ਵੀ ਕਹਿੰਦੇ ਜ਼ਿੰਦਗੀ ਹੋ ਸਕਦੀ ਕਦੇ, ਪਰ ਪਤਾ ਨਹੀਂ ਕਿਉਂ ਮੈਨੂੰ ਲੱਗਦਾ ਸੀ ਕਿ ਹੋ ਸਕਦੀ ਪਰ ਐਸਾ ਸੰਭਵ ਕਰਨਾ ਕਠਿਨ ਹੀ ਨਹੀਂ ਅਸੰਭਵ ਜਾਪਦਾ ਸੀ। ਆਗਿਆ ਨੂੰ ਭੁੱਲ ਮੈਂ ਅੱਗੇ ਤਾਂ ਜ਼ਰੂਰ ਵੱਧ ਗਿਆ ਸਾਂ ਪਰ ਘਰਦਿਆਂ ਦੇ ਮੁਤਾਬਿਕ ਕੋਈ ਵੀ ਇਨਸਾਨ ਅੱਗੇ ਓਦੋਂ ਤੱਕ ਨਹੀਂ ਵੱਧਦਾ ਜਦ ਤੱਕ ਉਸਦੀ ਜ਼ਿੰਦਗੀ 'ਚ ਕੋਈ ਇਨਸਾਨ ਨਾ ਆ ਜਾਵੇ ਤੇ ਅਜਿਹਾ ਹੋਣਾ ਮੇਰੀ ਜ਼ਿੰਦਗੀ ਵਿੱਚ ਕੋਈ ਮੇਰੀ ਗਲਤੀ ਤੇ ਮੇਰੀ ਮਰਜ਼ੀ ਘੱਟ ਜਾਪਦੇ ਸੀ। ਮੇਰਾ ਜੀਵਨ ਇੱਕ ਵਿਵਾਹਕ ਸਮਗਰੀ ਵਰਗਾ ਇੱਕ ਪ੍ਰਤੀਸ਼ਤ ਵੀ ਨਹੀਂ ਸੀ ਜਾਪਦਾ। ਜਿੱਥੇ ਮੈਂ ਇਸ ਸਭ ਤੋਂ ਭੱਜਦਾ ਨਜ਼ਰ ਆਉਂਦਾ, ਓਥੇ ਹੀ ਹੁਣ ਮਾਪੇ ਰਿਸ਼ਤਿਆਂ ਦੇ ਫੇਰ ਲਾਉਂਦੇ ਜਾਂਦੇ। ਹਰ ਚੌਥੇ ਦਿਨ ਪਿਤਾ ਜੀ ਕੋਲ ਨਵਾਂ ਰਿਸ਼ਤਾ ਹੁੰਦਾ। ਰਿਸ਼ਤਾ ਵੀ ਓਹ ਜਿਸਨੂੰ ਓਹ ਖੁਦ ਵੀ ਨਾ ਜਾਣਦੇ ਹੋਣ ਪਰ ਕੋਈ ਪਿੰਡ 'ਚੋਂ ਦਸ ਪਾ ਰਿਹਾ ਹੋਵੇ।

ਓਹ ਦਸ ਜਿਸ ਵਿੱਚ ਕੁੜੀ ਦਾ ਕੱਦ ਦੇਖਿਆ ਜਾਂਦਾ ਹੋਵੇ, ਪੜ੍ਹਾਈ, ਖਾਨਦਾਨ ਤੇ ਉਸਦਾ ਚਰਿੱਤਰ ਜੋ ਮੇਰੇ ਲਈ ਇੱਕ ਵੀ ਪ੍ਰਤੀਸ਼ਤ ਮਾਇਨੇ ਨਹੀਂ ਸੀ ਰੱਖਦਾ। ਹਰ ਰੋਜ਼ ਮੇਰੇ ਨਾਲ ਮਾਪੇ ਬਹਿਸ ਕਰ ਥੱਕ ਹਾਰ ਵੀ ਜਾਂਦੇ ਕਿਉਂਕਿ ਮੇਰੇ ਵੱਲੋਂ ਕੋਈ ਵੀ ਸਿਰ-ਪੈਰ ਨਾ ਫੜਾਉਣ 'ਤੇ ਮੇਰਾ ਕਿਹੜਾ ਓਹ ਧੱਕੇ ਨਾਲ ਰਿਸ਼ਤਾ ਕਰ ਦਿੰਦੇ। ਇੱਕ ਸਮਾਜਿਕ ਰਿਸ਼ਤਾ ਮੈਂ ਖੁਦ ਵੀ ਨਹੀਂ ਸੀ ਕਰਵਾਉਣਾ ਕਿਉਂਕਿ ਓਥੇ ਭਰੂਸ ਪੂਰਾ ਸਿਰਫ ਲੋਕਾਂ ਦਾ ਹੋਣਾ ਕਿ ਅਖੇ ਨਿਮਾਣ ਦਾ ਰਿਸ਼ਤਾ ਤਾਂ ਉੱਚੇ ਘਰੇ ਹੋਇਆ, ਖੁਸ਼ਕਿਸਮਤ ਐ ਨਿਮਾਣ ਕਿ ਕੁੜੀ ਸੋਹਣੀ ਮਿਲ ਗਈ। ਪਰ ਕੀ ਸਚਮੁੱਚ ਲੋਕਾਂ ਦੇ ਐਵੇਂ ਰਿਸ਼ਤੇ ਹੁੰਦੇ ਦੇਖ ਮੈਂ ਵੀ ਇਹ ਸਮਾਜਿਕ ਰਿਸ਼ਤੇ 'ਚ ਬੱਝ ਜਾਵਾਂਗਾ ਕਿਉਂਕਿ ਜਿਹੋ ਜਿਹੇ ਇਨਸਾਨ ਨਾਲ ਮੈਂ ਜ਼ਿੰਦਗੀ ਕੱਟ ਸਕਦਾ ਹਾਂ ਐਸਾ ਕੋਈ ਇਨਸਾਨ ਮੇਰੀ ਨਜ਼ਰ ਵਿੱਚ ਵੀ ਤਾਂ ਨਹੀਂ ਹੈ।

ਮੈਂ ਕਿਸ ਗੱਲ ਦੀ ਧੌਂਸ ਦੇਵਾ ਕਿ ਮੈਨੂੰ ਓਹ ਇਨਸਾਨ ਚਾਹੀਦਾ ਜਿਸਦੀ ਰੂਹ ਮੇਰੀ ਰੂਹ ਨੂੰ ਟੁੰਬ ਸਕੇ। ਜਿਸ ਨਾਲ ਮੇਰੇ ਬਿਨ ਬੋਲੇ ਵੀ ਉਸਨੂੰ ਪਤਾ ਲੱਗ ਜਾਵੇ। ਜੋ ਮੇਰੇ ਨਾਲ ਮੋਢੇ ਨਾਲ ਮੋਢਾ ਮਿਲਾਕੇ ਚੱਲੇ ਤੇ ਨਾ ਕਿ ਪੜ੍ਹੀ ਲਿਖੀ ਹੋਕੇ ਵੀ ਘਰੇਲੂ ਔਰਤ ਬਣਕੇ ਰਹਿ ਜਾਵੇ। ਜੋ ਮੇਰੀ ਤਰੱਕੀ ਦਾ ਹਿੱਸਾ ਬਣੇ ਤੇ ਮੈਂ ਉਸਦੇ ਵਿਕਾਸ ਦਾ ਹਮਸਫਰ। ਜਿਸ ਨਾਲ ਜੀਵਨ ਸਾਦਾ ਬਤੀਤ ਹੋ ਜਾਵੇ। ਜੋ ਖੁਦ ਸਾਦੀ ਹੋਵੇ। ਮੇਰੇ ਵਾਂਗ ਵੱਖਰੀ ਹੋਵੇ। ਮੇਰੇ ਵਾਂਗ ਸੋਚਣ ਸਮਝਣ ਵਾਲੀ ਹੋਵੇ। ਜਿਸਦਾ ਪ੍ਰਮਾਤਮਾ ਨਾਲ ਪਿਆਰ ਹੋਵੇ। ਜਿਸ ਨਾਲ ਮੈਨੂੰ ਪ੍ਰਮਾਤਮਾ ਮਿਲਾਵੇ। ਇਹ ਰੂਹਾਨੀ ਵਿਚਾਰ ਛੱਡ ਮੈਂ ਕਦੇ ਵੀ ਸਮਾਜਿਕ ਰਿਸ਼ਤੇ ਦੀ ਬੁਨਿਆਦ ਨਹੀਂ ਧਰ ਸਕਦਾ ਸੀ ਫੇਰ ਭਾਵੇਂ ਮੈਂ ਅੱਜ ਤੀਹ ਸਾਲ ਦਾ ਹੀ ਕਿਉਂ ਨਹੀਂ ਸੀ ਹੋ ਗਿਆ।

ਨਾ ਕਿਸੇ ਨਾਲ ਬੋਲਣਾ, ਨਾ ਕਿਸੇ ਨਾਲ ਕੁਝ ਸਾਂਝਾ ਕਰਨਾ। ਕੰਮ ਜਾਣਾ। ਕੰਮ ਤੋਂ ਆਉਣਾ। ਮੈਨੂੰ ਇਕੱਲਾ ਕਰ ਗਿਆ ਸੀ। ਮੇਰਾ ਸ਼ਾਂਤ ਰਹਿਣਾ ਮੈਨੂੰ ਹੋਰ ਮਜ਼ਬੂਤ ਬਣਾ ਗਿਆ ਸੀ। ਇੱਕ ਤੋਂ ਦੋ ਹੋਣਾ ਕਿਹੜਾ ਮੇਰੇ ਲਈ ਸੌਖਾ ਸੀ, ਜੇ ਕਿਸੇ ਨੂੰ ਇਹ ਗੱਲ ਦੱਸਦਾ, ਤਾਂ ਵੀ ਕਿਹੜਾ ਮੇਰੇ 'ਤੇ ਕਿਸੇ ਨੇ ਯਕੀਨ ਕਰ ਲੈਣਾ ਸੀ। ਮਾਂ ਦੇ ਬਹੁਤ ਜ਼ੋਰ ਪਾਉਣ 'ਤੇ ਮਾਂ ਨੂੰ ਆਪਣੇ ਸੋਚੇ

ਹੋਏ ਜੀਵਨ ਸਾਥੀ ਵਾਰੇ ਤਾਂ ਦੱਸਿਆ ਪਰ ਉਸਨੂੰ ਅੱਧਿਓਂ ਵੱਧ ਗੱਲਾਂ ਸਮਝ ਵਿੱਚ ਵੀ ਨਾ ਆਈਆਂ ਤੇ ਜੇ ਮਾਂ ਨੂੰ ਨੀ ਸੀ ਸਮਝ ਆ ਸਕਦੀਆਂ ਤਾਂ ਦਸ ਭਲਾ ਰੱਬਾ ਇਸ ਦੁਨੀਆਂ 'ਤੇ ਉਸਤੋਂ ਵੱਧ ਹੋਰ ਕੌਣ ਹੈ? ਮਾਂ ਤਾਂ ਰੱਬ ਦਾ ਦੂਜਾ ਰੂਪ ਹੈ। ਉਸਨੂੰ ਵੀ ਮੈਂ ਸਮਝ 'ਚ ਨਹੀਂ ਆਇਆ। ਮੈਨੂੰ ਤਾਂ ਰੱਬ ਨੇ ਵਾਕਿਏ ਹੀ ਵਿਲੱਖਣ ਬਣਾਇਆ ਹੈ। ਇਹ ਯਕੀਨ ਮੈਨੂੰ ਅੱਜ ਸੱਚ-ਮੁੱਚ ਹੋ ਗਿਆ ਸੀ। ਮਾਂ ਦਾ ਵਿਰੋਧ, ਠੇਸ ਜ਼ਰੂਰ ਦੇਕੇ ਗਿਆ ਸੀ ਪਰ ਇਸ ਭੇੜ ਚਾਲ 'ਚ ਵੱਖਰਾ ਦਿਸਣ ਵਾਲਾ ਨਿਮਾਣ ਮਜ਼ਬੂਤ ਤਾਂ ਹੋਰ ਹੋ ਗਿਆ ਸੀ।

ਕਿੰਨਾ ਇਕੱਲਾ ਹੁੰਦਾ ਇਨਸਾਨ। ਉਹ ਇਕੱਲਾ ਜਿਸਦਾ ਜ਼ਿੰਦਗੀ ਦੇ ਕਿਸੇ ਮੋੜ 'ਤੇ ਕੋਈ ਨਹੀਂ ਰਹਿੰਦਾ। ਭੈਣ-ਭਰਾ, ਮਾਪੇ, ਜਵਾਕ, ਦੋਸਤ, ਮਿੱਤਰ ਸਭ ਆਪਣੇ ਤੋਂ ਵੱਖ ਲੱਗਦੇ। ਕਿਸੇ ਨੂੰ ਮਾਨੋ ਆਪਦੇ ਇਕੱਲੇਪਨ ਨੂੰ ਵੰਡਾਉਣ ਲਈ ਕਹਿਣ ਨੂੰ ਜੀਅ ਹੀ ਨਹੀਂ ਕਰਦਾ। ਇਹ ਤੇਜ਼ ਚੱਲਦੀਆਂ ਕਾਰਾਂ, ਮੈਨੂੰ ਮਾਨੋ ਸੜਕ 'ਤੇ ਵੀ ਭੱਜੋ-ਭੱਜ ਵਿੱਚ ਲੱਗਦੀਆਂ। ਕੀ ਇਨਸਾਨ ਸਚ-ਮੁੱਚ ਇਕੱਲਾ ਰਹਿ ਨਹੀਂ ਸਕਦਾ? ਜਾਂ ਦੂਜਿਆਂ ਦਾ ਇੱਕ-ਜੁੱਟ ਦੇਖ ਇਕੱਲਾ ਰਹਿਣਾ ਨਹੀਂ ਚਾਹੁੰਦਾ? ਜਾਂ ਇਸ ਉਮਰ 'ਚ ਆਕੇ ਇਕੱਲਾ ਰਹਿਣਾ ਭੁੱਲ ਜਾਂਦਾ? ਇੰਨੇ ਸਹਾਰੇ ਦੀ ਲੋੜ ਹੁੰਦੀ ਇਨਸਾਨ ਨੂੰ? ਬੇਸ਼ੱਕ ਆਰਥਿਕ ਤੌਰ 'ਤੇ ਨਹੀਂ, ਪਰ ਜਜ਼ਬਾਤੀ ਤੌਰ 'ਤੇ। ਮੈਨੂੰ ਵੀ ਸਮਝ ਹੈ ਕਹਿਣਾ ਕਿੰਨਾ ਸੌਖਾ, ਪਰ ਸਮਝ ਤਾਂ ਜ਼ਿੰਦਗੀ ਹਰ ਇੱਕ ਸਾਲ ਸਿਖਾਉਂਦੀ ਹੈ। ਕਮਾਲ ਹੈ ਰੱਬਾ। ਤੇਰੀ ਕੁਦਰਤ ਕਮਾਲ ਹੈ। ਇਹ ਜਜ਼ਬਾਤ ਇਨਸਾਨ ਨੂੰ ਇੰਨਾ ਕਮਜ਼ੋਰ ਤੇ ਇੰਨਾ ਤਾਕਤਵਰ ਬਣਾ ਦਿੰਦੇ ਹਨ, ਇਹ ਅਹਿਸਾਸ ਤਾਂ ਕਦੇ ਹੋਇਆ ਹੀ ਨਹੀਂ ਸੀ।

ਜਿਹੋ ਜਿਹੇ ਇਨਸਾਨ ਦੀ ਵਿਆਖਿਆ ਮੈਂ ਆਪਣੇ ਸ਼ਬਦਾਂ 'ਚ ਕਰਦਾ ਸੀ, ਇਹੋ ਜਿਹੇ ਇਨਸਾਨ ਨੂੰ ਮੈਂ ਖੁਦ ਮਿਲਕੇ ਠੁਕਰਾਇਆ ਸੀ। ਜਿੱਥੇ ਪਿਆਰ ਭਾਵੇਂ ਨਹੀਂ ਸੀ ਪਰ ਸਮਝ ਦੀ ਸੀਮਾ ਉਹ ਸੀ ਜਿਸਦਾ ਸ਼ਬਦਾਂ ਵਿੱਚ ਬਿਆਨ ਕੋਈ ਨਹੀਂ ਸੀ। ਜਿੰਨਾ ਮਰਜ਼ੀ ਮੈਂ ਪਛਤਾਵੇ ਰਹਿਤ ਜ਼ਿੰਦਗੀ ਜਿਉਣ ਦਾ ਦਾਅਵਾ ਕਰਦਾ ਰਹਿੰਦਾ ਪਰ ਇਹ ਪਛਤਾਵਾ ਮੇਰੇ ਹੱਡੀਂ ਬਹਿ ਗਿਆ ਸੀ। ਮੈਂ ਖੋਇਆ ਸੀ ਕੁਝ। ਕੁਝ ਨਹੀਂ ਸਭ ਕੁਝ। ਉਹ ਸਭ ਕੁਝ

ਜਿਸਦੀ ਸਮਝ ਬਹੁਤ ਦੇਰ ਬਾਅਦ ਆਈ ਸੀ। ਓਹ ਸਭ ਕੁਝ ਜਿਸਦਾ ਨਾਤਾ ਜਮਾਂ ਮੇਰੇ ਨਾਲੋਂ ਟੁੱਟ ਚੁੱਕਾ ਸੀ। ਹੇ ਪਰਮਾਤਮਾ ਜਿਓ! ਜੇ ਮੈਨੂੰ ਐਵੇਂ ਦਾ ਬਣਾਇਆ ਸੀ ਤਾਂ ਇਸਦਾ ਤੋੜ ਵੀ ਕੱਢ ਦਿਓ। ਤੁਸੀਂ ਸਭ ਜਾਣੀ ਜਾਣ ਹੋ। ਮੇਰੇ ਸੋਚਿਆਂ ਕੁਝ ਵੀ ਨਹੀਂ ਹੋਣਾ।

ਮੈਂ ਤਾਂ ਇੱਕ ਜ਼ਰੀਆ ਜਿਸਦੇ ਕਰਮ ਇਹ ਦੁਨੀਆਂ 'ਚ ਕੁਝ ਪਰਵਿਰਤੀਆਂ ਲਿਆਉਂਦੇ ਹਨ। ਪਰ ਮੈਂ ਭਾਵੁਕ ਵੀ ਹਾਂ। ਜਜ਼ਬਾਤੀ ਵੀ ਹਾਂ। ਇਹ ਜਜ਼ਬਾਤ ਕਿਥੋਂ ਆ ਗਏ? ਪਛਤਾਵਾ ਕਿਥੋਂ ਆ ਗਿਆ? ਸ਼ਾਇਦ ਇਹ ਜ਼ਿੰਦਗੀ ਹੈ। ਜਿਸਦੇ ਅਰਥ ਉਮਰ-ਦਰ-ਉਮਰ ਸਮਝ ਆਉਂਦੇ ਹਨ। ਪਛਤਾਵਾ ਸਭ ਨੂੰ ਹੁੰਦਾ ਹੈ ਓਹ ਖੋਏ ਦਾ ਜੋ ਉਸ ਲਈ ਚੰਗਾ ਹੁੰਦਾ ਹੈ ਪਰ ਨਾ ਚਾਅਕੇ ਵੀ ਆਪਣੀਆਂ ਗਲਤੀਆਂ ਕਰਕੇ ਜਾਂ ਅਣਜਾਣਿਆਂ 'ਚ ਇਨਸਾਨ ਕਰ ਬੈਠਦਾ ਹੈ। ਆਗਿਆ ਨੂੰ ਖੋਣਾ ਮੈਨੂੰ ਪਛਤਾਵਾ ਰਹਿਤ ਕਦੇ ਨਹੀਂ ਸੀ ਕਰ ਸਕਦਾ। ਕਿਉਂਕਿ ਮੈਂ ਓਹ ਖੋਇਆ ਸੀ ਜਿਸਦੀ ਮੈਨੂੰ ਸਭ ਤੋਂ ਵੱਧ ਲੋੜ ਸੀ।

# ਆਗਿਆ ਦਾ ਸੱਚ

ਜੋ ਮੈਨੂੰ ਦਿਖਦਾ ਸੀ, ਓਹ ਤਾਂ ਬਿਲਕੁੱਲ ਵੀ ਸੱਚ ਨਹੀਂ ਸੀ। ਮੇਰੇ ਮਾਨੋਂ ਤਾਂ ਆਗਿਆ ਖੁਸ਼ ਸੀ। ਸੁਖੀ ਸੀ। ਵਿਆਹੀ ਗਈ ਸੀ। ਵਿਆਹੀ ਤਾਂ ਗਈ ਸੀ ਓਹ, ਪਰ ਵਸੀ ਨਹੀਂ ਸੀ। ਵੱਸਦਾ ਵੀ ਬੰਦਾ ਓਦੋਂ ਜਦੋਂ ਉਸਨੂੰ ਵਸਾਉਣਾ ਚਾਹੁੰਦਾ ਹੋਵੇ ਕੋਈ ਜਾਂ ਇਨਸਾਨ ਖੁਦ ਵੱਸਣਾ ਚਾਹੁੰਦਾ ਹੋਵੇ। ਸਮਝਾਉਤਾ ਹੋਈ ਜ਼ਿੰਦਗੀ, ਉਸ ਲਈ ਸਿਰਫ ਵਿਆਹ ਹੀ ਸੀ ਜਿਸ ਵਿੱਚ ਪੁੱਗੀ ਸਿਰਫ ਉਸਦੇ ਪਿਤਾ ਜੀ ਦੀ ਜਿਹਨਾਂ ਨੂੰ ਇੱਕ ਘਰ ਜਵਾਈ ਮਿਲ ਗਿਆ ਸੀ। ਓਹ ਘਰ ਜਵਾਈ ਜੋ ਨਸ਼ੇ ਕਰਦਾ। ਕੰਮ ਨਾ ਕਰਨ ਦੇ ਬਹਾਨੇ ਲੱਭਦਾ। ਕਲੇਸ਼ ਕਰਦਾ। ਆਗਿਆ ਨੂੰ ਕੁੱਟਦਾ ਮਾਰਦਾ। ਜਿਸਦਾ ਸਮਾਜ ਨਾਲ ਰਿਸ਼ਤਾ ਇਹੋ ਜਿਹਾ ਹੋਵੇ, ਉਸਦਾ ਆਪਣੀ ਪਤਨੀ ਨਾਲ ਰਿਸ਼ਤਾ ਕਿਹੋ ਜਿਹਾ ਹੋਵੇਗਾ?

ਆਗਿਆ ਨੂੰ ਉਹ ਨਹੀਂ ਸੀ ਮਿਲਿਆ ਜਿਸ ਨਾਲ ਬੈਠ ਉਹ ਗੱਲਾਂ ਕਰ ਸਕੇ। ਆਪਣਾ ਦੁੱਖ ਵੰਡ ਸਕੇ। ਆਪਣੀ ਰੂਹ ਜੋੜ ਸਕੇ। ਉਸਨੂੰ ਤਾਂ ਉਹ ਮਿਲਿਆ ਸੀ ਜਿਸ ਨਾਲ ਸਿਰਫ ਉਹ ਸਮਝੌਤਾ ਜਾਂ ਗੁਜ਼ਾਰਾ ਕਰ ਸਕੇ। ਮੇਰੇ ਹਿਸਾਬ ਨਾਲ ਐਸੇ ਗੁਜ਼ਾਰੇ ਨਾਲੋਂ ਇਨਸਾਨ ਗੁਜ਼ਰਿਆ ਚੰਗਾ ਕਿਉਂਕਿ ਜੇ ਜ਼ਿੰਦਗੀ ਇੱਕੋ ਵਾਰ ਮਿਲਦੀ ਹੈ ਤਾਂ ਇੰਨਾ ਰਾਜ਼ੀਨਾਮਾ ਕਿਉਂ? ਕੀ ਕਦੇ ਇੰਨੇ ਰਾਜ਼ੀਨਾਮੇ 'ਚ ਵੀ ਖ਼ੁਸ਼ੀ ਲੱਭ ਸਕਦੀ? ਪਰ ਜੇ ਇਹ ਸਭ ਮੈਂ ਕਹਿੰਦਾ ਤਾਂ ਮਾੜਾ ਵੱਜਣਾ ਸੀ। ਸਵਾਰਥੀ ਲੱਗਣਾ ਸੀ। ਲਾਲਚੀ ਲੱਗਣਾ ਸੀ। ਪਰ ਲੱਗਣ, ਨਾ ਲੱਗਣ ਵੀ ਤਾਂ ਇੱਕ ਸਮਾਜ ਕਰਕੇ ਹੀ ਸੀ। ਮੈਂ ਵੀ ਤਾਂ ਫੇਰ ਓਹੋ ਕਰ ਰਿਹਾ ਸੀ, ਸਮਾਜ ਤੋਂ ਬੱਚ ਰਿਹਾ ਸੀ। ਭੱਜ ਰਿਹਾ ਸੀ। ਰਾਸਤਾ ਲੱਭ ਰਿਹਾ ਸੀ। ਪਰ ਨਾ ਚਾਅਕੇ ਵੀ ਮੈਂ ਇਸਦਾ ਹੱਲ ਨਹੀਂ ਕੱਢ ਸਕਦਾ ਸੀ। ਕਿਉਂਕਿ ਆਗਿਆ ਹੁਣ ਸਾਡੇ ਪਿੰਡ ਦੀ ਨੂੰਹ ਸੀ ਤੇ ਜਿਸ ਵਜੋਂ ਉਹ ਮੇਰੀ ਭਾਬੀ ਲੱਗਦੀ ਸੀ। ਕਦੇ ਭਾਬੀ ਦੇ ਹੱਕ ਲਈ ਵੀ ਦਿਓਰ ਖੜਦਾ ਦੇਖਿਆ? ਜੇ ਦੇਖਿਆ ਤਾਂ ਹਮੇਸ਼ਾਂ ਮਾੜਾ ਹੀ ਵੱਜਿਆ। ਗਲਤ ਹੀ ਠਹਿਰਾਇਆ। ਬਦਨਾਮ ਹੀ ਹੋਇਆ।

# ਉਮਰ ਦਾ ਕੁਵੇਲਾ

ਤੀਹਵਾਂ ਲੰਘਿਆ ਵੀ ਜ਼ਿੰਦਗੀ 'ਚ ਇੱਕ ਤਰ੍ਹਾਂ ਦਾ ਕੁਵੇਲਾ ਹੀ ਕਰ ਜਾਂਦਾ ਬਲਕਿ ਓਦੋਂ ਜ਼ਿੰਦਗੀ ਦੀ ਬਾਘਡੋਰ ਉਸੇ ਰਾਹ 'ਤੇ ਖੜ੍ਹੀ ਹੋਵੇ ਜਿੱਥੇ ਕਿੰਨੇ ਸਾਲ ਪਹਿਲਾਂ ਖੜ੍ਹੀ ਸੀ। ਇਕੱਲਿਆਂ ਬੈਠ ਇੰਝ ਲੱਗਦਾ ਜਿੱਦਾਂ ਸਭ ਬੜ੍ਹੀ ਦੂਰ ਲੰਘ ਗਏ ਹੋਣ। ਸਭ ਕੋਲ ਕਾਰਾਂ। ਘਰ। ਜਵਾਕ ਹੋ ਗਏ। ਗ੍ਰਿਹਸਤ 'ਚ ਰੁੱਝਿਆ ਇਨਸਾਨ, ਉਸ ਇਨਸਾਨ ਦੀ ਰੋਜ਼ੀ ਤੇ ਰੂਹ ਕਿੱਥੇ ਸਮਝ ਸਕਦਾ। ਕਿੱਥੇ ਉਸਦੇ ਮਨ ਦਾ ਹਾਲ ਜਾਣ ਸਕਦਾ। ਉਹ ਤਾਂ ਤੋਰੇ 'ਚ ਹੁੰਦਾ ਹੈ। ਅਗਾਂਹ ਵੱਲ ਹੁੰਦਾ ਹੈ। ਵਾਧੇ 'ਚ ਧਿਆਨ ਦਿੰਦਾ ਹੈ। ਇੱਕ ਤੋਂ ਦੋ ਅਤੇ ਦੋ ਤੋਂ ਚਾਰ ਬਣਾਉਣ 'ਚ ਲੱਗਿਆ ਹੁੰਦਾ ਹੈ। ਕਿੱਥੇ ਉਸ ਕੋਲ ਵਿਹਲ ਹੁੰਦਾ ਕਿ ਉਹ ਉਸ ਇਨਸਾਨ ਨਾਲ ਬੈਠ ਗੱਲਾਂ ਮਾਰੇ ਜਿਸਨੂੰ ਇਕੱਲਾਪਨ ਮਹਿਸੂਸ ਹੋ ਰਿਹਾ ਹੈ। ਮੈਂ ਕਾਹਦਾ ਪੈਂਤੀਵੇਂ ਦਾ ਹੋਇਆ ਸੀ, ਮੇਰੇ ਪੈਂਤੀ ਤਾਂ ਮਾਪਿਆਂ ਨੂੰ ਓਹਨਾਂ ਦੇ ਬੁਢਾਪੇ ਦਾ ਫਿਕਰ ਕਰਾਉਂਦੇ ਸੀ। ਅਹਿਸਾਸ ਦਵਾਉਂਦੇ ਸੀ। ਨੀਂਦ ਉਡਾਉਂਦੇ ਸੀ।

ਹੁਣ ਮਾਪਿਆਂ ਨੂੰ ਅਕਸਰ ਇਹ ਲੱਗਦਾ ਕਿ ਨਿਮਾਣ ਕਦੇ ਵੀ ਸ਼ਾਇਦ ਵਿਆਹ ਨਹੀਂ ਕਰਵਾਏਗਾ। ਕਿਉਂਕਿ ਸਮਾਜ ਵਿੱਚ ਵੈਸੇ ਵੀ ਇੰਨੇ ਕੁਵੇਲੇ ਪਈ ਉਮਰ ਨੂੰ ਕਿੱਥੇ ਕੋਈ ਕੁਆਰੀ ਕੁੜੀ ਮਿਲਦੀ ਹੈ। ਹੁਣ ਤਾਂ ਲੋਕਾਂ ਦੀ ਦੱਸ ਵੀ ਇਹੋ ਹੁੰਦੀ ਜਿਵੇਂ ਕਿਸੇ ਨੂੰ ਘਰ ਲਿਆ ਘਰ ਰੋਟੀ ਪੱਕਦੀ ਕਰਨੀ ਹੋਵੇ। ਇਹੋ ਜਿਹੀ ਸੋਚ ਤਾਂ ਮੈਨੂੰ ਹੋਰ ਹੈਰਾਨ ਕਰ ਦਿੰਦੀ। ਜੇ ਰੋਟੀ ਹੀ ਪੱਕਦੀ ਕਰਨੀ ਹੁੰਦੀ ਮੈਂ, ਤਾਂ ਤੇਈਵੇਂ ਵਰ੍ਹੇ 'ਚ ਹੀ ਕਰ ਲੈਣੀ ਸੀ। ਰੋਟੀ ਦਾ ਕੀ ਏ "ਜੇ ਰੱਬ ਨੇ ਜ਼ਿੰਦਗੀ ਦਿੱਤੀ ਏ ਤਾਂ ਰੋਟੀ ਦਾ ਹੀਲਾ ਵੀ ਉਸਨੇ ਕਰਕੇ ਹੀ ਭੇਜਿਆ" ਮੇਰਾ ਜਵਾਬ ਹੁੰਦਾ, ਅਕਸਰ ਜਦ ਵੀ ਇਹ ਗੱਲ ਤੁਰਦੀ।

ਮਾਂ ਨੇ ਤਾਂ ਇਹ ਗੱਲ ਤੋਰਨੀ ਵੀ ਬੰਦ ਕਰ ਦਿੱਤੀ ਸੀ ਕਿਉਂਕਿ ਹੁਣ ਉਸਨੂੰ ਇਹ ਗੱਲ ਤਕਲੀਫ ਦਿੰਦੀ ਸੀ। ਤਕਲੀਫ ਨਾਲੋਂ ਜ਼ਿਆਦਾ ਜੇਹਨੀ ਤੌਰ 'ਤੇ ਪਰੇਸ਼ਾਨੀ ਦਿੰਦੀ ਸੀ। ਉਸਦਾ ਸੋਚ-ਸੋਚ ਬਲੱਡ ਪਰੈਸ਼ਰ ਵੱਧਦਾ ਸੀ। ਬਿਮਾਰੀਆਂ ਘੇਰਾ ਪਾਉਂਦੀਆਂ ਸਨ। ਪਰ ਮੈਂ ਮਾਂ ਜਾਂ ਪਿਓ ਨੂੰ ਦੇਖ ਇਹ ਫੈਸਲਾ ਕਿਵੇਂ ਲੈ ਲੈਂਦਾ ਕਿ ਮੈਂ ਕਿਸੇ ਨਾਲ ਵੀ ਐਂਵੇ ਹੀ ਵਿਆਹ ਕਰ ਲੈਂਦਾ। ਮੈਂ ਕਿਸੇ ਦੀ ਜ਼ਿੰਦਗੀ ਕਿਵੇਂ ਖਰਾਬ ਕਰ ਦਿੰਦਾ? ਇਹ ਗ੍ਰਹਿਸਤ ਇੰਨਾ ਔਖਾ ਹੋਵੇਗਾ, ਮੈਂ ਨਹੀਂ ਸੀ ਸੋਚਿਆ। ਇੱਥੇ ਆਈ ਹਰ ਰੂਹ ਭਟਕਣ 'ਚ ਹੈ, ਇਸਦਾ ਅਹਿਸਾਸ ਹਰ ਪਲ ਹੋ ਰਿਹਾ ਸੀ ਮੈਨੂੰ, ਪਰ ਇਸਦਾ ਇਲਾਜ਼ ਕੋਈ ਨਹੀਂ ਸੀ।

ਪਰ ਮਨ ਨੂੰ ਮੇਰੇ ਇਹ ਤਸੱਲੀ ਸੀ ਕਿ —
　　"ਇਹ ਦੁਨੀਆਂ ਮੇਰੀ ਪ੍ਰੀਭਾਸ਼ਾ ਨਹੀਂ,
　　ਮੇਰੀ ਪ੍ਰੀਭਾਸ਼ਾ ਮੈਂ ਹਾਂ।"

# ਪੁਰਾਣੀਆਂ ਰੂਹਾਂ

ਪਿੰਡ 'ਚ ਅਕਸਰ ਲੋਕਾਂ ਦੇ ਸਮਝਾਉਤੇ। ਕਲੇਸ਼ ਦਾ ਅੰਤ। ਆਪਸੀ ਤਣਾਅ ਵਰਗੇ ਮਾਹੌਲ 'ਚ ਮੈਂ ਵੀ ਭਾਗੀਦਾਰ ਕਈ ਸਾਲਾਂ ਤੋਂ ਬਣਦਾ ਆ ਰਿਹਾ ਸੀ। ਪਰ ਦੇਖੋ ਜਿਸਤੋਂ ਖੁਦ ਦਾ ਘਰ ਨਹੀਂ ਸੀ ਵਸਾ ਹੋਇਆ, ਉਹ ਲੋਕਾਂ ਦੇ ਘਰ ਵਸਾਉਂਦਾ ਸੀ। ਅੱਜ ਪੰਚਾਇਤ ਸੱਦੀ ਸੀ ਪਿੰਡ ਦੀ ਫਿਰਨੀ ਵਾਲੀ ਜਗ੍ਹਾ 'ਤੇ। ਮੈਂ ਵੀ ਪਹੁੰਚਿਆ ਹੋਇਆ ਸੀ ਅੱਜ ਉਥੇ। ਸਾਰੇ ਪਿੰਡ ਵਾਲੇ ਗੱਲਾਂ ਕਰੀ ਜਾਣ ਅਖੇ ਪਹਿਲਾਂ ਹੀ ਰਿਸ਼ਤਾ ਘਰ-ਜਵਾਈ ਦੀ ਸ਼ਰਤ ਕਰਕੇ ਹੋਇਆ ਸੀ ਤਾਂ ਕਿੱਥੇ ਨਿਭਦੇ ਹੁੰਦੇ ਐਂਵੇ ਦੇ ਰਿਸ਼ਤੇ, ਅਖੇ ਮੁੰਡਾ ਕਿਉਂ ਰਹੇ ਘਰ-ਜਵਾਈ? ਸਮਾਜ ਦੀ ਪ੍ਰਥਾ ਇਹ ਤਾਂ, ਕਿ ਕੁੜੀ ਨੂੰ ਹੀ ਸਹੁਰੇ ਘਰ ਜਾਣਾ ਚਾਹੀਦਾ ਸੀ ਚਾਹੇ ਮੁੰਡਾ ਕਿਹੋ ਜਿਹਾ ਹੀ ਹੋਵੇ।

ਮੈਂ ਹਰ ਇੱਕ ਪੰਚਾਇਤ ਮੈਂਬਰ ਦੀ ਗੱਲ ਸੁਣ ਰਿਹਾ ਸੀ ਚਾਹੇ ਉਹ ਵਾਜਿਬ ਸੀ ਜਾਂ ਨਹੀਂ। ਪਰ ਇਹ ਨਹੀਂ ਸੀ ਪਤਾ ਕਿ ਇਹ ਗੱਲ ਹੋ ਕਿਸਦੇ ਘਰ ਦੀ ਰਹੀ ਸੀ। ਦਸ ਪੰਦਰਾਂ ਕੁ ਮਿੰਟ ਮਗਰੋਂ ਉਸ ਘਰ ਦੇ ਜੀਅ ਪੁੱਜਣੇ ਸ਼ੁਰੂ ਹੋ ਰਹੇ ਸਨ। ਬੀਬੀ ਨੇ ਆਉਂਦੇ ਸਾਰ ਅਵਾ-ਤਵਾ ਬੋਲਣਾ ਸ਼ੁਰੂ ਕਰ ਦਿੱਤਾ, ਜਿਵੇਂ ਕਿ ਜਨਮਾਂ-ਜਨਮਾਂ ਤੋਂ ਭਰੀ ਬੈਠੀ ਹੋਵੇ।

"ਨਾ ਵੀਰ ਜੀ ਤੁਸੀਂ ਮੈਨੂੰ ਇਕ ਗੱਲ ਦੱਸੋ ਕਿਤੇ ਐਂਵੇ ਵੀ ਰਿਸ਼ਤੇ ਨਿਭਦੇ ਹੁੰਦੇ ਨੇ? ਮੁੰਡਾ ਸਾਡਾ ਸਾਥੋਂ ਲੈ ਗਈ। ਪਿੰਡ ਸਾਡੇ ਕਦੇ-ਕਦੇ ਆਉਂਦੀ। ਆਪਦੇ ਪਿਓ ਨੂੰ ਨਾਲ ਰੱਖੀ ਬੈਠੀ। ਕਿਤੇ ਅਸੀਂ ਇਹਦੇ ਕੀਲਿਆਂ ਦੇ ਭੁੱਖੇ ਸੀ? ਜਾਂ ਸਾਨੂੰ ਕੋਈ ਥੋੜ ਸੀ? ਕਲਹੈਣੀ ਨੇ ਮੁੰਡੇ ਨੂੰ ਵੀ ਨਜ਼ਰ ਲਾ ਦਿੱਤੀ। ਵਿਆਹ ਤੋਂ ਪਹਿਲਾਂ ਜਮਾਂ ਵੈਸ਼ਨੂੰ ਸੀ ਮੁੰਡਾ ਸਾਡਾ। ਪਤਾ ਨਹੀਂ ਕੀ ਘੋਲਕੇ ਦੇ ਗਈ ਜਿਹੜਾ ਉਹ ਖਾਣੋ-ਪੀਣੋ ਹੀ ਨਹੀਂ ਹੱਟਦਾ। ਨਾ ਹੀ ਜੈਵੱਡੀ ਦੀ ਕੁੱਖ ਹਰੀ ਹੁੰਦੀ ਆ। ਸਾਡੇ ਤਾਂ ਵੰਸ਼ ਨੂੰ ਗ੍ਰਹਿਣ ਲਾ ਗਈ। ਖਾ ਗਈ। ਜਮਾਂ ਭੋਰ ਗਈ।" ਬੀਬੀ ਨੇ ਉੱਚੀ-ਉੱਚੀ ਕਰ ਆਪਣੀ ਦਲੀਲ ਨਾਲ ਕਹਿੰਦਿਆਂ ਗੱਲ ਪੰਚਾਇਤ ਸਾਹਮਣੇ ਰੱਖੀ।

ਪੰਚਾਇਤ ਮੈਂਬਰਾਂ ਨੇ ਵੀ ਗੱਲ ਬਹੁਤ ਧਿਆਨ ਨਾਲ ਸੁਣੀ ਤੇ ਦੋ ਕੁ ਮਿੰਟ ਚੁੱਪੀ ਦਾ ਧਿਆਨ ਧਰਿਆ। ਭਾਈ ਸਾਹਿਬ ਨੇ ਵੀ ਆਉਂਦਿਆਂ ਸਾਰ ਮਰਿਆਦਾ ਵਿੱਚ ਰਹਿੰਦਿਆਂ ਪੰਚਾਇਤ ਨੂੰ ਬੇਨਤੀ ਕੀਤੀ ਕਿ ਇਸ ਝਗੜੇ ਦਾ ਹੱਲ ਕੱਢਿਆ ਜਾਵੇ ਜਾਂ ਇਸਨੂੰ ਜੜ੍ਹੋਂ ਮੁਕਾਇਆ ਜਾਵੇ ਕਿਉਂਕਿ ਨਿੱਤ ਦੇ ਕਲੇਸ਼ ਤੋਂ ਉਹ ਬਹੁਤ ਪਰੇਸ਼ਾਨ ਸਨ।

ਗੱਲਾਂ ਸੁਣਕੇ ਪਤਾ ਚੱਲਿਆ ਕਿ ਇਹ ਮੁੰਡੇ ਦੇ ਮਾਂ-ਬਾਪ ਤੇ ਕੁੜੀ ਦੇ ਸੱਸ-ਸਹੁਰਾ ਸਨ। ਦੋਵਾਂ ਦੀ ਗੱਲ ਸੁਣਕੇ ਪੰਚਾਇਤ ਵਿੱਚ ਗੱਲਾਂ ਹੋਣ ਲੱਗ ਗਈਆਂ ਕਿ ਪਰਿਵਾਰ ਵਾਕਿਏ ਹੀ ਮੁੰਡੇ ਤੇ ਨੂੰਹ ਤੋਂ ਬਹੁਤ ਦੁਖੀ ਹੈ। ਤੁਰਦਿਆਂ-ਤੁਰਦਿਆਂ ਆਖਦੀ ਆਉਂਦੀ ਸੀ "ਇਹ ਸਾਡੇ ਨਾਲ ਨਾਇਨਸਾਫੀ ਏ ਕਿ ਜੇ ਦਿਓਰ ਨੂੰ ਜ਼ਮੀਨ ਸਹੁਰਿਆਂ ਦੀ ਆਉਂਦੀ ਏ ਤਾਂ ਉਸਨੂੰ ਪਿੰਡ ਦੀ ਜ਼ਮੀਨ ਵਿੱਚੋਂ ਹਿੱਸਾ ਨਹੀਂ ਮਿਲਣਾ ਚਾਹੀਦਾ। ਅਖੇ ਨਾ

ਇਹਨਾਂ ਦੇ ਔਲਾਦ ਏ ਤੇ ਨਾ ਹੀ ਹੋਣੀ ਏ। ਫੇਰ ਇਹਨਾਂ ਦੋਵਾਂ ਜੀਆਂ ਨੇ ਇੰਨੀ ਜ਼ਮੀਨ ਕੀ ਕਰਨੀ ਏ?" ਜਠਾਣੀ ਨੂੰ ਤਾਂ ਜਿਵੇਂ ਲਾਲਚ ਦੀਆਂ ਡੋਰਾਂ ਅੰਦਰੋਂ ਖਾ ਰਹੀਆਂ ਹੋਣ। ਇੰਨੀ ਅਸੁਰੱਖਿਆ ਮਹਿਸੂਸ ਹੋ ਰਹੀ ਹੋਵੇ ਉਸਨੂੰ ਜਿਵੇਂ ਕਿਤੇ ਪਿੰਡ ਵਾਲੀ ਜ਼ਮੀਨ ਵੀ ਹੱਥੋਂ ਨਾ ਨਿਕਲ ਜਾਵੇ। ਵੱਡਾ ਭਰਾ ਵੀ ਇਸੇ ਲਹਿਰ ਵਿੱਚ ਓਵੇਂ ਜਿਵੇਂ ਗੱਲ ਕਰ ਰਿਹਾ ਸੀ, ਮਾਨੋਂ ਅੰਦਰ ਰੀਲ ਭਰੀ ਹੋਵੇ।

ਪਰਿਵਾਰ ਦੀਆਂ ਗੱਲਾਂ ਸੁਣ ਇਵੇਂ ਲੱਗ ਰਿਹਾ ਸੀ ਜਿਵੇਂ ਭਾਈ ਨੂੰ ਜ਼ਮੀਨ ਦੀ ਫਿਕਰ ਹੋਵੇ ਤੇ ਮਾਪਿਆਂ ਨੂੰ ਪੁੱਤ ਦੀ। ਕੋਈ ਮੁੰਡੇ ਨੂੰ ਪਿੰਡ ਰੱਖਣਾ ਚਾਹੁੰਦਾ ਸੀ ਤੇ ਕੋਈ ਪਿੰਡੋਂ ਤੋਰਕੇ ਰਾਜ਼ੀ ਸੀ। ਕਿਹੋ ਜਿਹੀ ਲੀਲਾ ਸੀ ਪ੍ਰਮਾਤਮਾ ਦੀ! ਜ਼ਿੰਦਗੀ ਕੁੜੀ ਤੇ ਮੁੰਡੇ ਦੀ ਸੀ ਪਰ ਰਾਜਨੀਤੀ ਘਰੇਲੂ ਸੀ। ਸਭ ਸੁਣ ਪੰਚਾਇਤ ਮੈਂਬਰਾਂ ਨੇ ਮੁੰਡੇ ਤੇ ਕੁੜੀ ਨੂੰ ਸੱਦਣ ਦਾ ਫੈਸਲਾ ਕੀਤਾ ਕਿ ਓਹਨਾਂ ਦੋਵਾਂ ਦੀ ਰਾਏ ਸੁਣਨੀ ਵੀ ਜ਼ਰੂਰੀ ਹੈ ਕਿਉਂਕਿ ਰਹਿਣਾ ਦੋਵਾਂ ਨੇ ਹੈ। ਜ਼ਿੰਦਗੀ ਦੋਵਾਂ ਨੇ ਕੱਟਣੀ ਹੈ। ਗ੍ਰਹਿਸਤ ਓਹਨਾਂ ਦੋਵਾਂ ਦਾ ਸੀ।

ਇੰਨਾ ਕਲੇਸ਼ ਦੇਖ ਮੇਰਾ ਮਨ ਭਰ ਆਇਆ ਸੀ ਤੇ ਅੰਦਰੋਂ ਸੰਤੁਸ਼ਟ ਮਹਿਸੂਸ ਕਰ ਰਿਹਾਂ ਸਾਂ ਕਿ ਇੰਨੇ ਝਮੇਲਿਆਂ ਨਾਲੋਂ ਮੈਂ ਐਂਵੇ ਹੀ ਠੀਕ ਸੀ। ਚੰਗਾ ਹੈ ਮੈਂ ਵਿਆਹ ਨਹੀਂ ਕਰਵਾਇਆ। ਗ੍ਰਹਿਸਤ ਨਹੀਂ ਅਪਣਾਇਆ।

ਦੂਰੋਂ ਆਉਂਦਾ ਮੁੰਡਾ ਗਾਲਾਂ ਦਾ ਸ਼ਤਰ ਪੁਣ ਰਿਹਾ ਸੀ। ਮਾਂ-ਭੈਣ ਦੀਆਂ ਗਾਲਾਂ ਕੱਢ-ਕੱਢ ਗਲਾ ਸੁਖਾਇਆ ਪਿਆ ਸੀ। ਤੀਵੀਂ ਜਾਤ ਨੂੰ ਮਾੜੀ ਦੱਸ-ਦੱਸ ਅਵਾਜ਼ ਬੈਠੀ ਪਈ ਸੀ। ਰੰਗ ਕਾਲਾ ਪਿਆ ਹੋਇਆ ਸੀ ਜਿਵੇਂ ਕੁਝ ਖਾਧਾ ਪੀਤਾ ਹੋਵੇ। ਸਹਿਜ ਸੁਭਾਵਿਕ ਤੇ ਠਰੰਮੇ ਵਾਲਾ ਬੰਦਾ ਨਹੀਂ ਸੀ ਲੱਗਦਾ।

"ਚਾਚਾ! ਮੈਂ ਨਹੀਂ ਰਹਿਣਾ ਆਪਣੀ ਤੀਵੀਂ ਨਾਲ। ਮੈਂ ਜਮਾਂ ਵੀ ਨਹੀਂ ਰਹਿਣਾ। ਨਾ ਹੀ ਇੱਥੇ, ਨਾ ਇਹਦੇ ਪਿੰਡ। ਸਾਲੀ ਖਾ ਗਈ ਮੈਨੂੰ। ਮੈਨੂੰ ਨਹੀਂ ਸੀ ਪਤਾ ਜਨਾਨੀਆਂ ਜ਼ਹਿਰ ਹੁੰਦੀਆਂ ਨੇ। ਮੈਂ ਇਹ ਜ਼ਹਿਰ ਹੋਰ ਨਹੀਂ ਪੀਣਾ। ਬੱਸ!"

ਤਾਏ ਨੇ ਪੰਚਾਇਤ 'ਚੋਂ ਉੱਠ ਮੁੰਡੇ ਤੋਂ ਪੁੱਛਿਆ "ਭਾਈ ਸਾਨੂੰ ਖੁਲ੍ਹਕੇ ਦੱਸ। ਭੜਾਸ ਥੋਡੇ ਸਾਰੇ ਜੀਆਂ 'ਚ ਦਿਸਦੀ ਏ। ਪਰ ਇਹ ਵੀ ਤਾਂ ਦੱਸੋ ਕਿ ਕੁੜੀ 'ਚ ਨੁਕਸ ਕੀ ਏ?"

ਇਸ ਗੱਲ 'ਚ ਹਾਂਭੀ ਸਭ ਨੇ ਭਰੀ ਕਿ ਹਾਂ ਭਾਈ ਕੁੜੀ 'ਚ ਨੁਕਸ ਕੀ ਏ? ਘਰ ਜਵਾਈ ਵਾਲੀ ਗੱਲ ਤੁਹਾਡੀ ਪਰਿਵਾਰਿਕ ਸੀ। ਕੁਝ ਤੁਹਾਨੂੰ ਜ਼ਮੀਨ ਦਾ ਲਾਲਚ ਸੀ ਤੇ ਕੁਝ ਕੁੜੀ ਵਾਲਿਆਂ ਨੂੰ ਘਰ ਜਵਾਈ ਦਾ। ਪਰ ਇਹ ਸਮਝੌਤਾ ਤੁਹਾਡਾ ਸੀ। ਇਸ ਵਿੱਚ ਅਸੀਂ ਬੋਲਦੇ ਚੰਗੇ ਨਹੀਂ ਲੱਗਦੇ ਪਰ ਹਾਂ ਜਿ ਕਿਸੇ ਦੇ ਹੱਕ ਮਰ ਰਹੇ ਜਾਂ ਕਿਸੇ ਨਾਲ ਧੱਕਾ ਹੋ ਰਿਹਾ ਤਾਂ ਪੰਚਾਇਤ ਉਸਦਾ ਹੱਲ ਕੱਢਣ ਲਈ ਤਿਆਰ-ਬਰ-ਤਿਆਰ ਹੈ।

ਪੰਚਾਇਤ ਦੀ ਗੱਲ ਸੁਣਦਿਆਂ ਸਾਰ ਦੂਰੋਂ ਇੱਕ ਧੁੰਦਲੀ ਜਿਹੀ ਪੁਰਾਣੀ ਰੂਹ ਤੁਰੀ ਆਵੇ ਜਿਸਦੀਆਂ ਵਲੁੰਦਰ ਦੀਆਂ ਅੱਖਾਂ ਤੇ ਬੇਨਕਾਬੇ ਪੈਰ ਸੀ। ਅੱਡੀਆਂ ਪਾਟੀਆਂ ਤੇ ਮੁਹਰੀਆਂ ਘਸੀਆਂ ਪਈਆਂ ਸਨ। ਸੂਟ ਤੇ ਚੁੰਨੀ ਮਾਨੋ ਪਿੰਡੋਂ ਕਿਸੇ ਆਉਂਦੇ ਜਾਂਦੇ ਕਸ਼ਮੀਰੀਏ ਤੋਂ ਲਿੱਤੇ ਹੋਣ। ਪਰਛਾਵੇਂ ਵਿੱਚ ਵੀ ਉਸ ਰੂਹ 'ਤੇ ਤਰਸ ਜਿਹਾ ਆਉਂਦਾ ਸੀ। ਜਦ ਨੇੜੇ ਆਈ ਤਾਂ ਅੰਦਰ ਕੰਬਣੀ ਛਿੜ ਗਈ। ਦੇਖਕੇ ਹੰਝੂਆਂ ਦਾ ਵਹਾਅ ਚਲ ਪਿਆ ਜੋ ਨਾ ਚਾਅਕੇ ਵੀ ਉਥੇ ਦਿਖਾ ਨਹੀਂ ਸੀ ਸਕਦਾ। ਮਨ ਕਰਦਾ ਸੀ ਉਸਦੇ ਕੱਪੜਿਆਂ ਦੀਆਂ ਟਾਕੀਆਂ ਭਰ ਦਿਆਂ। ਉਸਦੇ ਜ਼ਖਮ ਸੀਅ ਦਿਆਂ। ਉਸਦੀ ਪਰੇਸ਼ਾਨੀ ਮੁਕਾ ਦਿਆਂ। ਕਿਉਂਕਿ ਇਹ ਹੋਰ ਕੋਈ ਨਹੀਂ 'ਆਗਿਆ' ਸੀ। ਉਹ 'ਆਗਿਆ' ਜਿਸ ਨਾਲ ਬੋਲਿਆਂ ਵੀ ਦੱਸ ਸਾਲ ਤੋਂ ਵੱਧ ਹੋ ਗਏ ਸਨ।

ਪੰਚਾਇਤ 'ਚ ਬੈਠੇ ਚਾਚੇ ਨੇ ਉੱਚੀ ਦੇਣੀ ਆਖਦਿਆਂ ਕਿਹਾ "ਆਓ ਬੀਬਾ ਜੀ। ਅਸੀਂ ਤੁਹਾਡੀ ਹੀ ਉਡੀਕ ਵਿੱਚ ਸਾਂ।" ਸਾਰੇ ਜਾਣੇ ਆਪਣਾ-ਆਪਣਾ ਪੱਖ ਰੱਖ ਚੁੱਕੇ ਹਨ, ਤੁਸੀਂ ਵੀ ਦੱਸੋ ਕਿ ਇਨ੍ਹਾਂ ਗੱਲਾਂ 'ਚ ਕਿੰਨੀ ਕੁ ਸੱਚਾਈ ਹੈ? ਤੁਸੀਂ ਵੀ ਕੋਈ ਟਿੱਪਣੀ ਦਿਓ? ਤੁਸੀਂ ਵੀ ਆਪਣੀਆਂ ਪਰੇਸ਼ਾਨੀਆਂ ਦੱਸੋ?

ਚਾਚਾ ਜੀ! ਜੇ ਸਭ ਨੇ ਆਪਣੀਆਂ ਪਰੇਸ਼ਾਨੀਆਂ ਦੱਸ ਹੀ ਦਿੱਤੀਆਂ ਨੇ ਤਾਂ ਵਾਕਿਏ ਹੀ ਸਭ ਬਹੁਤ ਦੁਖੀ ਹੋਣੇ ਨੇ। ਮੈਂ ਨਹੀਂ ਚਾਹੁੰਦੀ ਕੋਈ ਮੇਰੇ ਕਰਕੇ ਹੋਰ ਦੁਖੀ ਹੋਵੇ। ਮੈਂ ਟਿੱਪਣੀ ਨਾ ਕਿਸੇ 'ਤੇ ਪਹਿਲਾਂ ਕੀਤੀ ਸੀ ਤੇ ਨਾ ਅੱਜ ਕਰਾਂਗੀ। ਜਿਵੇਂ ਸਭ ਨੂੰ ਸਹੀ ਲੱਗਦਾ, ਓਵੇਂ ਕਰ ਲੈਣਾ ਚਾਹੀਦਾ। ਬਸ ਜ਼ਿੰਦਗੀ 'ਚ ਪਛਤਾਵਾ ਨਹੀਂ ਹੋਣਾ ਚਾਹੀਦਾ ਆਪਣੇ ਲਿਤੇ ਫੈਸਲੇ 'ਤੇ। ਮੈਨੂੰ ਇਹ ਚੁਣੀ ਜ਼ਿੰਦਗੀ 'ਤੇ ਨਾ ਕੱਲ ਪਛਤਾਵਾ ਸੀ ਤੇ ਨਾ ਅੱਜ। ਇਹ ਮੇਰੀ ਕਿਸਮਤ ਕੁਝ ਲਿਖੀ ਹੋਈ ਸੀ ਤੇ ਕੁਝ ਮੈਂ ਆਪਣੇ ਫੈਸਲਿਆਂ ਨਾਲ ਲਿਖ ਲਈ, ਬਿਲਕੁਲ ਤਿਆਰ-ਬਰ-ਤਿਆਰ ਹੈ ਹਰ ਉਸ ਇਨਸਾਨ ਦੇ ਫੈਸਲੇ ਨਾਲ ਜੋ ਮੇਰੇ ਨਾਲ ਜੁੜਿਆ ਹੈ। ਮੈਨੂੰ ਕਿਸੇ 'ਚ ਕੋਈ ਨੁਕਸ ਨਹੀਂ ਲੱਗਦਾ ਤੇ ਜੇ ਕਿਸੇ ਨੂੰ ਮੇਰੇ 'ਚ ਲੱਗਦਾ ਹੈ ਤਾਂ ਮੈਂ ਆਪਣੇ ਆਪ ਨੂੰ ਕਿਸੇ ਕਰਕੇ ਬਦਲ ਨਹੀਂ ਸਕਦੀ। ਮੈਂ ਮੁਆਫੀ ਚਾਹੁੰਨੀ ਹਾਂ ਜਿ ਮੇਰੇ ਕਰਕੇ ਇੰਨੇ ਪਰਿਵਾਰ ਦੇ ਮੈਂਬਰਾਂ ਨੂੰ ਤਕਲੀਫ ਹੋਈ। ਤੁਸੀਂ ਜੋ ਵੀ ਫੈਸਲਾ ਲਓਂਗੇ, ਮੈਂ ਉਸ ਫੈਸਲੇ ਨਾਲ ਸਹਿਮਤ ਹਾਂ।

ਪੰਚਾਇਤ ਆਗਿਆ ਦੀ ਗੱਲ ਸੁਣਕੇ ਸਲਾਹ ਰਹੀ ਸੀ ਕਿ ਬੀਬਾ 'ਚ ਬਹੁਤ ਲਿਆਕਤ ਤੇ ਸਿਆਣਪ ਹੈ। ਕਿੱਥੇ ਇੰਨੀ ਸਮਝ ਵਾਲੀ ਕੁੜੀ ਇੰਨਾਂ ਦੇ ਪੇਛ ਪਾ ਦਿੱਤੀ? ਕੁੜੀ ਦੇ ਤਾਂ ਇਹ ਲਾਇਕ ਹੀ ਨਹੀਂ ਹਨ। ਬਿਲਕੁਲ ਵੀ ਹੱਕਦਾਰ ਨਹੀਂ ਹਨ। ਇਨ੍ਹਾਂ 'ਚ ਕੁੜੀ ਰੱਖਣਾ ਇੱਕ ਨਾ ਇਨਸਾਫੀ ਕਰਨ ਵਾਲੀ ਗੱਲ ਹੈ। ਪੰਚਾਇਤ ਨੇ ਆਗਿਆ ਦੇ ਪਿਓ ਤੋਂ ਪੁੱਛਦਿਆਂ ਆਖਿਆ, "ਕਿਉਂ ਬਈ ਨੇਕ ਸਿਆਂ ਦਸ ਹੁਣ ਕੀ ਕਰੀਏ?" ਆਗਿਆਂ ਦਾ ਪਿਓ ਜਿਵੇਂ ਹਲੇ ਵੀ ਰਿਸ਼ਤੇ ਨੂੰ ਬਚਾਉਣ ਦੀ ਕੋਸ਼ਿਸ਼ ਕਰ ਰਿਹਾ ਹੋਵੇ। ਬਾਈ ਜੀ ਜੇ ਇਨ੍ਹਾਂ ਨੂੰ ਮੁੰਡੇ ਦੇ ਘਰ ਜਵਾਈ ਦੀ ਤਕਲੀਫ ਹੈ ਤਾਂ ਮੈਂ ਆਪਣੀ ਕੁੜੀ ਇੱਥੇ ਛੱਡ ਜਾਨਾ। ਮੈਂ ਹੋਰ ਕਿਤੇ ਕਿੰਨਾ ਕੁ ਚਿਰ ਹਾਂ। ਮੈਂ ਤੇ ਇਕੱਲਾ ਵੀ ਰਹਿ ਲਿਆਂਗਾ ਪਰ ਮੇਰੀ ਧੀ ਦਾ ਘਰ ਨਾ ਖਰਾਬ ਹੋਵੇ। ਨੇਕ ਸਿੰਘ ਉੱਠ ਦੋਵੇਂ ਹੱਥ ਜੋੜ ਮੁੰਡੇ ਦੇ ਪਿਓ ਕੋਲ ਹੀ ਚੱਲਾ ਸੀ, ਇੰਨੇ ਮੈਂ ਪੰਚਾਇਤ 'ਚੋਂ ਉੱਠ ਉਨ੍ਹਾਂ ਨੂੰ ਓਥੇ ਹੋ ਰੋਕ ਲਿਆ।

ਨਿਮਾਣ — ਬਸ ਕਰੋ ਭਾਈ ਸਾਹਿਬ! ਇੱਥੇ ਹੀ ਬਸ ਕਰੋ। ਜੇ ਤੁਸੀਂ ਇਹ ਬਸ ਬਹੁਤ ਪਹਿਲਾਂ ਕੀਤੀ ਹੁੰਦੀ ਤਾਂ ਤੁਹਾਡੀ ਧੀ ਦਾ ਹਾਲ ਇਹ ਨਾ ਹੁੰਦਾ। ਧੀਆਂ ਹੱਥ ਜੋੜ ਕੇ ਨਹੀਂ ਵਸਾਈਆਂ ਜਾਂਦੀਆਂ। ਲਾਲਚ ਲਈ ਕਿਸੇ ਨਾਲ ਧੱਕੀਆਂ ਨਹੀਂ ਜਾਂਦੀਆਂ। ਤੇ ਨਾ ਹੀ ਜ਼ਮੀਨਾਂ ਨਾਲ ਤੋਲੀਆਂ ਜਾਂਦੀਆਂ। ਇੰਝ ਸਿਰਫ ਆਪਾਂ ਖੁਦ ਨੂੰ ਧਰਵਾਸ ਦਿੰਦੇ ਹਾਂ ਜਾਂ ਉੱਠ ਰਹੀਆਂ ਸਮਾਜ 'ਚ ਉਂਗਲਾਂ ਨੂੰ। ਡਰੋ ਨਹੀਂ। ਕੁਝ ਨਹੀਂ ਹੋਵੇਗਾ। ਜੇ ਧੀ ਤੁਹਾਡੇ ਘਰ ਵੀ ਰਹਿ ਜਾਵੇਗੀ ਤਾਂ ਵੀ ਮਾੜੀ ਨਹੀਂ ਹੈ। ਪਰ ਉਸਦੀ ਜ਼ਿੰਦਗੀ ਐਸੀ ਜਗ੍ਹਾ 'ਤੇ ਨਾ ਲਿਖੋ ਜਿੱਥੇ ਪਹਿਲਾਂ ਨਾਲੋਂ ਵੀ ਮਾੜੀ ਹੋ ਜਾਵੇ।

ਮੇਰੀ ਇਹ ਗੱਲ ਸੁਣ ਆਗਿਆ ਦੀ ਸੱਸ ਭੱਜ ਦੇਣੇ ਮੇਰੇ ਮਗਰ ਪੈ ਗਈ। ਨਾ ਮਾੜੀ ਨੂੰ, ਅਸੀਂ ਕੀ ਕਰਤਾ ਇਹਦੀ ਧੀ ਨੂੰ? ਚੰਗੀ ਭਲੀ ਵੱਸਦੀ ਆ ਜਾਂ ਕਹਿ ਦਿਆਂ ਵੱਸਣਾ ਆਉਂਦਾ ਨਹੀਂ। ਨਾ ਦੱਸ ਮਰਦ ਕਿਹੜਾ ਨੀ ਪੀਂਦਾ? ਇੰਨਾ ਕੁ ਬੈਲ-ਐਬ ਸਭ 'ਚ ਹੁੰਦਾ। ਜੇ ਇਹਤੋਂ ਝੱਲ ਨਹੀਂ ਹੁੰਦਾ ਤਾਂ ਨਾ ਆਉਂਦੀ ਇੱਥੇ। ਅਸੀਂ ਕਿਤੇ ਬਾਂਹ ਫੜਕੇ ਲਿਆਏ ਸੀ?

ਨਿਮਾਣ - ਬਸ ਭਾਈ ਬਸ। ਨਾ ਇੰਨਾ ਮੰਦਾ ਬੋਲ। ਆਪਣੇ ਸਰੀਰ ਦੀਆਂ ਆਂਦਰਾਂ ਨਾ ਫੁਲਾ। ਗਲਤੀ ਤੁਹਾਡੀ ਨਹੀਂ ਇਸ ਬੀਬਾ ਦੀ ਏ। ਗਲਤੀ ਤਾਂ ਪਿਓ ਤੋਂ ਹੋ ਗਈ। ਕਿੱਥੇ ਪਤਾ ਸੀ ਨੇਕ ਸਿੰਘ ਨੂੰ ਕਿ ਉਸਦੀ ਧੀ ਖਾਣ-ਪੀਣ ਵਾਲੇ ਨਾਲ ਰਹਿ ਨਹੀਂ ਸਕਦੀ। ਪਛਾਣ ਤਾਂ ਨੇਕ ਸਿੰਘ ਦੀ ਘੱਟ ਰਹਿ ਗਈ ਓਹ ਵੀ ਆਪਣੀ ਧੀ ਪ੍ਰਤੀ। ਓਨ੍ਹਾਂ ਨੂੰ ਕਿੱਥੇ ਪਤਾ ਸੀ ਕਿ ਬੈਲ-ਐਬ ਸਭ 'ਚ ਹੁੰਦਾ। ਓਹ ਤਾਂ ਆਪਣੇ ਵਾਂਗ ਸਾਰੀ ਦੁਨੀਆਂ ਸਮਝ ਬੈਠੇ। ਇੰਨੇ ਚੁਸਤ ਚਲਾਕ ਨਹੀਂ ਹੋਣੇ ਓਹ। ਕੋਈ ਗੱਲ ਨਹੀਂ ਭੈਣ ਜੀ! ਤੁਸੀਂ ਤੱਤੇ ਨਾ ਹੋਵੋ। ਜ਼ਿੰਦਗੀ 'ਤੇ ਹਰ ਇੱਕ ਚੀਜ਼ ਦਾ ਹੱਲ ਹੈ। ਤੁਹਾਡੀ ਨੂੰਹ ਤੁਹਾਡੇ ਗੱਲ ਕੋਈ ਧੱਕੇ ਨਾਲ ਨਹੀਂ ਪਾ ਸਕਦਾ। ਧਰਵਾਸ ਰੱਖੋ। ਇੱਜ਼ਤ ਮਿਲੇਗੀ। ਮਾੜਾ ਬੋਲੋਗੇ, ਸਾਹਮਣਿਓਂ ਮਾੜਾ ਆਵੇਗਾ।

ਪੰਚਾਇਤ 'ਚ ਬੈਠੇ ਤਾਏ ਨੇ ਮੇਰੀ ਗੱਲ 'ਚ ਹਾਂਬੀ ਭਰਦਿਆਂ ਕਿਹਾ ਬੀਬੀ ਉਮਰ ਦਾ ਲਿਹਾਜ ਕਰ। ਤੇਰੀ ਨੂੰਹ ਤੇਰੇ ਵਾਰੇ ਇੱਕ ਲਫ਼ਜ਼ ਨਹੀਂ ਬੋਲੀ

ਇਹ ਨਹੀਂ ਕਿ ਉਸ ਕੋਲ ਬੋਲਣ ਨੂੰ ਕੁਝ ਨਹੀਂ ਹੋਵੇਗਾ ਬਲਕਿ ਉਹ ਇੱਥੇ ਬੋਲਣਾ ਨਹੀਂ ਚਾਹੁੰਦੀ ਹੋਵੇਗੀ। ਇਸ ਗੱਲ ਦੀ ਲਿਹਾਜ਼ ਰੱਖ ਤੇ ਜੇ ਲਿਹਾਜ਼ ਫਿਰ ਵੀ ਨਹੀਂ, ਜਾ ਤੇਰਾ ਫੈਸਲਾ ਮੰਨਜ਼ੂਰ ਹੈ ਸਾਨੂੰ। ਅੱਜ ਤੋਂ ਇਹ ਬੀਬਾ ਤੇਰੀ ਨੂੰਹ ਨਹੀਂ। ਬਹੁਤੀ ਤਕਲੀਫ ਨਾ ਮੰਨ, ਅਸੀਂ ਵੀ ਕੋਈ ਕਾਹਲੇ ਨਹੀਂ ਕੁੜੀ ਨੂੰ ਤੇਰੇ ਘਰ ਭੇਜਕੇ। ਆਪਣੇ ਪੁੱਤ ਨਾਲ ਖ਼ੁਸ਼ ਰਹਿ। ਬੀਬਾ ਜੀ ਦਾ ਸਮਾਨ ਉਸਦੇ ਪਿਤਾ ਜੀ ਨਾਲ ਭੇਜ ਉਹਨਾਂ ਨੂੰ ਵਿਦਾ ਕਰ।

ਅਲੱਗੋ-ਅਲੱਗ ਹੋ ਗਿਆ ਸੀ ਅੱਜ ਉਹ ਰਿਸ਼ਤਾ ਜੋ ਮੈਨੂੰ ਲਗਦਾ ਸੀ ਖ਼ੁਸ਼ ਹੈ। ਪਰ ਅੱਜ ਪੰਚਾਇਤ ਦੀ ਬੈਠਕ ਤੋਂ ਬਾਅਦ ਘਰ ਆਕੇ ਮੇਰਾ ਉੱਚੀ-ਉੱਚੀ ਰੋਣ ਨੂੰ ਮਨ ਕਰ ਰਿਹਾ ਹੋਵੇ। ਇੱਡਾ ਵੱਡਾ ਰੂਹ ਪੋਸ਼ ਬੰਦਾ ਰੋਂਦਾ ਚੰਗਾ ਲੱਗਦਾ। ਕਮਰੇ 'ਚ ਬੈਠ ਮੈਂ ਆਪਣਾ ਦਰਦ ਆਪਣੇ ਆਪ ਨਾਲ ਹੀ ਸਾਂਝਾ ਕੀਤਾ। ਇਹ ਦਰਦ ਆਗਿਆ ਕਰਕੇ ਨਹੀਂ ਸੀ। ਇਹ ਦਰਦ ਮੇਰੇ ਉਹ ਫੈਸਲਿਆਂ ਦਾ ਸੀ ਜਿੰਨਾ ਦਾ ਪਛਤਾਵਾ ਮੈਨੂੰ ਅੱਜ ਵੀ ਸੀ। ਮੇਰੇ ਨਾਲੋਂ ਤਾਂ ਉਹ ਚੰਗੀ ਸੀ ਦਿਮਾਗੀ ਤੌਰ 'ਤੇ ਵੀ ਤੇ ਰੂਹਾਨੀ ਤੌਰ 'ਤੇ ਵੀ ਜਿਸਨੂੰ ਪਛਤਾਵਾ ਨਹੀਂ ਸੀ ਚਾਹੇ ਅੱਜ ਕਿੰਨੀ ਵੀ ਔਖੀ ਸੀ। ਪਛਤਾਵਾ ਬੰਦੇ ਨੂੰ ਕਲਪਾ ਜਾਂਦਾ। ਖਾ ਜਾਂਦਾ। ਢਾਹ ਜਾਂਦਾ। ਹਾਲੇ ਤਾਂ ਜ਼ਿੰਦਗੀ ਦੇ ਪੈਂਤੀ ਸਾਲ ਹੀ ਜਿਊਏ ਸਨ, ਇਹਨਾਂ ਪੈਂਤੀ ਸਾਲਾਂ ਨੇ ਇੰਨਾ ਕੁਝ ਦਿਖਾਉਣਾ ਸੀ, ਨਹੀਂ ਸੋਚਿਆ ਸੀ ਕਦੇ। ਕਿੰਨਾ ਲੜਦਾ ਬੰਦਾ ਬੰਦੇ ਨਾਲ। ਆਪਣੀਆਂ ਨਿੱਜੀ ਉਮੀਦਾਂ ਕਰਕੇ। ਪਰ ਬੰਦਾ ਇਹ ਭੁੱਲ ਜਾਂਦਾ ਕਿ ਉਸਦਾ ਅੰਤ ਨਿਸ਼ਚਿਤ ਹੈ। ਇਹ ਜਨਮ ਤੋਂ ਮਰਨ ਤੱਕ ਦਾ ਸਫਰ ਪ੍ਰਮਾਤਮਾ ਨੂੰ ਮਿਲਣ ਦਾ ਮੌਕਾ ਹੁੰਦਾ ਹੈ। ਪਰ ਜ਼ਿੰਦਗੀ ਦੇ ਉਲਝੇਵੇਂ ਕਿੱਥੇ ਪ੍ਰਮਾਤਮਾ ਨੂੰ ਮਿਲਣ ਦਿੰਦੇ। ਇਹ ਤਾਂ ਵੱਢ-ਵੱਢ ਖਾਂਦੇ ਆਪਣੇ ਅੰਦਰ ਨੂੰ। ਨੋਚ-ਨੋਚ ਲੈਂਦੇ ਆਪਣੀ ਨੀਂਦ ਨੂੰ। ਮੇਲ ਤਾਂ ਮੇਥੋਂ ਉਸ ਇਨਸਾਨ ਨਾਲ ਨਾ ਕਰ ਹੋਇਆ ਜੋ ਮੇਰੇ ਲਈ ਬਣਿਆ ਸੀ, ਪਰ ਮੇਥੋਂ ਖੋਇਆ ਗਿਆ। ਮੈਂ ਉਹ ਇਨਸਾਨ ਨਹੀਂ ਸਾਂ ਕਿ ਆਗਿਆ ਦਾ ਟੁੱਟਿਆ ਰਿਸ਼ਤਾ ਦੇਖ ਆਪਣੇ ਦੀ ਉਮੀਦ ਕਰਨ ਲੱਗ ਜਾਂਦਾ ਕਿਉਂਕਿ ਮੈਂ ਉਹ ਕਿਤਾਬ ਬਹੁਤ ਸਮਾਂ ਪਹਿਲਾਂ ਬੰਦ ਕਰ ਦਿੱਤੀ ਸੀ। ਪਰ ਅੱਜ ਆਗਿਆ ਜਗ੍ਹਾ, ਕੋਈ ਹੋਰ ਵੀ ਧੀ ਹੁੰਦੀ। ਮੇਰਾ ਸੁਭਾਵਿਕ ਫੈਸਲਾ ਇਹੀਓ ਹੋਣਾ ਸੀ। ਕਿਸੇ ਨਾਲ ਧੱਕਾ, ਨਾ ਖੁਸ਼ੀ, ਵਾਲਾ ਫੈਸਲਾ ਕਦੇ ਨਾ ਦਿੰਦਾ। ਪਰ

ਆਗਿਆ ਦੀ ਹਾਲਤ ਦੇਖ, ਸੱਚਮੁੱਚ 'ਚ ਕੁਝ ਹੋਈ ਜਾਂਦਾ ਸੀ।

"ਜ਼ਿੰਦਗੀ ਜਿਓਣ ਦਾ ਨਾਮ ਹੈ,
ਨਾ ਕਿ ਕਿਤੇ ਪਹੁੰਚਣ ਦਾ।"

ਮੈਂ ਜਿਓ ਰਿਹਾ ਸੀ ਓਹ ਹਰ ਪੂਰੀ ਤਰ੍ਹਾਂ ਜਿਸ ਵਿੱਚ ਜ਼ਿੰਮੇਵਾਰੀਆਂ,
ਅਹਿਸਾਸ, ਰਿਸ਼ਤੇ, ਪਿਆਰ, ਦਰਦ, ਗਮੀ ਤੇ ਹਰ ਓਹ ਪਲ।

"ਲੱਖ ਵਾਰੀ ਸੋਚਾਂ ਸੋਚਕੇ
ਅੰਤ ਮਿਲਣਾ ਓਹੀਓ ਜੋ ਲਿਖਿਆ
ਇਹ ਜ਼ਿੰਦਗੀ ਦੇ ਰਾਹ ਨੇ ਕੈਸੇ
ਜੋ ਆਇਆ ਇੱਥੇ ਓਹ ਮਿਟਿਆ।

ਵਜਨ ਸਮਝਕੇ ਨਿਕਲਦੇ ਪਲ
ਇੱਕ-ਇੱਕ ਕਰਕੇ ਖਾ ਜਾਂਦੇ
ਇਹ ਜ਼ਿੰਦਗੀ ਦੇ ਨਿੱਕੜੇ ਲੱਛੇ
ਸੁਲਝਦੇ-ਸੁਲਝਦੇ ਉਲਝ ਜਾਂਦੇ।

ਕਰ-ਕਰ ਕੇ ਚਾਹੇ ਮਨਮਾਨੀ
ਬੋਝ ਦਿਲਾਂ 'ਤੇ ਆ ਜਾਂਦੇ
ਜੋ ਜੀਵੇ ਮਰ ਜਾਵੇ ਓਹ ਵੀ
ਪਛਤਾਵੇ ਪਿੱਛੇ ਛੱਡ ਜਾਂਦੇ।"

ਰੂਹਾਂ ਤਾਂ ਅਸੀਂ ਭਾਵੇਂ ਪੁਰਾਣੀਆਂ ਸੀ ਪਰ ਇੰਨੇ ਸਮੇਂ ਬਾਅਦ ਵੀ ਨਹੀਂ ਸੀ
ਮਿਲ ਸਕੀਆਂ।

ਕਲਪ ਨੇ ਤਾਂ ਮਾਨੋ ਜਿਗਰ ਜ਼ਿੰਦਰੇ ਵਿੱਚ ਕੈਦ ਕਰ ਲਿਆ ਹੋਵੇ ਤੇ ਮੁੜ ਖੋਲਣਾ ਹੀ ਭੁੱਲ ਗਈ ਹੋਵੇ। ਇਸ ਪੈਂਤੀ ਵਰ੍ਹਿਆਂ ਦੀ ਜ਼ਿੰਦਗੀ ਮੈਂ ਇਕੱਲਿਆਂ ਬਤੀਤ ਕੀਤੀ ਸੀ। ਇਸਦਾ ਹਰ ਇੱਕ ਬੀਤਿਆ ਪਲ ਮੇਰੇ ਹੌਂਸਲੇ ਦੀ ਗਵਾਹੀ ਭਰਦਾ ਸੀ। ਬੇਸ਼ੱਕ ਮੇਰੀ ਬੜੀ ਇੱਜ਼ਤ ਕਰਦਾ ਸੀ ਪਿੰਡ ਦਾ ਹਰ ਇੱਕ ਉਹ ਵਿਅਕਤੀ ਜਿਸ ਨਾਲ ਮੈਂ ਭਾਵੇਂ ਪੰਜ-ਦੱਸ ਮਿੰਟ ਬੈਠਕੇ ਗੱਲ ਹੀ ਕੀਤੀ ਹੋਵੇ ਪਰ ਮੇਰੇ ਅੰਦਰ ਦਾ ਇਕੱਲਾਪਣ ਕੋਈ ਨਾਪ ਨਹੀਂ ਸੀ ਸਕਿਆ। ਨਾ ਮੇਰੇ ਮਾਪੇ ਤੇ ਨਾ ਮੇਰੇ ਲੋਕ। ਕੋਈ ਖਾਸ ਗੁੜੀ ਮਿੱਤਰਤਾ ਮੇਰੀ ਜ਼ਿੰਦਗੀ 'ਚ ਕਿਸੇ ਨਾਲ ਰਹੀ ਨਹੀਂ ਤੇ ਗ੍ਰਿਹਸਤ ਮੈਂ ਅਪਣਾਇਆ ਨਹੀਂ। ਇਹ ਬੰਦ ਕਮਰੇ ਦੇ ਦਰਵਾਜ਼ੇ ਜਾਣਦੇ ਸੀ ਮੈਨੂੰ ਕਿ ਮੈਂ ਕਿੰਨਾ ਕੁ ਕਲਪਿਆ ਤੇ ਕਿੰਨਾ ਕੁ ਮੁਸਕੁਰਾਇਆ। ਮੇਰੇ ਚੁੱਪ ਰਹਿਣ ਤੋਂ ਲੈ, ਮੇਰੇ ਜ਼ਿੰਦਗੀ ਦੇ ਫੈਸਲਿਆਂ ਦੇ ਪਛਤਾਵਿਆਂ ਤੱਕ ਇਹ ਦਰਵਾਜ਼ਿਆਂ ਨੇ ਮੇਰਾ ਹਰ ਉਹ ਸਾਥ ਦਿੱਤਾ ਸੀ ਕਿ ਮੇਰੀ ਜ਼ਿੰਦਗੀ ਦੀ ਪੱਟੜੀ ਕਿਸੇ ਤਾਂ ਲੀਹ 'ਤੇ ਚੜ੍ਹੇ ਤੇ ਫੇਰ ਤੁਰਦੀ ਜਾਵੇ....। ਪਰ ਇਨ੍ਹਾਂ ਨੂੰ ਕੀ ਪਤਾ ਸੀ ਕਿ ਇਸ ਗੱਡੀ ਦਾ ਮੈਂ ਇੰਜਣ ਨਹੀਂ ਬਣ ਸਕਦਾ, ਮੈਂ ਤਾਂ ਸਿਰਫ ਇਨ੍ਹਾਂ ਦਾ ਡੱਬਾ ਹਾਂ। ਇਸ ਗੱਡੀ ਦਾ ਇੰਜਣ ਕਿੱਧਰੇ ਖੋ ਗਿਆ ਹੈ। ਗਵਾਚ ਗਿਆ ਹੈ। ਗਵਾਚਿਆ ਵੀ ਕਾਹਨੂੰ, ਜਾਂ ਕਹਿ ਦਿਆਂ ਮੈਂ ਖੁਦ ਕਿੱਧਰੇ ਸੁੱਟ ਆਇਆ ਹਾਂ। ਐਸੀ ਜਗ੍ਹਾ ਜਿੱਥੇ ਉਸਦੀ ਕਦਰ ਕੋਈ ਨਹੀਂ। ਉਹ ਇੰਜਣ ਜਿਸਨੂੰ ਅੱਜ ਸਮਾਜ ਨੇ ਨਕਾਰਿਆ ਸੀ ਬੇਸ਼ੱਕ ਉਸਦੀ ਕੀਮਤ ਲੱਖਾਂ ਕਰੋੜਾਂ ਤੋਂ ਵੀ ਪਰੇ ਸੀ। ਐਸੇ ਸਮਾਜ ਨੂੰ ਕੀ ਨਾਮ ਦਿਆਂ ਜਿਸਨੂੰ ਉਸਦੀ ਵਿਲੱਖਣਤਾ ਪਛਾਣ 'ਚ ਨਹੀਂ ਆਈ। ਪਰ ਸਮਾਜ 'ਚ ਮੈਂ ਵੀ ਤਾਂ ਆਉਂਦਾ ਸਾਂ, ਜੇ ਮੈਂ ਉਸ ਇੰਜਣ ਨੂੰ ਆਪਣੇ ਮੁਹਰੇ ਲਾਇਆ ਹੁੰਦਾ ਤਾਂ ਸ਼ਾਇਦ ਇਹ ਸਮਾਜ ਦੀ ਅੱਜ ਜ਼ੁਰਤ ਹੀ ਨਾ ਪੈਂਦੀ।

# ਖੇਦੀ ਮਿਲਾਪ

ਜੋ ਆਗਿਆ ਨੇ ਇੰਨੇ ਸਾਲ ਪਹਿਲਾਂ ਮਹਿਸੂਸ ਕੀਤਾ ਹੋਣਾ ਜਾਂ ਕਹਿ ਦਿਆਂ ਮੇਰੇ ਕਰਕੇ ਉਹ ਇਸ ਅਹਿਸਾਸ ਦੁਆਰਾ ਲੰਘੀ ਹੋਣੀ, ਅੱਜ ਉਹੀ ਅਹਿਸਾਸ ਮੈਨੂੰ ਹੋਇਆ ਸੀ। ਇੰਨਾ ਪਛਤਾਵਾ ਮੈਂ ਕਦੇ ਮਹਿਸੂਸ ਨਹੀਂ ਸੀ ਕੀਤਾ ਕਿਉਂਕਿ ਜ਼ਿੰਦਗੀ ਦਾ ਹਰ ਫੈਸਲਾ ਮੈਂ ਬਿਨਾਂ ਸਲਾਹ ਕੀਤੇ ਤੇ ਆਪਣੇ ਅੰਦਰ ਰੱਖ ਕੀਤਾ ਸੀ। ਕਿਸੇ ਕੋਲ ਨਹੀਂ ਸੀ ਫਰੋਲਿਆ ਮੈਂ ਇਹ ਦਰਦ ਤੇ ਨਾ ਹੀ ਫਰੋਲ ਸਕਦਾ ਸੀ। ਬਲਕਿ ਫਰੋਲਣਾ ਹੀ ਨਹੀਂ ਸੀ ਚਾਹੁੰਦਾ। ਇਹ ਸਮਾਜ ਐਸਾ ਜਿਸਨੇ ਮੈਨੂੰ ਜਾਂ ਓਹਨੂੰ ਗਲਤ ਤਾਂ ਠਹਿਰਾਉਣਾ ਹੀ ਸੀ, ਨਾਲ ਦੀ ਨਾਲ ਇੱਜ਼ਤ ਵੀ ਉਤਾਰਨੀ ਸੀ। ਆਪਣੀ ਦਾ ਡਰ ਨਹੀਂ ਸੀ ਪਰ ਉਸਦੀ ਦਾ ਬਹੁਤ ਸੀ। ਇਹ ਵੀ ਪਤਾ ਸੀ ਕਿ ਉਹ ਇੰਨੀ ਕਮਜ਼ੋਰ ਨਹੀਂ ਕਿ ਸਮਾਜ ਦੀਆਂ ਗਿੱਦੜ ਧਮਕੀਆਂ ਤੋਂ ਡਰ ਜਾਵੇ ਪਰ ਮੇਰੇ ਕਰਕੇ ਉਸਨੂੰ ਇੱਕ ਵੀ ਦਰਦ, ਮੈਂ ਦੇਣਾ ਨਹੀਂ ਸੀ ਚਾਹੁੰਦਾ। ਓਸੇ ਪਾਰਕ 'ਚ ਬੈਠ ਅਸੀਂ ਅੱਜ ਵਾਰਤਾਲਾਪ ਓਵੇਂ ਜਿਵੇਂ ਸ਼ੁਰੂ ਕੀਤੀ ਜਿਵੇਂ ਪੰਦਰਾਂ ਸਾਲ ਪਹਿਲਾਂ ਸੀ।

ਨਿਮਾਣ — ਕਿੰਨਾ ਬਦਲ ਗਿਆ ਨਾ ਕਾਲਜ?

ਆਗਿਆ — ਹਾਂ ਜੀ! ਬਿਲਕੁਲ।

ਨਿਮਾਣ — ਕਾਲਜ ਦੀਆਂ ਇੱਟਾਂ ਭਾਵੇਂ ਅੱਜ ਵੀ ਓਹੀ ਨੇ ਪਰ ਸ਼ਕਲਾਂ ਕੱਲ ਵਾਲੀਆਂ ਨਹੀਂ।

ਅਗਿਆ — ਸ਼ਕਲਾਂ ਤਾਂ ਸਾਡੀਆਂ ਬਦਲ ਗਈਆਂ ਤੇ ਫੇਰ ਇਹ ਤਾਂ ਇਨਸਾਨ ਵੀ ਵੱਖਰੇ ਨੇ।

ਨਿਮਾਣ — ਚੇਹਰਿਆਂ ਦਾ ਕੀ ਏ ਜੇ ਰੂਹਾਂ ਓਹੀ ਹੋਣ। ਇਨਸਾਨਾਂ ਦਾ ਕੀ ਏ, ਇਹ ਤਾਂ ਇੱਕ ਬਾਅਦੋਂ ਇੱਕ ਨੇ।

ਆਗਿਆ — ਰੂਹਾਂ ਤਾਂ ਓਹੀ ਹੁੰਦੀਆਂ ਪਰ ਇਹ ਪੜ੍ਹਨ ਵਾਲੇ ਚੇਹਰੇ ਢੱਲ ਜਾਂਦੇ।

ਨਿਮਾਣ — ਚੇਹਰਿਆਂ ਦਾ ਢੱਲਣਾ ਵੀ ਵਕਤ ਨਾਲ ਲਾਜ਼ਮੀ ਏ। ਰੂਹ ਖਿੜੀ ਰਹਿਣੀ ਜ਼ਰੂਰੀ ਏ।

ਆਗਿਆ — ਰੂਹ ਖਿੜਕੇ ਵੀ ਕੀ ਕਰੇਗੀ? ਜੇ ਵਕਤ ਚੇਹਰਿਆਂ ਦੇ ਹੀ ਖਿਲਾਫ ਹੋ ਜਾਵੇ।

ਨਿਮਾਣ — ਵਕਤ ਤਾਂ ਬਦਲਦਾ ਰਹਿੰਦਾ ਏ, ਇਸ 'ਤੇ ਕਿਸੇ ਦਾ ਜ਼ੋਰ ਨਹੀਂ। ਚੇਹਰਾ ਚੇਹਰੇ ਦੇ ਖਿਲਾਫ ਹੋਣਾ, ਰੂਹ ਦੀ ਬੇਕਦਰੀ ਏ।

ਆਗਿਆ — ਰੂਹਾਂ ਦੀ ਬੇਕਦਰੀ ਵੀ ਇਨਸਾਨ ਹੀ ਕਰਦੇ ਨੇ ਚਾਹੇ ਚੇਹਰਿਆਂ ਦੇ ਰੂਪ 'ਚ ਤੇ ਚਾਹੇ ਦਿਮਾਗਾਂ ਦੇ ਰੂਪ 'ਚ।

ਨਿਮਾਣ — ਦਿਮਾਗ ਦਾ ਚਿੰਨ ਹੁੰਦਾ ਏ ਚੇਹਰਾ। ਰੂਪ ਓਵੇਂ ਹੀ ਦਿੰਦਾ ਏ ਜਿਵੇਂ ਦਿਮਾਗ ਕਹਿੰਦਾ ਏ।

ਆਗਿਆ — ਰੂਪ ਕੁਦਰਤ ਦੀ ਦੇਣ ਏ। ਦਿਮਾਗ ਦਾ ਇਸ 'ਤੇ ਕੋਈ ਪ੍ਰਭਾਵ ਨਹੀਂ।

ਨਿਮਾਣ — ਚੇਹਰੇ ਦਾ ਰੰਗ ਤੇ ਰੂਪ ਦਿਮਾਗ ਕਰਕੇ ਹੀ ਹੈ। ਜਿਵੇਂ-ਜਿਵੇਂ ਦਿਮਾਗ ਕਹਿੰਦਾ, ਓਵੇਂ-ਓਵੇਂ ਚੇਹਰਾ ਦਿਖਦਾ।

ਆਗਿਆ — ਦਿਮਾਗ ਤਾਂ ਚੇਹਰਾ ਢਲਣ ਤੋਂ ਬਾਅਦ ਵੀ ਕਾਇਮ ਰਹਿੰਦਾ ਨਿਮਾਣ। ਦਿਮਾਗ ਦਾ ਦੂਜੇ ਚੇਹਰੇ ਨੂੰ ਅਪਣਾਉਣਾ ਕਿਤੇ ਬਹੁਤਾ ਸੌਖਾ ਨਹੀਂ।

ਨਿਮਾਣ — ਜੇ ਸੌਖਾ ਹੁੰਦਾ ਆਗਿਆ ਤਾਂ ਤੇਰੀ-ਮੇਰੀ ਕਹਾਣੀ ਅੱਜ ਕਿਸੇ ਹੋਰ ਤਰ੍ਹਾਂ ਲਿਖੀ ਜਾਣੀ ਸੀ।

ਆਗਿਆ — ਕਹਾਣੀ ਦਾ ਕੀ ਏ? ਲੇਖਕ ਆਪ ਹੀ ਲਿਖਦਾ ਏ।

ਨਿਮਾਣ — ਇਸ ਕਹਾਣੀ ਦਾ ਲੇਖਕ ਭਾਵੇਂ ਸਮਾਜ ਲਈ ਬਹੁਤ ਚੰਗਾ ਹੋਵੇ ਪਰ ਪਛਤਾਵਿਆ ਤੋਂ ਮੁਕਤ ਨਹੀਂ ਹੈ।

ਆਗਿਆ — ਫੈਸਲਿਆਂ ਦਾ ਨਤੀਜਾ ਹੁੰਦੇ ਨੇ ਪਛਤਾਵੇ। ਨਿਮਾਣ ਆਪਦੇ ਲਿੱਤੇ ਫੈਸਲਿਆਂ 'ਤੇ ਖੇਦ ਨਹੀਂ ਕਰੀਦਾ।

ਨਿਮਾਣ — ਜੇ ਕਹਿ ਦਿਆਂ ਇਹ ਕਹਾਣੀ ਹੀ ਫੈਸਲਿਆਂ ਦੀ ਸੀ, ਤਾਂ ਕੀ ਤੂੰ ਮੇਰਾ ਵਿਸ਼ਵਾਸ਼ ਕਰੇਂਗੀ?

ਆਗਿਆ — ਫੈਸਲੇ ਵੀ ਵਿਸ਼ਵਾਸ਼ 'ਤੇ ਹੀ ਟਿਕਦੇ ਨੇ ਨਿਮਾਣ, ਫੇਰ ਮੇਰੇ ਤੋਂ ਪ੍ਰਸ਼ਨ ਕਿਉਂ?

ਨਿਮਾਣ — ਪ੍ਰਸ਼ਨਾਂ ਦੀ ਤਾਂ ਚਾਹੇ ਲੜੀ ਬੰਨ੍ਹ ਦਿਆਂ, ਪਰ ਜਦ ਜਵਾਬ ਹੀ ਕੋਈ ਨਹੀਂ ਫੇਰ ਇਸਦਾ ਵੀ ਕੀ ਫਾਇਦਾ?

ਆਗਿਆ — ਲੜੀ 'ਚ ਜਜ਼ਬਾਤ ਪਰੋਕੇ ਹੀ ਜ਼ਿੰਦਗੀ ਨਿਕਲਦੀ। ਇਕੱਲਿਆਂ ਕੱਢਕੇ ਵੀ ਤੁਸੀਂ ਦੇਖ ਹੀ ਲਿੱਤੀ।

ਨਿਮਾਣ — ਬੇਹੁੱਦ ਖੂਬਸੂਰਤ ਸੀ ਇਕੱਲਿਆਂ ਵੀ। ਬਸ ਇੱਕ ਓਹ ਕਲਪ, ਅਹਿਸਾਸ ਤੇ ਪਛਤਾਵੇ ਨੂੰ ਛੱਡ। ਜ਼ਿੰਦਗੀ 'ਤੇ ਬਥੇਰੇ ਕਰਮ ਕੀਤੇ ਐਂਵੇ ਤਾਂ, ਵਿਹਲਿਆਂ ਹੀ ਨਹੀਂ ਬਿਤਾਈ ਇਹ।

ਆਗਿਆ— ਓਸ ਚੀਜ਼ ਲਈ ਤੁਸੀਂ ਸਰਹਾਨਾ ਯੋਗ ਹੋ ਪਰ ਜੇ ਇਸੇ ਕਦਮ ਤੇ ਕੋਈ ਕਦਮ ਮਿਲਾ ਤੁਰਦਾ ਵੀ ਹੈ ਤਾਂ ਉਸ ਵਿੱਚ ਵੀ ਕੋਈ ਨੁਕਸਾਨ ਨਹੀਂ।

ਨਿਮਾਣ — ਉਮਰ-ਉਮਰ ਨਾਲ ਖਿਆਲਾਤ ਬਦਲ ਜਾਂਦੇ ਆਗਿਆ। ਪਹਿਲਾਂ ਐਂਵੇ ਕਿਉਂ ਤੇ ਹੁਣ ਐਂਵੇ ਕਿਉਂ ਇਸਦਾ ਉੱਤਰ ਮੇਰੇ ਕੋਲ ਵੀ ਨਹੀਂ ਹੈ।

ਆਗਿਆ — ਕੋਈ ਗੱਲ ਨਹੀਂ ਨਿਮਾਣ। ਜੇ ਜ਼ਿੰਦਗੀ ਨੇ ਉੱਤਰ ਹੀ ਦੇ ਦਿੱਤਾ, ਫੇਰ ਜਿਉਣ ਦਾ ਮਜ਼ਾ ਨਹੀਂ ਆਵੇਗਾ।

ਨਿਮਾਣ — ਪਰ ਮਜ਼ਾ ਤਾਂ ਅੱਜ ਵੀ ਨਹੀਂ ਆਇਆ ਭਾਵੇਂ ਮੇਰੇ ਕੋਲ ਉੱਤਰ ਵੀ ਨਹੀਂ ਏ।

ਆਗਿਆ — ਇਕੱਲਿਆਂ ਵੀ ਮਜ਼ੇ ਲੈਣ ਦੀ ਉਮਰ ਹੁੰਦੀ ਹੈ। ਜਦ ਉਹ ਲੰਘ ਜਾਵੇ ਫੇਰ ਉੱਤਰ ਮਿਲਣੇ ਬੰਦ ਹੋ ਜਾਂਦੇ ਹਨ।

ਨਿਮਾਣ — ਮੈਨੂੰ ਨਹੀਂ ਪਤਾ ਮੇਰੀ ਉਮਰ ਕੀ ਹੈ! ਮਾਪੇ ਧੌਂਤੀ ਕਹਿ

ਅਹਿਸਾਸ ਕਰਾਉਂਦੇ ਹਨ।

ਆਗਿਆ — "ਹੋਰ ਤੂੰ ਤੇ ਅਜੇ ਨਿਆਣਾ ਏ। ਤੈਨੂੰ ਕਿੱਥੇ ਪਤਾ ਹੋਣਾ!" ਆਗਿਆ ਨੇ ਮੁਸਕੁਰਾਉਂਦਾ ਕਿਹਾ।

ਨਿਮਾਣ — ਐਸੀ ਗੱਲ ਨਹੀਂ ਏ। ਪਰ ਇਹ ਪੈਂਤੀ ਕਿਵੇਂ ਲੰਘ ਗਏ, ਕੁਝ ਕਹਿ ਨਹੀਂ ਸਕਦਾ।

ਆਗਿਆ — ਅਗਲੇ ਪੈਂਤੀ ਕਿਵੇਂ ਲੰਘਾਉਣੇ ਹਨ? ਸੋਚਿਆ ਕਦੇ ਜਾਂ ਐਂਵੇ ਹੀ ਇਕੱਲਿਆਂ?

ਨਿਮਾਣ — ਅਗਲੇ ਪੈਂਤੀਆਂ ਲਈ ਮੈਂ ਫੈਸਲਾ ਪਛਤਾਵੇ ਰਹਿਤ ਲੈਣਾ ਚਾਹੁੰਦਾ ਹਾਂ।

ਆਗਿਆ — ਪਛਤਾਵੇ ਰੋਜ਼-ਰੋਜ਼ ਨਹੀਂ ਹੁੰਦੇ। ਇਹ ਤਾਂ ਮਹੀਨੇ 'ਚ ਇੱਕ ਦਿਨ ਦੀ ਦੇਣ ਹੈ। ਖੁਸ਼ੀ ਜ਼ਰੂਰੀ ਹੈ।

ਨਿਮਾਣ — ਜੇ ਮੈਂ ਕਹਾਂ ਮੇਰੀ ਖੁਸ਼ੀ ਅੱਜ ਹੈ। ਕੀ ਮੈਂ ਸੁਆਰਥੀ ਹਾਂ?

ਆਗਿਆ — ਸੁਆਰਥੀ ਤਾਂ ਤੂੰ ਪੰਦਰਾਂ ਸਾਲ ਪਹਿਲਾਂ ਸੀ ਜਦ ਤੂੰ ਇਹ ਰਸਤਾ ਆਪਣੇ ਲਈ ਚੁਣਿਆ ਸੀ।

ਨਿਮਾਣ — ਅੱਜ ਵੀ ਤਾਂ ਆਪਦੀ ਹੀ ਗੱਲ ਕਰ ਰਿਹਾਂ। ਅੱਜ ਕਿਹੜਾ ਮੈਂ ਫੇਰ ਤੇਰੇ ਤੋਂ ਪੁੱਛਿਆ?

ਆਗਿਆ — ਪੁੱਛ ਵੀ ਲਵੇਂਗਾ ਤਾਂ ਛੋਟਾ ਨਹੀਂ ਹੋ ਜਾਵੇਗਾ ਨਿਮਾਣ। ਤੇਰੇ ਮੇਰੇ ਵਿਚਕਾਰ ਕੀਤੀ ਗੱਲ, ਅੱਜ ਵੀ ਪੰਦਰਾਂ ਸਾਲ ਦੀ ਹੋ ਗਈ ਤੇ ਸੋਚ ਫੇਰ ਵੀ ਬਾਹਰ ਨਹੀਂ ਆਈ।

ਨਿਮਾਣ — ਗੱਲਾਂ ਤੋਂ ਡਰ ਨਹੀਂ ਲੱਗਦਾ। ਖੜਨ ਤੇ ਡਟਣ ਦੀ ਹਿੰਮਤ ਰੱਖਦਾ ਹਾਂ ਮੈਂ। ਪਰ ਉਸ ਅਰਾਮ ਵਾਲੀ ਜ਼ਿੰਦਗੀ ਨੂੰ ਵੀ ਛੱਡਣਾ ਨਹੀਂ ਚਾਹੁੰਦਾ।

ਆਗਿਆ — ਛੱਡਣ ਨੂੰ ਕੌਣ ਕਹਿ ਰਿਹਾ? ਬੰਧਨ ਕੋਈ ਬਹੁਤਾ ਵੱਡਾ ਭਾਰ ਨਹੀਂ, ਜਿੰਡਾ ਤੂੰ ਸਮਝੀ ਬੈਠਾ।

ਨਿਮਾਣ — ਤੂੰ ਇੱਕ ਵਾਰ ਨਿਭਾ ਚੁੱਕੀ ਏਂ ਨਾ, ਸ਼ਾਇਦ ਤੈਨੂੰ ਤਾਂ ਲੱਗਦਾ। ਮੇਰੀ ਜਗਾਹ ਹੁੰਦੀ ਤਾਂ ਬੇਸ਼ੱਕ ਤੂੰ ਵੀ ਮੇਰੇ ਵਾਂਗ ਹੁੰਦੀ।

ਆਗਿਆ — ਇੱਕ ਵਾਰ ਭਾਵੇਂ ਨਿਭਾ ਚੁੱਕੀ ਹਾਂ। ਪਰ ਉਥੇ ਧੱਕਾ, ਬੇਕਦਰੀ ਤੇ ਬਦਸਲੂਕੀ ਸੀ। ਜਦ ਗੱਲ ਦੋ ਤਰਫੀ ਹੋਵੇਗੀ ਤਾਂ ਜ਼ਿੰਦਗੀ ਦਾ ਸਵਾਦ ਕੁਝ ਹੋਰ ਹੋਵੇਗਾ।

ਨਿਮਾਣ — ਸੁਆਦ ਸੁਣ ਮੈਂ ਇਹ ਫੈਸਲਾ ਸ਼ਾਇਦ ਨਹੀਂ ਕਰ ਪਾਵਾਂਗਾ। ਮੇਰੀ ਕਲਪ ਮੈਨੂੰ ਫੈਸਲਿਆਂ ਤੋਂ ਪਰੇ ਰੱਖਦੀ ਏ।

ਆਗਿਆ — ਤੂੰ ਇਕੱਲੀ ਕਲਪ 'ਤੇ ਹੀ ਕਿਤਾਬ ਲਿਖ ਦਿੱਤੀ ਤੇ ਦੁਨੀਆਂ ਪਤਾ ਨਹੀਂ ਹੋਰ ਕਿਹੜੀਆਂ-ਕਿਹੜੀਆਂ ਮਜ਼ਬੂਰੀਆਂ ਨਾਲ ਜੁਝ ਰਹੀ।

ਨਿਮਾਣ — ਦੁਨੀਆਂ ਦਾ ਕੀ ਏ ਆਗਿਆ? ਉਸ ਦੀਆਂ ਪਰੇਸ਼ਾਨੀਆਂ ਨਿੱਝੀ ਘੱਟ ਤੇ ਸਮਾਜਿਕ ਜ਼ਿਆਦਾ ਨੇ।

ਆਗਿਆ — ਸਹੀ ਕਿਹਾ ਨਿਮਾਣ। ਹਰ ਇੱਕ ਇਨਸਾਨ ਦੁਨੀਆਂ ਨੂੰ ਖੁਸ਼ ਕਰਨ ਦੇ ਚੱਕਰ 'ਚ ਆਪਣੀ ਜ਼ਿੰਦਗੀ ਜਿਉਣਾ ਭੁੱਲ ਜਾਂਦਾ ਏ।

ਨਿਮਾਣ — ਆਪਣੇ ਲਈ ਤਾਂ ਜਿਉਂਦਾ ਹੀ ਕਿੱਥੇ ਹੈ ਇਨਸਾਨ। ਜਿਉਂਦਾ

ਹੈ ਸਮਾਜ ਲਈ, ਦਿਖਾਵੇ ਲਈ, ਸ਼ੌਹਰਤ ਲਈ। ਫੇਰ ਭਾਵੇਂ ਪੱਲੇ ਕੁਝ ਵੀ ਨਾ ਹੋਵੇ।

ਆਗਿਆ — ਮੁਸੀਬਤਾਂ ਵੀ ਆਪ ਹੀ ਸਹੇੜਦਾ ਹੈ ਇਨਸਾਨ। ਪੱਲਾ ਭਾਵੇਂ ਹੌਲਕਾ ਹੋਵੇ ਜਾਂ ਭਾਰਾ, ਸਮਾਜ ਦਾ ਭਾਰ ਕਦੇ ਨਹੀਂ ਝੱਲ ਪਾਵੇਗਾ।

ਨਿਮਾਣ — ਇਹ ਗੱਲ ਲੋਕਾਂ ਨੂੰ ਸਮਝਾਉਣੀ ਬਹੁਤ ਔਖੀ ਹੈ ਆਗਿਆ ਕਿਉਂਕਿ ਜਿੱਥੇ ਦੌੜ ਦਿਖਾਵੇ ਜਾਂ ਪੈਸੇ ਦੀ ਚੱਲ ਰਹੀ ਹੋਵੇ, ਉਥੇ ਜਿੱਤ ਕਿਸੇ ਦੀ ਨਹੀਂ ਹੋਵੇਗੀ। ਸਾਦਗੀ ਹੀ ਬੰਦੇ ਦੀ ਮਲਕੀਅਤ ਹੈ।

ਆਗਿਆ — ਤੇ ਇਸ ਜਾਇਦਾਦ ਦੇ ਆਪਾਂ ਦੋਵੇਂ ਮਾਲਕ ਹਾਂ। ਸਮਝਾਉਣ ਦੀ ਕਿਸੇ ਨੂੰ ਲੋੜ ਨਹੀਂ ਨਿਮਾਣ। ਉਦਾਹਰਣ ਬਣ ਬਹੁਤ ਕੁਝ ਸਿਖਾਇਆ ਜਾ ਸਕਦਾ ਹੈ।

ਨਿਮਾਣ — ਉਦਾਰਹਣ ਬਣਨ ਦੀ ਕਾਬਲੀਅਤ ਮੇਰੇ ਤੋਂ ਵੱਧ ਤੇਰੇ ਵਿੱਚ ਹੈ। ਤੂੰ ਗ੍ਰਹਿਸਤ ਨਿਭਾ ਤੇ ਉਸਤੋਂ ਨਿਕਲ ਬਹੁਤ ਵੱਡੀ ਮਿਸਾਲ ਦਿੱਤੀ ਹੈ। ਜਿੱਥੇ ਕੁੜੀਆਂ ਸਹਾਰਾ ਲੱਭ, ਇਕੱਲੀਆਂ ਡੋਲ ਜਾਂਦੀਆਂ ਹਨ। ਤੂੰ ਉਥੇ ਖੜੀ ਤੇ ਅਟੱਲ ਰਹੀਂ ਹੈ। ਭਾਵੇਂ ਤੇਰਾ ਜਵਾਬ ਚੁੱਪ ਹੀ ਕਿਉਂ ਨਹੀਂ ਸੀ।

ਆਗਿਆ — ਇਹ ਅਟੱਲਤਾ ਮੇਰੇ ਨਾਨਕ ਤੋਂ ਆਈ ਹੈ। ਜਦ ਨਾਨਕ ਨਾਲ ਹੋਵੇ ਫੇਰ ਕੈਸਾ ਡਰ ਤੇ ਕੈਸਾ ਭਉ।

ਨਿਮਾਣ — ਗੁਰਬਾਣੀ ਵਿੱਚ ਬਹੁਤ ਤਾਕਤ ਹੈ। ਹਰ ਮੁਸੀਬਤ ਦਾ ਹੱਲ ਹੈ ਗੁਰਬਾਣੀ।

ਆਗਿਆ — ਐਸੇ ਗੁਰਬਾਣੀ ਤੋਂ ਦੂਰ ਹਨ ਲੋਕ। ਕਿਉਂਕਿ ਜੋ ਨਾਨਕ ਦੇ ਦੱਸੇ ਮਾਰਗ 'ਤੇ ਚੱਲਦੇ ਲੋਕ ਤਾਂ ਸਮਾਜ ਦੀ ਪ੍ਰੀਭਾਸ਼ਾ ਅੱਜ ਹੋਰ ਹੋਣੀ ਸੀ।

ਨਿਮਾਣ — ਸਮਾਜ 'ਚ ਤਾਂ ਬਹੁਤ ਦਰਦ ਹੈ ਆਗਿਆ। ਬਹੁਤ ਘੱਟ ਐਸੇ ਲੋਕ ਹਨ, ਜੋ ਖੁਦ ਤੋਂ ਸੰਤੁਸ਼ਟ ਹਨ।

ਆਗਿਆ — ਸੰਤੁਸ਼ਟੀ ਕੋਈ ਹੋਰ ਨਹੀਂ ਦੇ ਸਕਦਾ। ਆਪਣੇ ਆਪੇ ਨੂੰ ਮਿਲਣਾ ਤੇ ਗਲਵੱਕੜੀ ਪਾਉਣਾ ਹੀ ਸੰਤੁਸ਼ਟੀ ਹੈ।

ਨਿਮਾਣ — ਤੇ ਇੱਥੇ ਆਪਣੇ ਆਪ ਨੂੰ ਮਿਲਦਾ ਕੌਣ ਹੈ? ਕਿਸੇ ਨੂੰ ਇਹ ਦੱਸਣਾ ਵੀ ਔਖਾ ਲੱਗਦਾ ਹੈ ਕਿ ਉਹ ਅੱਜ ਆਪਣੇ ਆਪ ਨੂੰ ਮਿਲਿਆ ਹੈ।

ਆਗਿਆ — ਧਿਆਨ ਧਾਰਨਾ ਹੀ ਜ਼ਿੰਦਗੀ ਦਾ ਮੂਲ ਹੋਣਾ ਚਾਹੀਦਾ। ਆਪਣੇ ਅੰਦਰ ਨੂੰ ਪਛਾਨਣਾ ਤੇ ਉਸਨੂੰ ਸਭ ਤੋਂ ਉੱਪਰ ਰੱਖਣਾ ਜ਼ਿੰਦਗੀ ਦੀ ਸਚਾਈ ਹੋਣੀ ਚਾਹੀਦੀ।

ਨਿਮਾਣ — ਆਪਣਾ ਅੰਦਰ ਹੀ ਦੁਸਰਿਆਂ ਤੋਂ ਵੱਖਰਾ ਬਣਾਉਂਦਾ ਹੈ ਤੇ ਪ੍ਰਮਾਤਮਾ ਨੇ ਇੰਨੀ ਸ੍ਰਿਸ਼ਟੀ ਸਭ ਨੂੰ ਇੱਕੋ ਜਿਹਾ ਬਣਾਉਣ ਲਈ ਨਹੀਂ ਸਾਜੀ ਹੈ।

ਆਗਿਆ — ਇਹ ਸਮਾਜਿਕ ਗੱਲਾਂ ਤੋਂ ਉੱਤੇ ਉੱਠ ਆਪਾਂ ਵੀ ਇੱਕ ਜੀਵਨ ਚੁਣਿਆ ਹੈ ਨਿਮਾਣ, ਜਿਸਦਾ ਭਵਿੱਖ ਵੀ ਆਪਾਂ ਹੀ ਲਿਖਾਂਗੇ।

ਨਿਮਾਣ — ਮੈਂ ਤੇਰੇ ਨਾਲ ਪੂਰਾ ਪੂਰਾ ਸਹਿਮਤ ਹਾਂ ਆਗਿਆ।

. . . . . . . . . ਇਹ ਵਾਰਤਾਲਾਪ ਕਰ ਦੋਵੇਂ ਜਣੇ ਆਪੋ ਆਪਣੀ ਬੱਸੋਂ ਚੜੂ ਪਿੰਡ ਚਲੇ ਗਏ।

.

.

.

ਅੱਜ ਕੋਈ ਪੰਦਰਾਂ ਕੁ ਦਿਨ ਲੰਘੇ ਵਾਧੋਂ, ਨਿਮਾਣ ਨੇ ਆਗਿਆ ਦੀ ਗੱਲ ਆਪਣੇ ਘਰਦਿਆਂ ਨਾਲ ਛੇੜੀ। ਕੁਝ ਤਰੀਕਾ ਜਿਹਾ ਲੱਭ, ਨਿਮਾਣ ਆਪਣੇ ਮਾਤਾ ਤੇ ਪਿਤਾ ਜੀ ਨਾਲ ਆਪਣੇ ਭਵਿੱਖ ਦੀ ਗੱਲ ਕਰਨ ਲੱਗਾ।

ਨਿਮਾਣ — ਮਾਤਾ ਜੀ! ਮੈਨੂੰ ਪਤਾ ਹੈ ਤੁਸੀਂ ਮੇਰੇ ਵਿਵਾਹਿਕ ਜੀਵਨ ਦੇ ਸੁਪਨੇ ਕੋਈ ਪੰਤਰਾਂ ਸਾਲਾਂ ਤੋਂ ਸਜਾ ਰਹੇ ਹੋ। ਤੇ ਮੈਂ ਤੁਹਾਨੂੰ ਉਸ ਪ੍ਰਤੀ ਕਾਫੀ ਨਿਰਾਸ਼ਾ ਵੀ ਦਿੱਤੀ ਹੈ।

. . . . . ਇਸ ਗੱਲ 'ਤੇ ਇੰਨੇ ਸਾਲਾਂ ਬਾਅਦ ਚਰਚਾ ਸੁਣ ਉਸਦੇ ਮਾਤਾ ਪਿਤਾ 'ਤੇ ਇੱਕ ਵੱਖਰੀ ਜਿਹੀ ਰੌਣਕ ਆ ਜਾਂਦੀ ਹੈ।

ਮਾਤਾ ਜੀ — ਹਾਂ ਨਿਮਾਣ! ਸਾਨੂੰ ਇਹ ਵੀ ਪਤਾ ਹੈ ਪੁੱਤ ਕਿ ਤੈਨੂੰ ਇਸ ਵਾਰੇ ਇੱਕ ਵੀ ਗੱਲ ਨਹੀਂ ਕਰਨੀ ਹੈ ਤੇ ਅਸੀਂ ਇਸ ਪ੍ਰਤੀ ਪੂਰਾ ਪੂਰਾ ਸਹਿਯੋਗ ਕਰਦੇ ਹਾਂ।

ਨਿਮਾਣ — ਮਾਤਾ ਜੀ ਮੈਨੂੰ ਖੁਸ਼ੀ ਹੈ ਕਿ ਤੁਸੀਂ ਮੇਰਾ ਜੀਵਨ ਸੁਖਾਲਾ ਬਣਾਉਣ 'ਚ ਪੂਰੀ-ਪੂਰੀ ਮਦਦ ਕੀਤੀ ਹੈ ਤੇ ਮੈਂ ਇਸ ਵਿੱਚ ਤੁਹਾਡਾ ਧੰਨਵਾਦੀ ਹਾਂ।

ਪਿਤਾ ਜੀ — ਧੰਨਵਾਦ ਦੀ ਜ਼ਰੂਰਤ ਨਹੀਂ ਨਿਮਾਣ। ਇਹ ਤਾਂ ਸਾਡਾ ਫਰਜ਼ ਹੈ ਕਿਉਂਕਿ ਜੇ ਤੈਨੂੰ ਇਹ ਜੀਵਨ 'ਤੇ ਲਿਆਉਣਾ ਸਾਡਾ ਫੈਸਲਾ ਸੀ ਤਾਂ ਇਸਦਾ ਮਤਲਬ ਇਹ ਨਹੀਂ ਕਿ ਤੇਰੀ ਜ਼ਿੰਦਗੀ ਦੇ ਹਰ ਫੈਸਲੇ ਲੈਣ ਦਾ ਹੱਕ ਸਾਨੂੰ ਹੈ। ਤੂੰ ਇੱਕ ਵੱਖਰੀ ਰੂਹ ਹੈ ਜਿਸਦਾ ਅਸੀਂ ਸਤਿਕਾਰ ਕਰਦੇ ਹਾਂ। ਤੇਰੀ ਖੁਸ਼ੀ ਵਿੱਚ ਸਾਡੀ ਖੁਸ਼ੀ ਹੈ।

ਨਿਮਾਣ — ਪਿਤਾ ਜੀ! ਜੇ ਮੈਂ ਇਹ ਕਹਿ ਦਿਆਂ ਕਿ ਮੇਰੀ ਖੁਸ਼ੀ ਹੁਣ ਕਿਸੇ ਦੇ ਨਾਲ ਹੋਣ ਨਾਲ ਹੋਰ ਹੋ ਜਾਵੇਗੀ ਤਾਂ ਤੁਹਾਡਾ ਇਸ ਪ੍ਰਤੀ ਕੀ ਵਿਚਾਰ ਹੈ?

ਮਾਤਾ ਜੀ — ਨਿਮਾਣ! ਪੁੱਤਰ ਤੇਰੀ ਹਰ ਖੁਸ਼ੀ ਵਿੱਚ ਅਸੀਂ ਤੇਰੇ ਨਾਲ ਹਾਂ। ਤੇਰੇ ਕਰਕੇ ਅਸੀਂ ਜਿਉਂਦੇ ਹਾਂ। ਤੇ ਜੇ ਤੇਰੇ ਕਰਕੇ ਕੋਈ ਹੋਰ ਜਿਉਂ ਲਵੇਗਾ ਇਸ ਵਿੱਚ ਕਿੰਨੀ ਵੱਡੀ ਖੁਸ਼ੀ ਹੋਵੇਗੀ।

ਪਿਤਾ ਜੀ — ਤੇ ਨਾਲੇ ਪੁੱਤਰ! ਇੱਕ ਹੋਰ ਰਿਸ਼ਤੇ ਵਿੱਚ ਬੱਝਣ ਦਾ ਸਾਨੂੰ ਵੀ ਮੌਕਾ ਮਿਲੇਗਾ।

ਨਿਮਾਣ — ਮੈਂ ਬਹੁਤ ਖੁਸ਼ਨਸੀਬ ਹਾਂ ਕਿ ਮੇਰੇ ਮਾਪੇ ਮੇਰਾ ਪੂਰਾ ਸਤਿਕਾਰ ਕਰਦੇ ਹਨ ਇਸ ਫੈਸਲੇ ਦਾ ਪਰ ਜੇ ਮੈਂ ਇਹ ਕਹਿ ਦਿਆਂ ਕਿ ਮੈਂ ਆਪਣੇ ਵਿਚਾਰਾਂ ਤੇ ਸੋਚ ਵਾਲੇ ਇਨਸਾਨ ਨੂੰ ਬਾਖ਼ੂਬੀ ਜਾਣਦਾ ਹਾਂ। ਕੀ ਤੁਸੀਂ ਉਸ ਵਿੱਚ ਵੀ ਹਾਂਬੀ ਭਰੋਗੇ?

. . . . . ਇਹ ਸੁਣ ਨਿਮਾਣ ਦੇ ਮਾਤਾ ਤੇ ਪਿਤਾ ਦੋਵੇਂ ਚੁੱਪ ਹੋ ਗਏ। ਇਹ ਜਿਹਾ ਕਦੇ ਸੁਣਿਆ ਨਹੀਂ ਸੀ ਨਾ ਕਿ ਆਪਣੀ ਮਰਜ਼ੀ ਨਾਲ ਵਿਆਹ ਕਰਾਉਂਦਾ ਹੋਵੇ। ਕੁਝ ਚਿਰ ਪਿੱਛੋਂ . . .

ਪਿਤਾ ਜੀ — ਸਾਨੂੰ ਤੇਰੀ ਪਸੰਦ 'ਤੇ ਕੋਈ ਸਵਾਲ ਨਹੀਂ ਨਿਮਾਣ ਸਗੋਂ ਪੂਰਾ ਵਿਸ਼ਵਾਸ਼ ਹੈ। ਪਰ ਪੁੱਤਰ ਵਿਚੋਲਿਆਂ ਤੋਂ ਵਗੈਰ ਰਿਸ਼ਤੇ ਕਿੱਥੇ ਹੁੰਦੇ? ਵਿਚੋਲਾ ਤਾਂ ਕੋਈ ਪਾਉਣਾ ਹੀ ਪੈਣਾ ਹੈ।

ਮਾਤਾ ਜੀ — ਕੋਈ ਨਹੀਂ। ਆਪਾਂ ਭੈਣਜੀ ਨਾਲ ਗੱਲਬਾਤ ਕਰ ਲੈਨੇ ਹਾਂ। ਇਹਦੀ ਤਾਈ ਬਥੇਰੀਆਂ ਰਿਸ਼ਤੇਦਾਰੀਆਂ ਕੱਢ ਹੀ ਲੈਂਦੀ। ਓਹਨੇ ਆਪੇ ਕੋਈ-ਨਾ-ਕੋਈ ਲੱਭ ਲੈਣਾ ਵਿਚਕਾਰ ਦਾ ਬੰਦਾ।

ਨਿਮਾਣ — ਤੇ ਜੇ ਮੈਂ ਕਹਿ ਦਿਆਂ ਕਿ ਤੁਸੀਂ ਓਹਨਾਂ ਨੂੰ ਬਾਖੂਬੀ ਜਾਣਦੇ ਹੋ ਤਾਂ?

ਮਾਤਾ ਜੀ— ਤਾਂ ਪੁੱਤਰ ਜੇ ਅਸੀਂ ਜਾਣਦੇ ਹਾਂ ਤਾਂ ਇਸਦਾ ਮਤਲਬ ਤੇਰੀ ਉਸ ਕੁੜੀ ਨਾਲ ਇੰਨੇ ਸਾਲਾਂ ਦੀ ਗੱਲਬਾਤ ਸੀ ਤਾਂ ਤੂੰ ਸਾਨੂੰ ਦੱਸਿਆ ਕਿਉਂ ਨਹੀਂ? ਲੋਕ ਤਾਂ ਹੁਣ ਤਰ੍ਹਾਂ-ਤਰ੍ਹਾਂ ਦੀਆਂ ਗੱਲਾਂ ਕਰਨਗੇ? ਵਿਚਾਰ ਕਰਨਗੇ। ਆਪਾਂ ਨੂੰ ਜ਼ਿੱਲਤ ਸਹਿਣੀ ਵੀ ਪੈ ਸਕਦੀ ਹੈ।

ਨਿਮਾਣ — ਮਾਤਾ ਜੀ! ਕਿਹੜੀਆਂ ਗੱਲਾਂ ਵਿੱਚ ਪੈਨੇ ਓ? ਕਿਹੜੀ ਗੱਲਬਾਤ? ਕਿਹੜੇ ਸਾਲ? ਕਿਸੇ ਨਾਲ ਵਿਚਾਰ ਮਿਲਣੇ ਗੱਲਬਾਤ ਨਹੀਂ ਹੁੰਦੀ। ਮੈਂ ਕੋਈ ਗੁਨਾਹ ਨਹੀਂ ਕੀਤਾ। ਮੈਂ ਕਿਸੇ ਨੂੰ ਰਾਹ ਜਾਂਦਿਆਂ ਛੇੜਿਆ ਨਹੀਂ। ਕਿਸੇ ਦੇ ਵਿਚਾਰ ਪਸੰਦ ਆਉਣੇ ਨੂੰ ਤੁਸੀਂ ਅਗਰ ਇਸ ਨਜ਼ਰ ਨਾਲ ਦੇਖਦੇ ਹੋ ਤਾਂ ਤੁਹਾਨੂੰ ਸੱਚਮੁੱਚ ਹੀ ਨਵੇਂ ਨਜ਼ਰੀਏ ਦੀ ਲੋੜ ਹੈ।

ਪਿਤਾ ਜੀ — (ਥੋੜੀ ਸਹਿਜਤਾ ਨਾਲ) ਨਹੀਂ ਨਹੀਂ ਪੁੱਤਰ। ਤੇਰੀ ਮਾਤਾ ਤਾਂ ਐਵੇਂ ਮਾਰੀ ਜਾਂਦੀ। ਕੋਈ ਨਹੀ ਆਪਾਂ ਇਸ 'ਤੇ ਸੋਚ ਵਿਚਾਰ ਕਰਕੇ ਕੋਈ ਹੱਲ ਕੱਢਦੇ ਹਾਂ। ਕਾਹਲੇ ਨਹੀਂ ਪਈਦਾ। ਸੋਚ ਸਮਝਕੇ ਫੈਸਲੇ ਲਈਦੇ। ਇੰਨੀ ਜਲਦੀ ਨਤੀਜਿਆਂ 'ਤੇ ਪਹੁੰਚਣਾ, ਕਾਹਲ ਤੋਂ ਸਿਵਾਏ ਕੁਝ ਨਹੀਂ।

ਦੂਜੇ ਦਿਨ ਨਿਮਾਣ ਦੇ ਮਾਤਾ ਜੀ ਨੇ ਨਿਮਾਣ ਦੀ ਤਾਈ ਜੀ ਨੂੰ ਸੱਦ ਇਹ ਗੱਲ ਸਾਂਝੀ ਕੀਤੀ। ਤਾਈ ਨੇ ਉੱਪਰੋਂ ਬੜਾ ਹੇਜ ਜਤਾਉਂਦਿਆਂ ਇਹ ਜ਼ਾਹਿਰ ਕੀਤਾ ਕਿ ਉਹ ਤਾਂ ਬਥੇਰੀ ਖੁਸ਼ ਹੋਵੇਗੀ ਜੇ ਨਿਮਾਣ ਹਜੇ ਵੀ ਵਿਆਹ ਕਰਵਾਉਂਦਾ ਹੈ। ਸੁੱਖ ਨਾਲ ਘਰ ਵਿੱਚ ਖੁਸ਼ੀਆਂ ਆਉਣਗੀਆਂ। ਪਰ ਤਾਈ ਦਾ ਅੰਦਰ ਪੁੱਛਣ ਲਈ ਬੜਾ ਉਤਾਵਲਾ ਸੀ ਕਿ ਕੁੜੀ ਹੈ ਕੌਣ? ਨਿਮਾਣ ਭਲਾਂ ਕਿੱਥੇ ਮਿਲਿਆ ਹੋਣਾ?

.

.

.

.

ਨਿਮਾਣ ਦੇ ਪਿਤਾ ਜੀ ਨੇ ਨਿਮਾਣ ਨਾਲ ਅਲੱਗ ਤੋਂ ਗੱਲ ਕਰਦਿਆਂ ਕੁੜੀ ਵਾਰੇ ਪੁੱਛਣ ਦਾ ਯਤਨ ਕੀਤਾ।

ਪਿਤਾ ਜੀ — ਨਿਮਾਣ ਜੇ ਤੂੰ ਕਹਿੰਦਾ ਹੈਂ ਤਾਂ ਪੁੱਤਰ ਆਪਾਂ ਸਿੱਧਾ ਉਸਦੇ ਘਰ ਗੱਲ ਕਰ ਆਉਂਦੇ ਹਾਂ।

ਨਿਮਾਣ — ਪਿਤਾ ਜੀ ਤੁਸੀਂ ਉਸਦੇ ਪਿਤਾ ਜੀ ਨੂੰ ਜਾਣਦੇ ਹੋ। ਆਪਣੇ ਲਾਗਲੇ ਪਿੰਡ ਦੇ ਹੀ ਹਨ। ਯਾਦ ਹੈ ਤੁਸੀਂ ਇੱਕ ਵਾਰ ਓਹਨਾਂ ਨੂੰ ਮੇਰੇ ਹੀ ਕਾਲਜ 'ਚ ਮਿਲੇ ਸੀ।

ਪਿਤਾ ਜੀ — ਪੁੱਤਰ ਤੂੰ ਓਸੇ ਕੁੜੀ ਦੀ ਗੱਲ ਕਰ ਰਿਹਾਂ? ਪਰ ਉਸਦਾ ਤਾਂ ਥੋੜੇ ਚਿਰ ਪਹਿਲਾਂ ਤਲਾਕ ਹੋਕੇ ਹਟਿਆ ਹੈ। ਪੁੱਤਰ ਤੇਰਾ ਤੇ ਉਸਦਾ ਮੇਲ . . . . . . . ?

ਨਿਮਾਣ — ਮੇਲ ਤਾਂ ਪਿਤਾ ਜੀ ਪ੍ਰਮਾਤਮਾ ਦੇ ਹੱਥ ਹੈ। ਜੇ ਸਾਡੇ ਵੱਸ ਹੁੰਦਾ ਤਾਂ ਇਹ ਕਈ ਸਾਲ ਪਹਿਲਾਂ ਹੋ ਜਾਣਾ ਸੀ।

ਪਿਤਾ ਜੀ — ਮੈਂ ਮੰਨਦਾ ਪੁੱਤਰ ਕਿ ਸਭ ਪ੍ਰਮਾਤਮਾ ਦੀ ਦੇਣ ਹੈ। ਮੈਨੂੰ ਇਸ ਵਿੱਚ ਇੱਕ ਵੀ ਗੱਲ ਦੀ ਦਿੱਕਤ ਨਹੀਂ ਸਿਵਾਏ ਸਮਾਜ ਦੇ। ਸਮਾਜ ਪ੍ਰਸ਼ਨ ਉਠਾਏਗਾ। ਗੱਲਾਂ ਕਰੇਗਾ। ਪਿੰਡ 'ਚ ਤੋਏ-ਤੋਏ ਹੋਵੇਗੀ। ਕੀ ਸੋਚਣਗੇ ਲੋਕ?

ਨਿਮਾਣ — ਕੀ ਲੋਕਾਂ ਦੀ ਸੋਚ ਅੱਜ ਤੱਕ ਫਤੂ ਹੋਈ ਹੈ ਪਿਤਾ ਜੀ ਜੋ ਹੁਣ ਫੜ ਲਵੋਗੇ। ਇਸ ਵਿੱਚ ਮਾੜਾ ਕੀ ਏ? ਮੈਂ ਉਸ ਕੁੜੀ ਨੂੰ ਵਿਚਾਰੀ ਦੇ ਆਧਾਰ ਨਾਲ ਨਹੀਂ ਦੇਖਦਾ ਸਗੋਂ ਉਹ ਤਾਂ ਸਮਾਜ ਦੇ ਮੂੰਹ 'ਤੇ ਚਪੇੜ ਹੋਵੇਗੀ।
" ਅਸੀਂ ਉਹ ਨਾ ਕਰੀਏ ਜੋ ਸਮਾਜ ਕਹਿੰਦਾ,
ਸਗੋਂ ਨਵੇਂ ਸਮਾਜ ਸਿਰਜਣ ਦੀ ਹਿੰਮਤ ਰੱਖੀਏ।"

ਕੁੜੀਆਂ ਭਵਿੱਖ ਸਿਰਜ ਦੀਆਂ। ਉਸਨੇ ਅੱਜ ਵੀ ਸਿਰਜਿਆ, ਜਿਸ 'ਤੇ ਮੈਨੂੰ ਉਸਤੇ ਮਾਣ ਹੈ।

ਪਿਤਾ ਜੀ — ਨਿਮਾਣ ਸਮਾਜ ਨੂੰ ਨਾਲ ਲੈ ਕੇ ਹੀ ਚੱਲ ਹੁੰਦਾ ਪੁੱਤਰ। ਸਮਾਜ ਤੋਂ ਇੰਨਾ ਵੱਖ ਹੋਕੇ ਚੱਲਣ ਦੀ ਹਿੰਮਤ ਮੇਰੇ ਵਿੱਚ ਵੀ ਨਹੀਂ ਹੈ। ਕੋਈ ਇੱਕ ਬੋਲੇ ਤਾਂ ਸੁਣ ਸਕਦੇ, ਇਹ ਤਾਂ ਆਲੇ-ਦੁਆਲੇ ਦੇ ਪਿੰਡ ਵੀ ਗੱਲਾਂ ਕਰਨਗੇ। ਆਪਣੀ ਪਿੰਡ ਵਿੱਚ ਚੰਗੀ ਖਾਸੀ ਬਣੀ ਹੋਈ। ਸਭ ਪਾਣੀ ਫਿਰ ਜਾਵੇਗਾ। ਮਿੱਟੀ ਪੈ ਜਾਵੇਗੀ।

ਨਿਮਾਣ — ਪਿਤਾ ਜੀ! ਤੁਹਾਡੀ ਬਣੀ ਜੇ ਕਿਸੇ ਇੱਕ ਇਨਸਾਨ ਕਰਕੇ ਖਰਾਬ ਹੋ ਰਹੀ ਜਾਂ ਤੁਹਾਡੀ ਇੱਜ਼ਤ ਕਿਸੇ ਇੱਕ ਕੁੜੀ ਕਰਕੇ ਘੱਟ ਰਹੀ ਤਾਂ ਪਿਤਾ ਜੀ ਤੁਸੀਂ ਐਸੀ ਇੱਜ਼ਤ ਕਮਾਈ ਹੀ ਕਿਉਂ ਜਿਹੜੀ ਸਿਰਫ ਤੁਸੀਂ ਇੱਕ ਕੁੜੀ ਦੇ ਹੱਥ ਦੇ ਰੱਖੀ ਸੀ। ਆਪਣੇ ਲੋਕਾਂ ਦੀ ਇੱਜ਼ਤ ਕੁੜੀਆਂ ਦੀਆਂ ਚੁੰਨੀਆਂ 'ਚ ਹੀ ਕਿਉਂ ਰੱਖੀ ਹੋਈ ਤਾਂ ਜੋ ਘਰ ਦੀ ਕੁੜੀ ਜਾਂ ਨੂੰਹ ਕੁਝ ਵੀ ਕਰੇ, ਓਹ ਝੱਟ ਖਰਾਬ ਹੋ ਜਾਂਦੀ। ਤੁਸੀਂ ਆਪਣੀ ਇੱਜ਼ਤ ਖੁਦ ਕਮਾਈ। ਤੁਹਾਡੀ ਇੱਜ਼ਤ ਕੋਈ ਹੋਰ ਕਿਵੇਂ ਖਰਾਬ ਕਰ ਸਕਦਾ ਤੇ ਜੇ ਇਹ ਸਭ ਹੋ ਰਿਹਾ ਤਾਂ ਜ਼ਰੂਰੀ ਹੈ ਸਮਾਜ ਤੋਂ ਇਸਦੀ ਪ੍ਰੀਭਾਸ਼ਾ ਜਾਨਣ ਦੀ। ਤੁਹਾਨੂੰ ਨੀਵਾਂ ਦਿਖਾਉਣਾ ਮੇਰਾ ਲਕਸ਼ ਨਹੀਂ ਪਰ ਜੇ ਤੁਸੀਂ ਸਮਾਜ ਤੋਂ ਵੱਖਰੇ ਹੋਕੇ ਚੱਲਣ ਤੋਂ ਡਰਦੇ ਹੋ ਤਾਂ ਸਚਮੁੱਚ ਤੁਹਾਨੂੰ ਲੋੜ ਹੈ ਇਸ ਵਿੱਚੋਂ ਨਿਕਲਣ ਦੀ। ਨਵੇਂ ਸਮਾਜ ਦੀ ਸਿਰਜਨਾ ਵੀ, ਤਾਂ ਹੀ ਹੋਵੇਗੀ ਜੇ ਆਪਾਂ ਉਸਨੂੰ ਸਿਰਜਣ ਦਾ ਮੌਕਾ ਦਿਆਂਗੇ। ਕੁੜੀਆਂ ਨਾਲ ਧੱਕਾ ਯੁਗਾਂ ਤੋਂ ਹੁੰਦਾ ਆਇਆ ਤੇ ਜੇ ਆਪਾਂ ਵੀ ਓਹੀ ਕਰਾਂਗੇ ਤਾਂ ਉਸਦਾ ਕੋਈ ਮਤਲਬ ਨਹੀਂ। ਮੈਂ ਇਸਦੇ ਹੱਕ 'ਚ ਨਹੀਂ ਹਾਂ। ਤੁਸੀਂ ਇੰਨੀ ਹਿੰਮਤ ਰੱਖੋ ਕਿ ਆਪਣੇ ਪੁੱਤਰ ਦੇ ਵਿਚਾਰ ਸਮਾਜ ਸਾਹਮਣੇ ਰੱਖ ਸਕੋ।

(ਇੰਨੇ ਓਧਰੋਂ ਮਾਤਾ ਜੀ ਤੇ ਤਾਈ ਜੀ ਇਕੱਠੀਆਂ ਤੁਰੀਆਂ ਆਉਂਦੀਆਂ। ਆਉਂਦੇ ਸਾਰ ਹੀ . . . . .)

ਤਾਈ — ਨਿਮਾਣ! ਸੁਣਿਆ ਕੁੜੀ ਤਾਂ ਛੱਡੀ ਹੋਈ ਹੈ ਇੱਕ ਵਾਰ। ਵਰਤੀ ਹੋਈ ਦੇਹ ਭਲਾਂ ਆਪਾਂ ਕੀ ਕਰਨੀ?

ਤਾਈ ਦੀ ਗੱਲ ਸੁਣ ਮੇਰੇ ਪੈਰਾਂ ਹੇਠੋਂ ਜਿਵੇਂ ਜ਼ਮੀਨ ਖਿਸਕ ਗਈ ਹੋਵੇ। ਇੰਨੇ ਸਖਤ ਬੋਲ ਓਹ ਵੀ ਇੱਕ ਔਰਤ ਦੂਸਰੀ ਔਰਤ ਵਾਰੇ। ਤੇ ਮੇਰੇ ਮਾਤਾ ਪਿਤਾ ਆਰਾਮ ਨਾਲ ਕੋਲੇ ਬੈਠੇ ਸੁਣ ਰਹੇ ਹਨ।

ਮਾਤਾ ਜੀ — ਨਿਮਾਣ ਤੇਰੀ ਤਾਈ ਸਹੀ ਕਹਿੰਦੀ ਏ ਪੁੱਤ। ਆਪਣਾ ਓਹਨਾਂ ਨਾਲ ਕੋਈ ਮੇਲ ਨਹੀਂ। ਓਹ ਤਾਂ ਪਿਓ ਧੀ ਦੋ ਜਾਣੇ ਹੀ ਰਹਿੰਦੇ ਹਨ। ਕਹਿੰਦੇ ਕੁੜੀ ਤਾਂ ਪਹਿਲੇ ਸਹੁਰੀਂ ਵੀ ਨਹੀਂ ਟਿਕੀ।

(ਜੀ ਕਰਦਾ ਸੀ ਇੱਥੇ ਸਾਰੇ ਰਿਸ਼ਤੇ ਭੁੱਲ, ਸਮਾਜ ਦੀ ਸੋਧ ਆਪਣੇ ਘਰ ਤੋਂ ਹੀ ਸ਼ੁਰੂ ਕਰ ਦਿਆਂ। ਪਰ ਫੇਰ ਚੁੱਪ ਕਰ ਗਿਆ।)

ਤਾਈ — ਵੀਰ ਜੀ! ਭਲਾ ਨਿਮਾਣ ਨੂੰ ਉਸ ਵਿੱਚ ਐਸਾ ਕੀ ਦਿੱਖ ਗਿਆ? ਓਹ ਕੁੜੀ ਤਾਂ ਵਿਆਹੁਣ ਜੋਗ ਹੈ ਹੀ ਨਹੀਂ। ਆਪਣੇ ਨਿਮਾਣ ਨੂੰ ਤਾਂ ਵਧੀਆ ਘਰਾਣੇ ਦੀ ਚਾਹੇ ਵੀਹ-ਬਾਈ ਸਾਲ ਦੀ ਕੁੜੀ ਵਿਆਹ ਲਿਆਵੋ। ਆਪਾਂ ਦਸ ਕਿਸੇ ਗੱਲੋਂ ਕਾਣੇ ਹਾਂ ਜੋ ਉਸ 'ਤੇ ਡੁੱਲਣਾ। ਲੋਕ ਤਾਂ ਤੋਏ-ਤੋਏ ਕਰਨਗੇ ਆਪਣੇ 'ਤੇ, ਵੀ ਅਖੇ ਮੁੰਡੇ ਨੇ ਵਿਆਹ ਤਾਹੀਂ ਇੰਨੇ ਸਾਲ ਨਹੀਂ ਕਰਾਇਆ ਕਿ ਇਹਦੀ ਗੱਲ-ਬਾਤ ਚੱਲਦੀ ਹੋਣੀ ਤਾਂ ਹੀ ਕੁੜੀ ਦਾ ਰਿਸ਼ਤਾ ਟੁੱਟਿਆ ਹੋਣੈ।

ਨਿਮਾਣ — ਤਾਈ ਬਸ ਕਰ। ਏਦੂੰ ਅੱਗੇ ਨਾ ਬੋਲੀ। ਕਿਉਂਕਿ ਜੇ ਬੋਲ ਪਿਆਰੇ ਹੁੰਦੇ, ਮੈਂ ਸੁਣਨੇ ਸੀ। ਇੰਨੇ ਕੌੜੇ ਬੋਲਾਂ ਦਾ ਹਾਜ਼ਮਾ ਮੇਰੇ ਅੰਦਰ ਹੈ ਨਹੀਂ। ਤੇਰੀ ਕਦਰ ਕਰਦਾ ਹਾਂ ਪਰ ਇੱਕ ਔਰਤ ਹੋਕੇ ਔਰਤ ਨੂੰ ਮਾੜਾ, ਤੁਹਾਡੇ ਤੋਂ ਉਮੀਦ ਨਹੀਂ ਸੀ। ਜੇ ਕੁੜੀ ਛੱਡੀ ਹੋਈ ਤਾਂ ਉਸਦਾ ਕੀ ਕਸੂਰ? ਤਾੜੀ ਕਿਤੇ ਇੱਕ ਹੱਥ ਨਾਲ ਵੱਜਦੀ? ਜਾਂ ਕੀ ਹਮੇਸ਼ਾਂ ਮੁੰਡਾ ਹੀ ਸਹੀ ਹੁੰਦਾ? ਔਰਤਾਂ ਔਰਤਾਂ ਦੇ ਹੱਕ 'ਚ ਕਿਉਂ ਨਹੀਂ ਖੜਦੀਆਂ? ਕਿਉਂ ਮਾੜਾ ਬੋਲਦੀਆਂ? ਇੱਕ ਦੀਆਂ ਦੋ ਬਣਾਉਨੀਓ? ਨਾ ਕਹਿਰ ਕਰ ਤਾਈ। ਇੰਨਾ ਮਾੜਾ ਨਾ ਬੋਲ। ਕੁਝ ਮਾੜਾ ਨੀ ਕੀਤਾ ਉਸ ਕੁੜੀ ਨੇ ਹਲੇ ਤੱਕ ਆਪਣਾ। ਉਸਦੇ ਚਰਿੱਤਰ 'ਤੇ ਸਵਾਲ ਨਾ ਕਰ। ਰੱਬ ਤੋਂ ਥੋੜਾ ਡਰ। ਥੋੜਾ ਸੋਚਕੇ

ਬੋਲ। ਕੱਲ ਨੂੰ ਇਹ ਤੇਰੀ ਧੀ ਵੀ ਹੋ ਸਕਦੀ ਹੈ।

ਤਾਈ — ਚੰਗਾ ਭਾਈ! ਜੇ ਮੈਂ ਮਾੜੀ ਹਾਂ ਤਾਂ ਮੈਨੂੰ ਇਸ ਰਿਸ਼ਤੇ 'ਚ ਪਾਉਣੇ ਹੀ ਕਿਉਂ ਓ? ਆਪੇ ਨਬੇੜੋ ਆਪਦਾ। (ਇਹ ਕਹਿ ਤਾਈ ਉੱਠ ਤੁਰ ਜਾਂਦੀ ਹੈ . . . . )

ਮਾਤਾ ਜੀ — ਨਿਮਾਣ! ਦੂਜਿਆਂ 'ਚ ਕਸੂਰ ਕੱਢਣ ਨਾਲ ਸੱਚਾਈ ਬਦਲ ਨਹੀਂ ਜਾਂਦੀ।

ਨਿਮਾਣ - ਸੱਚਾਈ ਤਾਂ ਮਾਤਾ ਜੀ ਅੱਜ ਵੀ ਓਹੀ ਹੈ। ਬਸ ਤੁਸੀਂ ਅਪਣਾਉਣ ਨੂੰ ਤਿਆਰ ਨਹੀਂ।

ਮਾਤਾ ਜੀ — ਜਿਸਨੂੰ ਉਸਦੇ ਪਹਿਲੇ ਸਹੁਰਿਆਂ ਨੇ ਨਹੀਂ ਅਪਣਾਇਆ, ਤੂੰ ਕੀ ਚਾਹੁੰਨਾ ਏ? ਕਿ ਅਸੀਂ ਅਪਣਾ ਸਮਾਜ ਤੋਂ ਤੋਏ-ਤੋਏ ਕਰਵਾ ਲਈਏ।

ਨਿਮਾਣ — ਤੋਏ-ਤੋਏ ਤਾਂ ਤੁਹਾਡੀ ਸੋਚ ਹੈ। ਜਾਂ ਤੁਹਾਡਾ ਡਰ। ਉਸ ਕੁੜੀ ਵਿੱਚ ਐਸਾ ਕੁਝ ਵੀ ਮਾੜਾ ਨਹੀਂ।

ਪਿਤਾ ਜੀ — ਪੁੱਤਰ ਅਸੀਂ ਉਸਨੂੰ ਠੁਕਰਾ ਨਹੀਂ ਰਹੇ ਹਾਂ। ਭਾਵੇਂ ਕੁੜੀ ਲੱਖ ਦਰਜੇ ਚੰਗੀ ਹੋਵੇ ਪਰ ਸਮਾਜ ਦੀਆਂ ਨਜ਼ਰਾਂ ਤੋਂ ਵੀ ਨਹੀਂ ਬਚ ਸਕਦੇ ਆਪਾਂ।

ਨਿਮਾਣ — ਕਿਹੜੀਆਂ ਗੱਲਾਂ ਕਰੀ ਜਾਨੇ ਹੋ ਪਿਤਾ ਜੀ। ਕਿਹੜਾ ਸਮਾਜ? ਕਿਹੜਾ ਰਿਵਾਜ਼? ਇਹ ਤਾਂ ਖੁਦ ਦੀ ਸਿਰਜਣਾ ਜਿਸ ਤਰ੍ਹਾਂ ਮਰਜ਼ੀ ਕਰ ਲਵੋ। ਤੇ ਬਾਕੀ ਜੇ ਤੁਹਾਨੂੰ ਇੰਨੀ ਤਕਲੀਫ ਹੈ, ਮੈਂ ਤੁਹਾਡੀ ਤਕਲੀਫ ਹੋਰ ਨਹੀਂ ਵਧਾਵਾਂਗਾ ਕਿਉਂਕਿ ਮੇਰੇ 'ਚ ਸਮਾਜ ਦੇ ਖਿਲਾਫ ਲੜਨ ਦੀ ਤਾਕਤ ਤਾਂ ਹੈ ਪਰ ਤੁਹਾਨੂੰ ਸਮਝਾਉਣ ਦੀ ਨਹੀਂ ਕਿਉਂਕਿ ਤੁਸੀਂ ਮੇਰੇ ਆਪਣੇ ਹੋ। ਤੁਹਾਡੇ ਵਿਚਾਰ ਮੈਨੂੰ ਦਰਦ ਦਿੰਦੇ ਹਨ। ਤੁਹਾਡੇ ਕਦਮ ਮੈਨੂੰ ਰਵਾਉਂਦੇ ਹਨ।

ਮਾਤਾ ਜੀ — ਨਿਮਾਣ ਅਸੀਂ ਤੇਰੀ ਖ਼ੁਸ਼ੀ ਚਾਹੁੰਦੇ ਹਾਂ। ਸਾਨੂੰ ਆਪਣੇ ਖਿਲਾਫ ਨਾ ਸਮਝੀ।

ਨਿਮਾਣ — ਖੁਸ਼ੀ ਮੁਬਾਰਕ ਹੋਵੇ ਪਿਤਾ ਜੀ। ਤੁਸੀਂ ਮੈਨੂੰ ਵਾਕਿਏ ਹੀ ਖ਼ੁਸ਼ ਕਰ ਦਿੱਤਾ ਹੈ।

(** ਇਹੋ ਜਿਹੇ ਰੋਜ਼ ਦੇ ਵਾਰਤਾਲਾਪ ਕਰ ਕਰ ਮੇਰਾ ਖੁਦ ਦਾ ਦਿਮਾਗ ਇੱਕ ਸੁਪਨੇ ਵਾਂਗ ਹੋ ਗਿਆ ਸੀ। ਜਿੱਥੇ ਮੈਂ ਆਪਣੇ ਆਪ ਨਾਲ ਗੱਲਾਂ ਕਰਦਾ ਸਾਂ ਜਾਂ ਕਿਤੇ ਕਿਤੇ ਆਗਿਆ ਨੂੰ ਆਪਣੇ ਸਾਹਮਣੇ ਖੁਆਬਾਂ 'ਚ ਬਿਠਾ ਕੇ**)

ਨਿਮਾਣ — ਆਗਿਆ ਤੈਨੂੰ ਪਤਾ ਹੈ! ਆਪਾਂ ਗ੍ਰਹਿਸਤ ਸੱਚੀਓਂ ਨਹੀਂ ਹੰਢਾ ਸਕਦੇ ਕਿਉਂਕਿ ਆਪਾਂ ਇੱਕ ਦੂਜੇ ਦੇ ਲੇਖਾਂ 'ਚ ਨਹੀਂ ਹਾਂ। ਆਪਾਂ ਇੱਕ ਦੂਜੇ ਨੂੰ ਬਿਨ ਛੂਹੇ ਮਹਿਸੂਸ ਜ਼ਰੂਰ ਕੀਤਾ ਭਾਵੇਂ ਆਪਣੇ ਵਿਚਾਰਾਂ ਨਾਲ, ਤੇ ਭਾਵੇਂ ਆਪਣੀ ਚੁੱਪੀ ਨਾਲ। ਪਰ ਪਤਾ ਸਮਾਜ ਇਸਨੂੰ ਕੁਝ ਹੋਰ ਦੱਸਦਾ ਹੈ ਓਹ ਵੀ ਆਪਣੀ ਪੈਂਤੀਵੀ ਉਮਰ 'ਚ। ਮੈਂ ਆਪਣੀ ਇਕੱਲ 'ਚ ਜਵਾਨੀ ਕੱਢੀ ਤੇ ਤੂੰ ਫੈਸਲੇ ਸਿਰਨਾਵੇਂ ਰੱਖ। ਤੇਰਾ ਮੇਰਾ ਸਫਰ ਭਾਵੇਂ ਅਲੱਗ ਅਲੱਗ ਬੀਤਿਆ ਹੈ ਪਰ ਤੈਨੂੰ ਸਮਝਿਆ ਤੇ ਅਪਣਾਇਆਂ ਕਈ ਸਾਲ ਹੋ ਜਾਂਦੇ ਜੇ ਇਹ ਕਲਪ ਤਕਲੀਫ ਨਾ ਦਿੰਦੀ। ਇਸ ਕਲਪ ਨੇ ਜਿੱਥੇ ਮੇਰੀ ਜਵਾਨੀ ਭਰ-ਭਰ ਪੀਤੀ ਓਥੇ ਮੇਰਾ ਗ੍ਰਹਿਸਤ ਮੇਥੋਂ ਦੂਰ ਹੋਕੇ ਗੱਦ-ਗੱਦ ਨੱਚਦਾ ਰਿਹਾ।

ਆਗਿਆ — ਨਿਮਾਣ ਕਿਤੇ ਮੇਰੇ ਕਰਕੇ ਸਮਾਜ ਦੇ ਬੋਝ ਹੇਠ ਦੱਬ ਨਾ ਜਾਵੀਂ। ਮੇਰੇ ਵੱਲੋਂ ਤੂੰ ਅੱਜ ਵੀ ਇੱਕ ਅਜ਼ਾਦ ਪੰਛੀ ਹੈ ਜਿਸਦੀ ਉਡਾਣ ਸਮਾਜ 'ਚ ਗੂੰਜ ਪਾਉਂਦੀ ਹੈ।  ਭਾਵੇਂ ਤੇਰਾ ਮੇਰਾ ਹੋਣਾ ਤਹਿ ਨਹੀਂ ਹੋਇਆ ਪਰ ਜਦ ਵੀ ਤੇਰੀ ਕਲਪ ਤੈਨੂੰ ਪਰੇਸ਼ਾਨ ਕਰੇਗੀ, ਮੇਰਾ ਹੋਣਾ ਓਥੇ ਲਾਜ਼ਮੀ ਹੈ। ਸ਼ਾਇਦ ਏਹੀ ਗ੍ਰਹਿਸਤ ਹੈ। ਸ਼ਾਇਦ ਇਹੀ ਚੀਜ਼ ਤੋਂ ਤੂੰ ਭੱਜ ਰਿਹਾ ਸੀ ਜੋ ਅੱਜ ਫਿਰ ਇੰਨੇ ਸਾਲਾਂ ਬਾਅਦ ਖੜੀ ਹੋ ਗਈ ਹੈ।

ਨਿਮਾਣ — ਆਗਿਆ ਮੈਂ ਕਮਜ਼ੋਰ ਨਹੀਂ ਹੋਇਆ। ਮੇਰੇ ਵਿੱਚ ਆਪਣੇ ਵਿਚਾਰ ਰੱਖਣ ਦੀ ਪੂਰੀ ਸਮਰਥਾ ਹੈ।

ਆਗਿਆ — ਪਰ ਜੋ ਵਿਚਾਰ ਆਪਣਿਆ ਨੂੰ ਪਰੇਸ਼ਾਨ ਕਰਨ, ਉਹ ਕਦੇ ਨਾ ਕਰੀ ਨਿਮਾਣ।

ਨਿਮਾਣ — ਮੈਂ ਕੱਲ ਆਪਣੀ ਕੀਤੀ ਸੀ ਤੇ ਅੱਜ ਵੀ ਆਪਣੀ ਕਰਾਂਗਾ।

ਆਗਿਆ — ਹੁਣ ਆਪਣੀ ਵਿੱਚ, ਨਾਮ ਮੇਰਾ ਆਵੇਗਾ।

ਨਿਮਾਣ — ਨਾਮ ਨਾਲ ਕੋਈ ਫਰਕ ਨਹੀਂ ਪੈਂਦਾ ਜੇ ਵਿਸ਼ਵਾਸ ਅਟੁੱਟ ਹੋਵੇ।

ਆਗਿਆ — ਵਿਸ਼ਵਾਸ ਤੇਰੇ 'ਤੇ ਆਪਣੇ ਨਾਲੋਂ ਵੱਧ ਹੈ। ਬਸ ਜ਼ਿੰਦਗੀ ਸਰਲ ਚਾਹੀਦੀ।

ਨਿਮਾਣ — ਜ਼ਿੰਦਗੀ ਦਾ ਕੀ ਹੈ ਆਗਿਆ ਅੱਜ ਹੋਰ ਤੇ ਕੱਲ ਹੋਰ। ਪਰ ਆਪਣਾ ਕੱਲ ਆਪਣੇ ਅੱਜ 'ਤੇ ਨਿਰਭਰ ਕਰਦਾ ਹੈ। ਤੇ ਅੱਜ ਦੇ ਹਾਲਾਤ ਦੇਖ ਮੈਂ ਇਕੱਲਾ ਦੁਖੀ ਨਹੀਂ, ਸਗੋਂ ਆਪਣੀ ਕਲਪ ਵਿੱਚ ਤੈਨੂੰ ਪਾਇਆ ਹੈ। ਮੈਂ ਪਹਿਲੋਂ ਆਪਣੀ ਕਲਪ ਨਾਲ ਗੱਲਾਂ ਕਰਦਾ ਸਾਂ ਤੇ ਅੱਜ ਤੇਰੇ ਨਾਲ। ਕੀ ਹੋਇਆ ਜੇ ਇਹ ਰਿਸ਼ਤਾ ਲੋਕਾਂ ਤੇ ਸਮਾਜ ਦੀ ਸਮਝ ਤੋਂ ਬਾਹਰ ਸੀ ਪਰ ਗਲਤ ਕਦੇ ਨਹੀਂ ਸੀ। ਸ਼ਾਇਦ ਓਹਨਾਂ ਨੂੰ ਇਹ ਸਮਝਣ ਦੀ ਸਮਝ ਹੀ ਨਹੀਂ ਸੀ। ਨਾਦਾਨ ਹਨ ਲੋਕ ਤੇ ਭੋਲੇ ਕਿਉਂਕਿ ਉਹ ਓਹੀ ਪ੍ਰੀਭਾਸ਼ਾ ਜਾਣਦੇ ਜਿਹੜੀ ਬਜ਼ਾਰ 'ਚ ਚੱਲ ਰਹੀ ਹੁੰਦੀ। ਉਸਤੋਂ ਉੱਤੇ ਉੱਠਣਾ ਓਹਨਾਂ ਦੇ ਬਸ ਦੀ ਗੱਲ ਨਹੀਂ। ਰੂਹਾਂ ਦਾ ਮਿਲਾਪ ਰੱਬੀ ਹੈ। ਇਸਨੂੰ ਜਾਨਣ ਲਈ ਓਹਨਾਂ ਨੂੰ ਪਹਿਲਾਂ ਆਪਣਾ ਆਪ ਜਾਨਣਾ ਪਵੇਗਾ। ਤੇ ਜਦ ਤੱਕ ਖੁਦ ਨੂੰ ਜਾਨਣਗੇ ਤਦ ਤੱਕ ਸ਼ਾਇਦ ਬਹੁਤ ਦੇਰ ਹੋ ਜਾਵੇਗੀ।

ਆਗਿਆ — ਮੈਨੂੰ ਪਹਿਲਾਂ ਐਂਵੇ ਲੱਗਦਾ ਹੁੰਦਾ ਸੀ ਕਿ ਸ਼ਾਇਦ ਤੂੰ ਮੈਨੂੰ

ਕਦੇ ਨਹੀਂ ਆਪਣਾਏਗਾ ਤੇ ਦੇਖ ਜਦ ਅੱਜ ਤੇਰੀ ਕਲਪ ਠੰਡੀ ਪੈ ਮੈਂ ਤੇਰੇ ਖੁਆਬਾਂ 'ਚ ਪੈਰ ਪਾਇਆ। ਅੱਜ ਦੁਨੀਆਂ ਖਿਲਾਫ ਖੜੀ ਹੈ ਜਿਸਨੂੰ ਸਾਡਾ ਇਲਮ ਤੱਕ ਨਹੀਂ ਸੀ। ਪਰ ਆਪਣੀਆਂ ਤਾਂ ਰੂਹਾਂ ਪਹਿਲਾਂ ਹੀ ਇੱਕ ਹੋ ਚੁੱਕੀਆਂ। ਇਹ ਰੂਹਾਂ ਨੂੰ ਵੱਖ ਕਿਵੇਂ ਕਰਨਗੇ ਨਿਮਾਣ?

ਨਿਮਾਣ — ਭੋਲੀਏ! ਰੂਹਾਂ ਵੀ ਕਦੇ ਵੱਖ ਹੁੰਦੀਆਂ। ਰੂਹ ਤਾਂ ਇੱਕ ਐਸੀ ਚੀਜ਼ ਹੈ ਜਿਸ 'ਤੇ ਇਹ ਝੂਠੇ ਸਮਾਜ ਦਾ ਇੱਕ ਵੀ ਛਿੱਟਾ ਨਹੀਂ। ਕਸੂਰ ਹੀ ਸਾਰਾ ਦੇਹ ਦਾ ਹੈ। ਇਹ ਦੇਹ ਬੜੀ ਪਾਪੀ ਹੈ। ਪਹਿਲਾਂ ਹੁਸਨ 'ਚ ਬੜੇ ਪਾਪ ਕਰਾਉਂਦੀ। ਫੇਰ ਮਿਹਨਤ 'ਚ ਬੜਾ ਪਸੀਨਾ ਵਹਾਉਂਦੀ। ਫੇਰ ਮੰਜੇ 'ਤੇ ਪਈ ਬੁਢਾਪੇ ਵਿੱਚ ਵੀ ਠੋਕਰਾਂ ਖਾਣੋਂ ਨਹੀਂ ਹੱਟਦੀ।

ਆਗਿਆ — ਦੇਹ ਵੀ ਪ੍ਰਮਾਤਮਾ ਦੀ ਦੇਣ ਹੈ। ਫਰਕ ਬਸ ਇੱਕ ਸੋਚ ਪਾ ਦੇਂਦੀ ਹੈ। ਸੋਚ ਸਭ ਕਾਰੇ ਕਰਵਾਉਂਦੀ। ਮਾੜੇ ਵੀ ਤੇ ਚੰਗੇ ਵੀ। ਇਨਸਾਨ ਦਾ ਚੰਗਾ ਮਾੜਾ ਸਭ ਸੋਚ 'ਤੇ ਨਿਰਭਰ ਹੈ। ਸੋਚ ਡੂੰਘੀ ਹੋਣਾ ਤਾਂ ਦਿੱਕਤ ਹੈ, ਨਾ ਹੋਣਾ ਓਹ ਵੀ। ਬੁੱਧੀ ਦਾ ਟਿਕਾਅ ਬੜਾ ਜ਼ਰੂਰੀ ਹੈ। ਚੱਲ ਤਾਂ ਸਭ ਨੇ ਵੱਸਣਾ ਏਸ ਜਹਾਨ ਤੋਂ ਪਰ ਜਨਮ ਤੋਂ ਮਰਨ ਤੱਕ ਦਾ ਸਫਰ ਇਨਸਾਨ ਆਪਣੇ ਹੀ ਕਰਮਾਂ ਨਾਲ ਲਿਖਦਾ ਹੈ। ਕੋਈ ਨਹੀਂ ਜੇ ਅੱਜ ਸਭ ਖਿਲਾਫ ਹਨ, ਕਦੇ ਤਾਂ ਕੋਈ ਇੱਕ ਆਪਣੀਆਂ ਰੂਹਾਂ ਨੂੰ ਪੜ੍ਹੇਗਾ।

ਨਿਮਾਣ — ਮੈਂ ਚਾਹੁੰਦਾ ਹੀ ਨਹੀਂ ਕਿ ਕੋਈ ਪੜ੍ਹੇ। ਜੇ ਕਿਸੇ ਪੜ੍ਹਨਾ ਹੁੰਦਾ ਤਾਂ ਸ਼ੁਰੂਆਤ ਘਰ ਤੋਂ ਹੋ ਜਾਣੀ ਸੀ। ਸ਼ਾਇਦ ਜਿੱਥੇ ਮੈਂ ਪੂਰੇ ਸਮਾਜ ਨੂੰ ਬਦਲਣ ਦੀ ਠਾਣੀ ਬੈਠਾ ਸੀ ਓਥੇ ਮੈਨੂੰ ਮੇਰੇ ਪਰਿਵਾਰ ਵਾਰੇ ਵੀ ਨਹੀਂ ਪਤਾ। ਮੈਂ ਐਵੇਂ ਅੱਧੀ ਜ਼ਿੰਦਗੀ ਝੂਠੀ ਸ਼ਖਸ਼ੀਅਤ ਵਿੱਚ ਗੁਜ਼ਾਰ ਦਿੱਤੀ। ਲੋਕਾਂ ਨੂੰ ਬਣ-ਬਣ ਦਿਖਾਈ ਗਿਆ। ਵੱਖਰਾ ਬਣਨ ਦੀ ਦੌੜ 'ਚ ਇਹ ਭੁੱਲ ਹੀ ਗਿਆ ਕਿ ਜਿਹਨਾਂ ਲੋਕਾਂ ਵਿੱਚ ਮੈਂ ਵਿਚਰ ਰਿਹਾ, ਇਹ ਓਦੋਂ ਤੱਕ ਹੀ ਮੇਰੇ ਨੇ ਜਦ ਤੱਕ ਮੈਂ ਇਹਨਾਂ ਦਾ ਹਾਂ। ਜਿਸ ਦਿਨ ਮੈਂ ਜ਼ਰਾ ਜਿਹਾ ਵੀ ਵੱਖਰਾ ਕੀਤਾ, ਇਹਨਾਂ ਤਿੜਕ ਜਾਣਾ ਜਮਾਂ ਕੱਚ ਵਾਂਗ। ਜੋ ਮੁੜ ਇਕੱਠਾ ਕਦੇ ਨਹੀਂ ਹੁੰਦਾ।

ਆਗਿਆ — ਤੂੰ ਐਵੇਂ ਨਾ ਸੋਚ ਆਪਣੇ ਵਰਗੇ ਨਿਮਾਣ ਤੇ ਆਗਿਆ ਹੋਰ ਵੀ ਵਥੇਰੇ ਹੋਣਗੇ ਜਿਹਨਾਂ ਦੀਆਂ ਰੂਹਾਂ ਦੇਹਾਂ 'ਤੇ ਨਹੀਂ ਮਰੀਆਂ ਹੋਣੀਆਂ। ਜਿੰਨਾਂ ਦੀਆਂ ਹਵਸ ਦਿਖ 'ਤੇ ਨਿਰਭਰ ਨਹੀਂ ਕਰਦੀ ਹੋਣੀ। ਜੋ ਇੱਕ ਦੂਜੇ ਨੂੰ ਪੜ੍ਹਨਾ ਚਾਹੁੰਦੀਆਂ ਹੋਣੀਆਂ। ਇੱਕ ਦੂਜੇ ਨੂੰ ਲਿੱਖਣਾ ਚਾਹੁੰਦੀਆਂ ਹੋਣੀਆਂ। ਆਪਾਂ ਵੱਖਰੇ ਨਹੀਂ ਹਾਂ ਸ਼ਾਇਦ ਸਮਾਜ ਆਪਣੇ ਵਰਗਾ ਨਹੀਂ ਹੈ। ਯਾਦ ਹੈ ਨਿਮਾਣ ਇਹ ਵਾਕਿਆ ਤੂੰ ਹੀ ਮੈਨੂੰ ਬੋਲਿਆ ਸੀ।

ਨਿਮਾਣ — ਸਭ ਯਾਦ ਹੈ ਮੈਨੂੰ। ਓਦੋਂ ਤੇਰੇ ਮਾਤਾ ਜੀ ਦਾ ਦਿਹਾਂਤ ਹੋਇਆ ਸੀ। ਤੂੰ ਇਕੱਲੀ ਰਹਿ ਗਈ ਸਾਂ। ਤੇਰੇ ਦਿਲਾਸੇ ਲਈ ਸ਼ਾਇਦ ਤੈਨੂੰ ਕਹਿ ਦਿੱਤਾ ਸੀ ਮੈਂ।

ਆਗਿਆ — ਐਵੇਂ ਕਿਵੇਂ ਦਿਲਾਸੇ ਲਈ ਕਹਿ ਦਿੱਤਾ ਸੀ। ਚੱਲ ਅੱਜ ਵੀ ਮੈਨੂੰ ਦਿਲਾਸਾ ਦੇ ਤੇ ਕਹਿ ਕੋਈ ਨਹੀਂ ਆਗਿਆ ਘਰਦੇ ਮੰਨ ਜਾਣਗੇ। ਆਪਾਂ ਨੂੰ ਪੜੂ ਲੈਣਗੇ।

ਨਿਮਾਣ — ਦਿਲਾਸਾ ਤਾਂ ਤੈਨੂੰ ਝੂਠਾ ਜਦ ਵੀ ਨਹੀਂ ਦਿੱਤਾ ਸੀ ਤੇ ਨਾ ਅੱਜ ਦਵਾਗਾਂ। ਤੈਨੂੰ ਕਿਵੇਂ ਕਹਿ ਦਿਆਂ ਕਿ ਘਰਦੇ ਮੰਨ ਜਾਣਗੇ? ਕਿਵੇਂ ਕਹਿ ਦਿਆਂ ਕਿ ਤੈਨੂੰ ਇੱਜ਼ਤ ਦੇ ਦੇਣਗੇ। ਓਹਨਾਂ ਦੇ ਮੰਨ 'ਚ ਇੱਜ਼ਤ ਦੇ ਕਿਰਦਾਰ ਹੋਰ ਨੇ। ਇੱਜ਼ਤ ਦੀ ਪ੍ਰੀਭਾਸ਼ਾ ਹੋਰ ਹੈ। ਤੂੰ ਓਹ ਜਿਹਾ ਕਿਰਦਾਰ ਚਾਅਕੇ ਵੀ ਨਹੀਂ ਨਿਭਾ ਸਕਦੀ ਤੇ ਮੈਂ ਨਾ ਕਦੇ ਚਾਹਾਂਗਾ ਕਿਉਂਕਿ ਮੈਂ ਆਪਣੀ ਖੁਸ਼ੀ ਲਈ ਇੰਨਾ ਸੁਆਰਥੀ ਨਹੀਂ ਹਾਂ।

ਆਗਿਆ — ਮੈਂ ਕਦ ਕਿਹਾ ਤੂੰ ਸੁਆਰਥੀ ਹੋ। ਮੈਂ ਤਾਂ ਇੰਨਾ ਕਿਹਾ ਕਿ ਘਰਦੇ ਹੌਲੀ-ਹੌਲੀ ਆਪਣਾ ਲੈਣਗੇ। ਓਹਨਾਂ ਨੂੰ ਵਕਤ ਚਾਹੀਦਾ ਹੈ।

ਨਿਮਾਣ — ਉਸ ਸੋਚ ਨੂੰ ਚਾਹੇ ਮੈਂ ਦੱਸ ਸਾਲ ਵਕਤ ਦੇ ਦਿਆਂ। ਪਰ ਸੱਚੀ ਓਹ ਸੋਚ ਇੰਨੇ ਸਾਲ ਪੈਦਲ ਚੱਲ ਕੇ ਵੀ ਸਫਰ ਨਹੀਂ ਕਰੇਗੀ। ਓਹ ਨਹੀਂ ਬਦਲੇਗੀ। ਉਸਨੂੰ ਬਦਲਣ ਲਈ ਦੁਆਰਾ ਜਨਮ ਲੈਣਾ ਪਵੇਗਾ। ਇਨਸਾਨ

ਦੀ ਧਾਰਨਾ ਬਦਲਣੀ ਬਹੁਤ ਔਖੀ ਏ ਤੇ ਜੇ ਬਦਲ ਵੀ ਗਈ। ਫੇਰ ਵੀ ਤੂੰ ਕਦੇ ਖ਼ੁਸ਼ ਨਹੀਂ ਰਹਿ ਸਕਦੀ ਤੇ ਉਹਨਾਂ ਤੋਂ ਵੱਖ ਮੈਂ।

ਆਗਿਆ — ਸਿੱਧਾ ਕਿਉਂ ਨਹੀਂ ਕਹਿ ਦਿੰਦਾ ਕਿ ਆਗਿਆ ਚੱਲ ਇਹ ਜ਼ਿੰਦ ਛੱਡ ਦਿੰਦੇ। ਜਿੱਥੇ ਇੰਨੇ ਸਾਲ ਪਹਿਲਾਂ ਛੱਡ ਦਿੱਤੀ। ਹੁਣ ਤਾਂ ਫੇਰ ਵਧੇਰੀ ਤੱਕੜੀ ਆ। ਸਹਿਣ ਕਰਨ ਹੀ ਹਿੰਮਤ ਹੈ ਮੇਰੇ 'ਚ। ਪਰ ਸਾਫ-ਸਾਫ ਲਫਜ਼ਾਂ 'ਚ ਬੋਲ। ਤੇਰੇ ਕਹੇ ਦਾ ਦੁੱਖ ਨਹੀਂ ਲੱਗਦਾ ਪਰ ਗੱਲਾਂ ਨਾ ਘੁਮਾ। ਤੂੰ ਨਹੀਂ ਤਾਂ ਬਾਪੂ ਕਿਸੇ ਹੋਰ ਨਾਲ ਤਾਂ ਦੁਬਾਰੇ ਤੋਰ ਹੀ ਦੇਉ। ਪਰ ਤੂੰ ਫਿਕਰ ਨਾ ਕਰੀਂ।

ਨਿਮਾਣ — ਮੇਰੇ ਫਿਕਰ ਕਰਿਆਂ ਵੀ ਕੁਝ ਨਹੀਂ ਹੋਣਾ। ਤੇਰੀ ਜ਼ਿੰਦਗੀ 'ਤੇ ਪੂਰ-ਪੂਰਾ ਹੱਕ ਤੇਰਾ ਹੈ। ਤੇ ਫੈਸਲੇ ਵੀ ਤੇਰੇ ਹੀ ਹੋਣੇ ਚਾਹੀਦੇ ਹਨ ਪਰ ਉਹ ਫੈਸਲੇ ਜੋ ਤੈਨੂੰ ਖ਼ੁਸ਼ ਰੱਖਣ, ਨਾ ਕਿ ਉਦਾਸ। ਤੂੰ ਅਣਮੁੱਲੀ ਏਂ। ਜਿਹੜੇ ਲੋਕੀਂ ਤੇਰੇ ਵਿਵਾਹਿਕ ਜੀਵਨ ਜਾਂ ਤੇਰੀ ਘਰ ਦੀ ਹਾਲਤ ਤੋਂ ਤੇਰਾ ਅੰਦਾਜ਼ਾ ਲਾਉਂਦੇ ਹਨ ਉਹਨਾਂ ਨੂੰ ਇਨਸਾਨਾਂ ਦੀ ਪਰਖ ਨਹੀਂ। ਐਸੇ ਇਨਸਾਨ ਤੈਨੂੰ ਜ਼ਿੰਦਗੀ ਵਿੱਚ ਕਦੇ ਨਾ ਮਿਲਣ।

ਆਗਿਆ — ਮਿਲ ਵੀ ਜਾਣ ਤਾਂ ਵੀ ਕੀ ਫਰਕ ਹੈ। ਬਥੇਰੀ ਮਜ਼ਬੂਤ ਹਾਂ ਮੈਂ। ਕੱਟਲੂੰ ਗੀ ਔਖੀ ਸੁਖਾਲੀ। ਜਿੱਥੇ ਹਮਸਫਰ ਵਧੀਆ ਹੋਵੇ, ਉੱਥੇ ਬਾਕੀ ਔਕੜਾਂ ਖਾਰਜ ਲੱਗਦੀਆਂ।

ਨਿਮਾਣ — ਹਮਸਫਰ ਤਾਂ ਵਧੀਆ ਹੀ ਮਿਲੂ। ਚੰਗੇ ਇਨਸਾਨਾਂ ਨਾਲ ਹਮੇਸ਼ਾਂ ਚੰਗਾ ਹੀ ਹੁੰਦਾ।

ਆਗਿਆ — ਮੇਰੇ ਨਾਲ ਤਾਂ ਸਚਮੁੱਚ ਹੁਣ ਤੱਕ ਬਹੁਤ ਚੰਗਾ ਬੀਤਿਆ। ਮੈਂ ਸ਼ੁਕਰਗੁਜ਼ਾਰ ਹਾਂ ਉਸ ਲਈ।

( . . . . ਇੰਨਾ ਕਹਿ ਮੈਂ ਉਸਨੂੰ ਆਪਣੇ ਸੁਪਨੇ ਵਿੱਚੋਂ ਤੋਰ, ਜਿਵੇਂ ਮਾਨੋ ਉਸਦੀ ਡੋਲੀ ਤੋਰ ਦਿੱਤੀ ਹੋਵੇ।)

ਸਵੇਰੇ ਉੱਠ ਐਵੇਂ ਸ਼ਾਂਤ ਸੀ ਜਿਵੇਂ ਕੁਝ ਨਾ ਹੋਇਆ ਹੋਵੇ। ਨਾ ਕਿਸੇ ਨਾਲ ਬਹਿਸ, ਨਾ ਕਿਸੇ ਨੂੰ ਸਵਾਲ। ਜਮਾਂ ਚੁੱਪ-ਚਾਪ। ਘਰਦੇ ਤਾਂ ਮਾਨੋ ਉਡੀਕ ਵਿੱਚ ਸਨ, ਕਿ ਕਦੋਂ ਇਹ ਮਸਲਾ ਠੰਡਾ ਪਵੇ ਤੇ ਮੈਂ ਇਸਨੂੰ ਭੁੱਲ ਅੱਗੇ ਵਧ ਜਾਵਾਂ। ਕਿਉਂਕਿ ਉਹ ਤਾਂ ਮਾਨੋ ਮੇਰੇ ਇਸ ਫੈਸਲੇ ਦੇ ਖਿਲਾਫ ਹੀ ਸਨ। ਮੇਰੇ ਕਲਪ ਦੇ ਇਹ ਜ਼ਖਮਾਂ ਨੂੰ ਕੋਈ ਛੇੜਨਾ ਤੱਕ ਨਹੀਂ ਸੀ ਚਾਹੁੰਦਾ। ਮੈਂ ਵੀ ਓਵੇਂ ਜਿਵੇਂ ਭੁੱਲ ਜ਼ਿੰਦਗੀ ਮੁੜ ਉਸੇ ਰਾਸਤੇ ਜਿਉਂਦਾ ਰਿਹਾ। ਆਗਿਆ ਤਾਂ ਮਾਨੋ ਰੋਜ਼ ਸੁਪਨੇ 'ਚ ਆ ਪੁੱਛਦੀ ਕਿ ਕਿਤੇ ਕੋਈ ਗੱਲ ਅੱਗੇ ਤਾਂ ਨਹੀਂ ਵਧੀ, ਪਰ ਮੈਂ ਐਸੇ ਸੁਪਨੇ ਅਕਸਰ ਭੰਨ ਦਿੰਦਾ। ਕਰਦੇ ਕਰਾਉਂਦਿਆਂ ਚਾਰ ਪੰਜ ਸਾਲ ਹੋਰ ਬੀਤ ਗਏ।

ਮਾਪੇ ਵੀ ਬੁੱਢੇ ਹੋ ਗਏ ਸਨ ਤੇ ਮੇਰੀ ਉਮਰ ਵੀ ਕੋਈ ਚਾਲੀ ਦੇ ਕਰੀਬ ਹੋ ਗਈ ਸੀ। ਓਹੀ ਦਿਨ ਦਾ ਕੰਮ, ਖਾਣਾ ਪੀਣਾ, ਚੱਲ ਸੋ ਚੱਲ ਸੀ। ਮਾਤਾ ਪਿਤਾ ਦੀ ਦੇਖ ਰੇਖ ਕਰ, ਕਾਲਜ ਪੜ੍ਹਾ ਘਰ ਆਉਣਾ ਨਿੱਤ ਦਾ ਕੰਮ ਹੋ ਗਿਆ ਸੀ। ਘਰ ਦੇ ਵੀ ਖਾਸੇ ਕੰਮ ਕਰਨ ਲੱਗ ਗਿਆ ਸਾਂ ਕਿਉਂਕਿ ਇਕੱਲਿਆਂ ਜੀਵਨ ਜੋ ਕੱਟਣ ਦਾ ਫੈਸਲਾ ਕੀਤਾ ਸੀ।

ਅੱਜ ਕੁਝ ਕੁ ਸਾਲਾਂ ਪਿੱਛੋਂ ਪਿਤਾ ਜੀ ਦੇ ਦਿਹਾਂਤ ਬਾਅਦੋਂ ਮੈਂ ਤੇ ਮਾਤਾ ਜੀ ਇਕੱਲੇ ਰਹਿ ਗਏ ਸਾਂ। ਘਰ ਵਿੱਚ ਦੋ ਜੀਅ। ਇੱਕ ਉਹ ਖੂੰਜੇ ਤੇ ਦੂਜਾ ਉਹ ਖੂੰਜੇ। ਦੋ ਜੀਆਂ ਦਾ ਵੀ ਕੀ ਘਰ ਹੁੰਦਾ ਏ, ਅਕਸਰ ਮਾਂ ਮੇਰੇ ਜਵਾਨੀ ਵੇਲੇ ਕਹਿੰਦੀ ਹੁੰਦੀ ਸੀ। ਸੱਚ ਕਹਿੰਦੀ ਸੀ। ਗ੍ਰਹਿਸਤ ਭਾਵੇਂ ਜਵਾਨੀ ਮੌਕੇ ਔਖਾ ਲੱਗਦਾ ਹੈ ਪਰ ਬੁਢਾਪੇ 'ਚ ਇਸਤੋਂ ਬਗੈਰ ਸੁੰਨ ਹੈ। ਜਮਾਂ ਸੁੰਨ। ਇਸ ਸੁੰਨ ਵਿੱਚ ਮੈਨੂੰ ਕਦੇ-ਕਦੇ ਆਗਿਆ ਆ ਸੁਪਨਿਆਂ 'ਚ ਮਿਲ ਲੈਂਦੀ ਸੀ। ਕੱਲ ਹੀ ਹਾਲੇ ਆ ਕਹਿਣ ਲੱਗੀ ਕਿ ਹੁਣ ਮੈਂ ਉਸਦੀ ਕੋਈ ਜਗਾਹ ਨਹੀਂ ਰੱਖੀ ਆਪਣੀ ਜ਼ਿੰਦਗੀ 'ਚ। ਪਰ ਝੱਲੀ ਨੂੰ ਇਹ ਨਹੀਂ ਪਤਾ ਕਿ ਕੋਈ ਹੋਰ ਮੇਰੀ ਜ਼ਿੰਦਗੀ 'ਚ ਰਿਹਾ ਵੀ ਕੌਣ ਹੈ, ਸਿਵਾਏ ਉਸ ਦੇ। ਜਗ੍ਹਾ ਖਾਲੀ ਇੰਨੀ ਏ ਕਿ ਭਰ ਹੀ ਨਹੀਂ ਹੋਵੇਗੀ।

" ਪਰ ਇਹ ਸਮਝਣ ਲਈ
ਉਸਨੂੰ ਵੀ ਸਮਾਂ ਤਹਿ ਕਰਨਾ ਪਵੇਗਾ ਫਿਰ ਤੋਂ,

ਓਹ ਸਮਾਂ ਜੋ ਕਲਪ ਤੋਂ ਸ਼ੁਰੂ ਹੋ
ਕਲਪ ਤੇ ਮੁੱਕਦਾ ਹੈ।" . . . . . . .

ਜ਼ਿੰਦਗੀ ਦੇ ਰਸਤੇ ਤਾਂ ਇਕੱਲੇ ਹੀ ਚੱਲਣੇ ਸੀ
ਫੇਰ ਆਪਾਂ ਆਸਾਂ ਕਿਸ 'ਤੇ ਲਾ ਬੈਠੇ?
ਕਦੇ ਮਾਪਿਆਂ ਨੂੰ ਦੋਸ਼
ਕਦੇ ਮਿਲੇ ਰਾਹੀਆਂ ਨੂੰ ਦੋਸ਼?

ਅਜਿਹੇ ਕਿਹੋ ਜੇਹੇ ਸੁਪਨੇ ਸੀ
ਜੋ ਖੁਦ ਨਾ ਸਜਾ ਹੋਏ?
ਕਿਸਮਤ ਦੀ ਪਗਡੰਡੀ ਨਾ ਫੜੂ ਹੋਈ
ਜਾਂ ਖੁਦ ਮੰਜ਼ਿਲ ਨਾ ਪਾ ਹੋਈ?

ਕਿਹੜੀ ਥੋੜ ਲੋੜੀਂਦੀ ਰਹਿ ਗਈ
ਜਿਹੜੀ ਚੀਜ਼ਾਂ 'ਚ ਨਾ ਦਿੱਸ ਪਾਈ?

ਪਿਆਰ ਦਾ ਸਿਰਨਾਮਾਂ ਫੜ
ਕੌਣ ਹਮਸਫਰ ਨਾ, ਅਣਜਾਣ ਰਹਿ ਗਿਆ?

ਦੌੜ ਐਸੀ ਅਸੀਂ ਲਾਈ
ਜ਼ਿੰਦਗੀ ਕਰੜੀ ਫੜੇ 'ਤੇ ਵੀ ਫੁੜਕ ਗਈ?

ਉਲਾਹਮਾ ਦਿੰਦਿਆਂ ਨਾ ਗਵਾਚ ਜਾਈਏ
ਕਿਤੇ ਬਣਨਾ ਕੁਝ ਹੋਰ ਹੋਵੇ ਤੇ ਹੋ ਹੋਰ ਜਾਈਏ?

## ਜ਼ਿੰਦਗੀ

ਵਾਹ ਓਏ ਜ਼ਿੰਦਗੀ!

ਸਮਝਣ ਲੱਗਾਂ ਤਾਂ ਸਮਝੋ ਬਾਹਰ ਹੋ ਜਾਂਦੀ
ਜੀਣ ਲੱਗਾਂ ਤਾਂ ਜਿਉਂਦੀ ਹੋ ਜਾਂਦੀ।

ਠਹਿਰਾਵ ਵੀ ਕਿੱਥੇ ਦਿਲ ਚਾਹੁੰਦਾ
ਭੱਜ ਨੱਠ 'ਚ ਦਿਲ ਹੀ ਦਿਲ ਨੂੰ ਸਤਾਉਂਦਾ।

ਆਪਣੇ ਵੀ ਕੋਸ਼ਿਸ਼ ਹਰ ਐਸੀ ਕਰਦੇ
ਜਿਉਂਦੇ ਸਾਹੋ ਸਾਹ ਭਰਦੇ।

ਜਦ ਪੀੜ ਚੈਨ ਸਭ ਖੋ ਲੈਂਦੀ
ਇਹ ਜ਼ਿੰਦਗੀ ਮਰਦੀ-ਮਰਦੀ ਸੌਂ ਜਾਂਦੀ।

ਅੱਖਾਂ ਦੇਖਣ ਘੱਟ ਮਹਿਸੂਸ ਕਰਨ
ਸਭ ਦਰਦ ਦਿਲਾਂ ਦੇ ਮਹਿਰੂਮ ਕਰਨ।

ਖੁਸ਼ੀ ਆਪੇ ਵੀ ਆਉਂਦੀ ਰਹਿ ਜਾਂਦੀ
ਗਮ ਪੀਕੇ ਵੀ ਅੱਧਾ ਨਾ ਹੁੰਦਾ।

ਟੱਬਰ ਬਣਕੇ ਜੀਅ ਨੇ ਵਧੀ ਜਾਂਦੇ
ਵੱਧ ਵੱਧਕੇ ਫੇਰ ਵੀ ਘਟੀ ਜਾਂਦੇ।

ਹਰ ਯੋਗੀ ਵਿੱਚ ਯੋਗ ਨਹੀਂ ਹੁੰਦਾ
ਹਰ ਰਾਹੀ ਨਾਲ ਰਾਹ ਨਹੀਂ ਬਣਦਾ।

ਹਰ ਐਸੇ ਇਨਸਾਨ ਦੇ ਕਰਕੇ
ਦੂਜਾ ਕੋਈ ਇਨਸਾਨ ਨਹੀਂ ਬਣਦਾ।

ਆਪਣੇ ਭੇਦ ਲਕੋਵਣ ਖਾਤਿਰ
ਕਿਸੇ ਦਾ ਨੁਕਸਾਨ ਨਹੀਂ ਬਣਦਾ।

ਆਪਣੀ ਇੱਜ਼ਤ ਆਪਣੇ ਹੱਥ ਵਿੱਚ
ਲੋਕਾਂ ਵਿੱਚ ਪਰਚਾਰ ਨਹੀਂ ਬਣਦਾ।

ਮਾੜੇ ਬੋਲ ਕਦੇ ਨਾ ਭੁੱਲਦੇ
ਲੱਖ ਕਰ ਚੰਗਾ ਓਹ ਨਹੀਂ ਬਣਦਾ।

ਦੋਸਤ ਮਿੱਤਰ ਰਿਸ਼ਤੇ ਨਾਤੇ
ਸੌਖਾ ਕਦੇ ਕੋਈ ਨਹੀਂ ਬਣਦਾ।

ਘੁਮੰਡ ਨਿੰਦਿਆ ਕਰਕੇ ਤੂੰ
ਵਧੀਆ ਕਦੇ ਇਨਸਾਨ ਨਹੀਂ ਬਣਦਾ।

ਕੀ ਕਦੇ ਖ਼ੁਸ਼ਬੋਆਂ ਵੀ ਸਾਂਝੀਆਂ ਹੁੰਦੀਆਂ ਨੇ?

ਸਰੀਰ ਤਾਂ ਅਕਸਰ ਸਾਂਝੇ ਹੋ ਜਾਂਦੇ
ਪਰ ਕਦੇ ਖ਼ੁਸ਼ਬੋਆਂ ਵੀ ਸਾਂਝੀਆਂ ਹੁੰਦੀਆਂ ਨੇ?

ਤਨ ਲਪੇਟ 'ਚ ਆਕੇ
ਕਿੰਨਾ ਕੁਝ ਖੋ ਦਿੰਦਾ?
ਸਭ ਤੋਂ ਵੱਡਾ
ਆਪਣਾ ਆਪਾ ਖੋ ਦਿੰਦਾ।

ਜੋ ਹੁੰਦਾ ਓਹ ਰਹਿੰਦਾ ਨਾ
ਪਛਤਾਵਾ ਪੱਲੇ ਪੈਂਦਾ ਨਾ!
ਵਕਤ ਉਸਦੀ ਧੜਕਣ ਬਣਕੇ
ਬੁੱਲੀਆਂ ਵਿੱਚ ਮੁਸਕਾਉਂਦਾ ਨਾ।

ਗੈਰ ਜਵਾਨੀ ਚੰਗੀ ਲੱਗਦੀ
ਘਰ ਦੀ ਦੌਲਤ ਕੁਝ ਖਾਸ ਨਾ
ਵਕਤ ਫੈਸਲੇ ਐਸੇ ਘੜਦਾ
ਜਿੱਥੇ ਫਾਸਲਿਆਂ ਦਾ ਇੱਕ ਰਾਹ ਨਾ।

ਕਦਰਾਂ ਕਰ-ਕਰ ਕਦਰ ਹੀ ਭੁੱਲਣੀ
ਇਹ ਵੀ ਕਿਸਮ ਇਨਸਾਨ ਆ
ਖ਼ੁਸ਼ਬੋਆਂ ਤਾਂ ਅਲੱਗ-ਅਲੱਗ ਹੀ ਹੁੰਦੀਆਂ
ਦੋ ਦੇਹਾਂ ਇੱਕ ਜਾਨ ਨਾ।

ਹਿੰਮਤ ਰੱਖ
ਹੌਂਸਲਾ ਰੱਖ
ਤਾਕਤਵਰ ਬਣ
ਕੰਮਜ਼ੋਰ ਕਿਉਂ?
ਕਿਉਂ ਉਮੀਦ ਕਿਸੇ ਤੋਂ?

ਤੂੰ ਵੀ ਤਾਂ ਐਵੇਂ ਚੱਲ ਜਾਣਾ
ਜਿਵੇਂ ਬਾਕੀ ਇਸ ਦੁਨੀਆਂ ਤੋਂ ਤੁਰ ਗਏ
ਤੇਰਾ ਵਾਹਿਗੁਰੂ ਤੇਰੇ ਨਾਲ ਹੈ
ਤੂੰ ਆਪਣੇ ਵਾਹਿਗੁਰੂ ਦੇ ਨਾਲ ਹੈ
ਕਿਸੇ ਦਾ ਦਿੱਤਾ ਸਹਾਰਾ ਹੀ ਕਿਉਂ
ਖੁਦ ਦਾ ਸਹਾਰਾ ਖੁਦ ਕਿਉਂ ਨਹੀਂ?
ਕਿਉਂ ਕਿਸੇ ਦੀ ਲੋੜ?

ਪੈਰੀਂ ਡਿੱਗਕੇ ਵੀ ਕਿਤੇ ਰਿਸ਼ਤੇ ਨਿੱਭਦੇ ਹੁੰਦੇ
ਰਿਸ਼ਤਿਆਂ ਦਾ ਜੋੜ ਹਰ ਕਿਸੇ ਦਾ ਵੱਸ ਨਹੀਂ
ਕੋਈ ਲੋੜ ਨੂੰ ਰਿਸ਼ਤਾ ਦੱਸੀ ਜਾਂਦਾ ਹੈ
ਤੇ ਕੋਈ ਮਜ਼ਬੂਰੀ ਨੂੰ

ਆਪਣਾ ਰਿਸ਼ਤਾ ਆਪਣੇ ਨਾਲ ਬਣਾ
ਇਕੱਲਾ ਰਹਿਣਾ ਸਿੱਖ।
ਇਕੱਲਾ ਤੁਰਨਾ ਸਿੱਖ।

ਵਿਛੋੜਾ

ਡਰ ਲੱਗਿਆ ਜਦ ਕੱਲੇ ਕੱਲੇ
ਚੇਤਾ ਉਸਦਾ ਆਵੇ
ਭੁਲੇਖੇ ਵਾਂਗੂੰ ਧੁੰਦਲਾ ਜੇਹਾ
ਚਿਹਰਾ ਨਜ਼ਰੀ ਆਵੇ।

ਵਕਤ ਬੀਤਿਆਂ ਪਤਾ ਚੱਲਿਓ
ਤੂੰ ਰਹਿ ਗਿਆ ਕੱਲਮ ਕੱਲਾ
ਲੱਭਿਆ ਉਸਨੇ ਹੋਰ ਟਿਕਾਣਾ
ਛੱਡ ਤੇਰਾ ਇਹ ਪੱਲਾ।

ਤੂੰ ਤਾਂ ਜਾਪੇ ਵੱਖਰਾ ਜਿਓ
ਓਹ ਰੰਗ ਰੰਗੀਲਾ
ਤੇਰੀ ਦੁਨੀਆਂ ਸੁੰਨੀ ਕਰ
ਕਰ ਲਿਆ ਉਸਨੇ ਹੀਲਾ।

ਐਵੇਂ ਸੁਪਨੇ ਸਾਜੇ ਰਹਿ ਗਏ
ਜਿਵੇਂ ਤਸਵੀਰਾਂ ਖਾਲੀ
ਕੀ ਲਿਖਣੀ ਸੀ ਜ਼ਿੰਦਗੀ ਅੱਗੇ
ਜਦ ਬਗੀਚੇ ਵਿੱਚ ਨਾ ਮਾਲੀ।

ਰੂਹਾਂ ਮਿਲਣੀਆਂ ਕਿੱਥੇ ਸੀ
ਜਦ ਬੇਪਰਵਾਹ ਹੋ ਗਿਆ ਕੋਈ
ਛੱਡਣਾ ਜਿੱਥੇ ਸੌਖਾ ਲੱਗੇ
ਓਥੇ ਹਾਂਬੀ ਭਰੇ ਕਿਉਂ ਕੋਈ।

ਰਿਸ਼ਤੇ ਤਾਂ ਹੁਣ ਔਖੇ ਨਹੀਂਓ
ਨਾ ਨਿਭੇ ਤਾਂ ਕੋਈ
ਗੱਲਬਾਤ ਛੱਡ, ਦੂਸਰਾ ਲੱਭਿਆ
ਕੋਈਨਾ ਇਹ ਨਹੀਂ ਤਾਂ, ਹੋਰ ਕੋਈ।

ਇੰਨੀ ਸੌਖੀ ਜਾਨ ਛੁਡਾਕੇ
ਤੋੜ ਦਿੱਤੇ ਉਸ ਧਾਗੇ
ਕਿਹੜੀਆਂ ਰਸਮਾਂ, ਕਿਹੜੇ ਵਾਅਦੇ
ਉਸ ਸਭ ਰਿਵਾਜ਼ ਨੇ ਦਾਗੇ।

ਝੂਠਾ ਜਾਪੇ ਆਪਣਾਪਨ ਜਿਓ
ਸੱਚੀਂ ਯਕੀਨ ਜਮਾਂ ਨਾ ਆਵੇ
ਕੀਹਦੇ ਪਿੱਛੇ ਰੋਈ ਜਾਨੈ
ਜੋ ਮੁੜ ਨਜ਼ਰੀ ਨਾ ਆਵੇ।

ਕੀ ਸਮਝਾਵੇਂ ਕੀਹਨੂੰ ਕੀਹਨੂੰ
ਤੇਰਾ ਦਰਦ ਕਿਸੇ ਨਾ ਲੈਣਾ
ਸੁਣਲੂ ਕੱਲਾ ਕੱਲਾ ਬਹਿਕੇ
ਕੁਝ ਫਰਕ ਨਾ ਕਹਿਓਂ ਪੈਣਾ।

ਝਟਕੇ ਕੱਟੋਂ ਤਾਂ ਸੌਖੀ ਹੋਜੂ
ਨਹੀਂ ਜ਼ਿੰਦਗੀ ਵਰਗਾ ਰੋਗ ਨਾ ਕੋਈ
ਰੋ ਰੋਕੇ ਬਸ ਨੈਣ ਗਵਾਉਣੇ
ਵਾਹਿਗੁਰੂ ਬਿਨਾਂ ਹਮਦਰਦ ਨਾ ਕੋਈ।

ਜ਼ਿੰਦੜੀ

ਦੇਖ ਲੈ ਨੀ ਜ਼ਿੰਦੜੀਏ
ਬਹਾਰਾਂ ਸੰਗ ਰੋਗ ਨੇ
ਦਰਦਾਂ ਦੇ ਵਿਹੜਿਆਂ 'ਚ
ਨੱਚਦੇ ਵੀ ਲੋਕ ਨੇ।

ਜਿੰਨੀ ਗੁੜੀ ਪ੍ਰੀਤ ਤੇਰੀ
ਲਾਟਾਂ ਜਾਣੀਆਂ ਓਹਨੀ ਕੋਹ ਨੇ
ਛੱਡ ਖਹਿੜਾ ਫਿਕਰਾਂ
ਇੱਥੇ ਬਰਫਾਂ ਨਾਲੇ ਲੋਅ ਨੇ।

ਇੱਕ ਹੱਥ ਛੱਡ
ਫੜ ਦੂਜੇ ਨੇ ਵੀ ਲੈਣਾ ਏ
ਭਾਲ ਨਾ ਸਹਾਰੇ
ਤੁਰ ਮਾਪਿਆਂ ਵੀ ਜਾਣਾ ਐ।

ਚੱਲ ਚੱਲ ਦੂਰ ਅੱਜ
ਪਹੁੰਚ ਕਿੱਥੇ ਗਈ ਐਂ
ਕਿੰਨਿਆਂ ਨੂੰ ਵਿਦਾ ਕਰ
ਕਿੰਨਿਆਂ ਨਾਲ ਰੋਈ ਐ।

ਮੁਹਰੇ ਮੁਹਰੇ ਲੱਗ
ਵਰਾਇਆ ਕੀਹਨੂੰ ਕੀਹਨੂੰ ਏ
ਦਸ ਭਲਾਂ ਭੋਲੀਏ
ਜਾਣਿਆਂ ਕੀਹਨੇ ਤੈਨੂੰ ਏ।

ਗੱਲ ਕਹਿਣ ਦੇ ਬਹੁਤ ਤਰੀਕੇ ਨੇ
ਮੈਂ ਰੂਹ ਨੂੰ ਸੱਜਦਾ ਕਰਦਾ ਹਾਂ
ਮੇਰੇ ਪੈਰ ਛੁੜਕਦੇ ਜਾਂਦੇ ਨੇ
ਮੈਂ ਤਾਂ ਵੀ ਡਿੰਗਾਂ ਭਰਦਾ ਹਾਂ।

ਮੇਰੀ ਤੱਕਣੀ ਜਮਾਂ ਰੂਹਾਨੀ ਏ
ਮੈਂ ਸਹਿਜ ਸੁਭਾਏ ਦੱਸਦਾ ਹਾਂ
ਦੇਖੀ ਸੱਜਣਾ ਗਲਤ ਨਾ ਸਮਝੀਂ
ਗੱਲ ਕਹਿਣ ਤੋਂ ਵੀ ਤਾਂ ਡਰਦਾ ਹਾਂ।

ਮੈਨੂੰ ਲੋਭ ਨਾ ਚੰਮ ਦਾ ਪਿਆਰਾ ਐ
ਮੈਂ ਅੰਦਰ ਥਾਈਂ ਤੱਕਦਾ ਹਾਂ
ਮੈਨੂੰ ਸੁਰਤ ਭਾਵੇਂ ਤੇਰੀ ਨਿਆਰੀ ਐ
ਪਰ ਤੇਰੀ ਸੀਰਤ 'ਤੇ ਹੀ ਮਰਦਾ ਹਾਂ।

— ਕਿਉਂਕਿ ਰੂਹਾਂ ਦਾ ਪਿਆਰ ਸਮਝਾਉਣਾ ਤੇ ਸਾਬਿਤ ਕਰਨਾ ਬਹੁਤ ਔਖਾ
ਹੈ ਤੇ ਜਦ ਕਿਸੇ ਨੂੰ ਇਹ ਹੋ ਜਾਂਦਾ, ਓਦੋਂ ਸੁਰਤ ਦੀ ਅਹਿਮੀਅਤ ਨਹੀਂ
ਰਹਿੰਦੀ।

## ਜ਼ਿੰਦਗੀ ਦੇ ਰੰਗ

ਚਾਰ ਪੰਜ ਸਾਲ ਤੋਂ ਉਥੇ ਹੀ ਸੀ
ਜਿਵੇਂ ਮਾਨੋ ਜ਼ਿੰਦਗੀ ਰੁਕ ਜਿਹੀ ਗਈ ਹੋਵੇ
ਸਭ ਅੱਗੇ ਲੰਘ ਗਏ ਸੀ
ਵਿਅਸਥ ਹੋ ਗਏ ਸੀ
ਨਿੱਜੀ ਕੰਮਾਂ ਕਾਰਾਂ 'ਚ।

ਪਰ ਮੇਰੇ ਨਾਲ ਐਸਾ ਕੀ ਸੀ
ਜੋ ਨਾਲ ਹੀ ਬੰਨ੍ਹਿਆ ਰਹਿ ਗਿਆ
ਜਿਸਨੇ ਮੈਨੂੰ ਹਿੱਲਣ ਹੀ ਨਹੀਂ ਦਿੱਤਾ।
ਸਭ ਨਵੇਂ ਰੰਗਾਂ 'ਚ ਨਜ਼ਰ ਆਉਂਦੇ ਸੀ
ਪਰ ਮੈਂ ਹੀ ਇੰਨ੍ਹਾ ਪੁਰਾਣਾ ਕਿਉਂ ਦਿਖ ਰਿਹਾ ਸਾਂ।

ਸਵਾਲ ਕਈ ਸੀ
ਜੋ ਪੁੱਛਣੇ ਸੀ ਉਸ ਕੋਲੋਂ
ਕਿ ਚੱਲ ਮੈਂ ਤਾਂ ਭਟਕ ਗਿਆ ਹੋਵਾਂਗਾ
ਕਿੱਧਰੇ ਤੈਨੂੰ ਭੁੱਲ ਗਿਆ ਹੋਵਾਂਗਾ
ਪਰ ਤੂੰ ਤਾਂ ਉਥੇ ਹੀ ਐ
ਅੱਜ ਵੀ ਮੇਰਾ ਐਂ
ਮੇਰਾ ਪਰਮਾਤਮਾ ਐਂ
ਮੈਂ ਭੁੱਲ ਗਿਆ ਹੋਣਾ ਤੈਨੂੰ
ਪਰ ਤੈਨੂੰ ਤਾਂ ਮੈਂ ਅੱਜ ਵੀ ਯਾਦ ਐਂ

ਫੇਰ ਤੂੰ ਕਿਉਂ ਨਹੀਂ ਸੁਣ ਰਿਹਾ
ਕਿਉਂ ਨਹੀਂ ਪੜ੍ਹ ਰਿਹਾ, ਜੋ ਮੈਂ ਚਾਹੁੰਦਾ ਹਾਂ
ਮੇਰੀ ਜ਼ਿੰਦਗੀ ਦੇ ਰੰਗ ਵੀ ਬਦਲ ਦੇ
ਲੋਕਾਂ ਵਰਗੇ ਕਰਦੇ

ਜਿੰਨੇ ਉਹ ਖ਼ੁਸ਼ ਨੇ, ਉਨ੍ਹਾ ਮੈਂ ਹੋ ਜਾਵਾਂ
ਪਰ ਉਹ ਦਿਖ ਵੀ ਕਿੱਥੇ ਰਿਹਾ ਸੀ
ਨਾ ਕਿੱਧਰੇ ਮਿਲ ਰਿਹਾ ਸੀ
ਦਿਲ ਦੀ ਗੱਲ ਬੈਠਕੇ ਕਿੱਥੇ ਸਮਝਨੀ ਸੀ ਉਹਨੇ
ਉਹ ਤਾਂ ਮੈਨੂੰ ਸਮਝਾਉਣਾ ਚਾਹੁੰਦਾ ਸੀ।

ਕਿ ਜੋ ਤੈਨੂੰ ਦਿਖਦਾ ਹੈ ਉਹ ਭਰਮ ਹੈ
ਉੱਪਰੋਂ ਜੋ ਦਿਖਦਾ ਹੈ, ਜ਼ਰੂਰੀ ਨਹੀਂ ਅੰਦਰੋਂ ਵੀ ਉਹ ਹੈ।

ਤੇਰੇ ਰੰਗ ਤੈਨੂੰ ਬੇਰੰਗੇ ਲੱਗਦੇ ਨੇ
ਤੇ ਲੋਕਾਂ ਦੇ ਬਹੁਰੰਗੇ
ਪਰ ਸੱਚ ਕਿੱਥੇ ਹੈ
ਉਹ ਤੈਨੂੰ ਉਹਨਾਂ ਦੇ ਅੰਦਰ ਮਿਲਨਾ ਹੈ
ਉਹ ਸੰਤੁਸ਼ਟ ਹੈ ਵੀ ਜਾਂ ਨਹੀਂ, ਤੂੰ ਕਿੱਥੇ ਜਾਣਦਾ ਹੈਂ
ਕਦੇ ਸੋਚਿਆ ਹੈ?
ਜੋ ਬਾਹਰੋਂ ਐ, ਕਿਤੇ ਅੰਦਰੋਂ ਵੱਖਰਾ ਤਾਂ ਨਹੀਂ
ਸਭ ਵੱਧ ਗਏ ਹੋਣੇ ਅੱਗੇ
ਪਰ ਜ਼ਰੂਰੀ ਨਹੀਂ, ਉਹ ਰੰਗ ਨਵੇਂ ਹੋਣ
ਕਈ ਵਾਰ ਜ਼ਿੰਦਗੀ ਦੇ ਵਹਾਓ 'ਚ
ਇਨਸਾਨ ਰੰਗਾਂ ਨਾਲ ਢਲਦਾ ਜਾਂਦਾ ਹੈ।
ਪਰ ਜੇ ਰੰਗ ਉਨ੍ਹਾਂ 'ਤੇ ਨੇ ਚੜ੍ਹੇ
ਤਾਂ ਰੰਗ ਤੇਰੇ 'ਤੇ ਵੀ ਆਉਣਗੇ।

– ਦੂਸਰਿਆਂ ਨੂੰ ਖ਼ੁਸ਼ ਦੇਖਕੇ ਆਪ ਦੁਖੀ ਨਾ ਹੋਵੋ। ਹਰ ਇੱਕ ਦੀ ਕਹਾਣੀ
ਅਲੱਗ ਹੈ। ਸੰਘਰਸ਼ ਅਲੱਗ ਹੈ। ਪੀੜ ਅਲੱਗ ਹੈ। ਅਸਲੀ ਸੱਚਾਈ
ਇਨਸਾਨ ਦਾ ਅੰਦਰ ਪੜ੍ਹਕੇ ਮਿਲਦੀ ਹੈ। ਉਪਰੋਂ ਦੇਖਕੇ ਅੰਦਾਜ਼ਾ ਨਾ
ਲਗਾਓ। ਆਪਣੀ ਜ਼ਿੰਦਗੀ ਲਈ ਖੁਦ ਨੂੰ ਨਾ ਕੋਸੋ। ਜੋ ਮਿਲਿਆ ਹੈ, ਉਸ
ਲਈ ਸ਼ੁਕਰਾਨਾ ਜ਼ਰੂਰੀ ਹੈ।

ਪਰਦਾ

ਬਿਨ ਪਰਦੇ ਦੇ ਸੱਭਿਅਤਾ ਵੀ ਕਦ ਤੱਕ ਕਾਇਮ ਰਹਿੰਦੀ
ਸਹਾਰਾ ਇਸੇ ਨੂੰ ਬਣਾ ਸੰਸਕ੍ਰਿਤੀ ਉਪਜਾਊ ਰੱਖੀ ਹੋਈ ਹੈ।

ਪਰਦਾ ਕੋਈ ਕੱਪੜਾ ਤਾਂ ਨਹੀਂ
ਪਰ ਪਰਦਾ ਕਾਲਪਨਿਕ ਵੀ ਨਹੀਂ
ਪਰਦਾ ਜ਼ੁਬਾਨੀ ਹੈ
ਲਿਖਤੀ ਨਹੀਂ
ਲਿਖਤੀ ਹੁੰਦਾ ਤਾਂ ਸੱਚਾਈ ਹੁੰਦਾ
ਜ਼ੁਬਾਨ ਦਾ ਕੀ ਐ
ਅੱਜ ਬਦਲੀ ਭਲਕੇ ਬਦਲੀ।

ਪਰਦਾ।
ਪੁਰਸ਼ ਦਾ ਇਸਤਰੀ ਤੋਂ
ਇਸਤਰੀ ਦਾ ਸਮਾਜ ਤੋਂ
ਸਮਾਜ ਦਾ ਬੱਚਿਆਂ ਤੋਂ
ਬੱਚਿਆਂ ਦਾ ਭਵਿੱਖ ਤੋਂ
ਭਵਿੱਖ ਦਾ ਲੋਕਾਂ ਤੋਂ
ਲੋਕਾਂ ਦਾ ਮਨੁੱਖਤਾ ਤੋਂ
ਮਨੁੱਖਤਾ ਦਾ ਧਰਮ ਤੋਂ
ਧਰਮ ਦਾ ਅੱਗੋ ਜਾਤ ਤੋਂ।

ਜਾਤ।
ਜਾਤ ਪਰਦੇ ਤੋਂ ਘੱਟ ਨਹੀਂ
ਦੇਖੀਏ ਤਾਂ ਪਰਦਾ ਹੀ ਨਹੀਂ।

ਪਰਦਾ ਸੋਚ ਹੈ
ਸਮਾਜ ਦਲੀਲ ਹੈ
ਦਲੀਲ ਧਰਮੀ ਹੈ
ਪਰ ਧਰਮ ਅੱਜ ਦੁਨਿਆਵੀ ਹੈ।

ਧਰਮ।
ਧਰਮ ਕਦੇ ਇਨਸਾਨੀ ਨਹੀਂ ਹੁੰਦਾ
ਰੂਹਾਨੀ ਹੀ ਧਰਮ ਹੈ।

**ਕਿਹੜੀ ਸਿੱਖੀ ਦੀ ਗੱਲ ਕਰਦੇ ਹਾਂ**

ਗੁਰੂ ਨਾਨਕ ਦੇਵ ਜੀ ਨੇ
ਜਨੇਊ ਪਾਉਣ ਤੋਂ ਇਨਕਾਰ ਕਰਤਾ ਸੀ
ਤੇ ਅੱਜ ਬਿਨਾਂ ਮੁੰਦੀ, ਛਾਪਾਂ ਛੱਲੇ ਪਵਾਏ
ਆਪਾਂ ਮੰਗਣੀ ਵੀ ਨਹੀਂ ਕਰਦੇ।
ਕਿਹੜੀ ਸਿੱਖੀ ਦੀ ਗੱਲ ਕਰਦੇ ਹਾਂ,
ਆਪਾਂ ਤਾਂ ਅੱਜ ਸਾਦੇ ਵੀ ਨਹੀਂ ਰਹੇ।

ਗਲਾਂ 'ਚ ਚੇਨੀਆਂ
ਉਂਗਲਾਂ 'ਚ ਛੱਲੇ
ਕੰਨਾਂ 'ਚ ਵਾਲੇ
ਆਪਾਂ ਤਾਂ ਜਨਾਬ ਕਈ ਜਨੇਊ ਪਾ ਲਏ
ਫੇਰ ਆਪਾਂ ਕਿਹੜੀ ਸਿੱਖੀ ਦੀ ਗੱਲ ਕਰਦੇ ਹਾਂ?

ਸਰੀਰੀ ਦਿਖਾਵਾ
ਕਾਮ ਨਾਲ ਭਰੀਆਂ ਜੇਬਾਂ
ਬਾਹਰੀ ਦਿੱਖ 'ਤੇ ਟਿੱਪਣੀ
ਸ਼ੁਕਰ ਘੱਟ ਤੇ ਸ਼ਕਾਇਤਾਂ ਜ਼ਿਆਦਾ ਕਰਦੇ ਹਾਂ
ਫੇਰ ਆਪਾਂ ਕਿਹੜੀ ਸਿੱਖੀ ਦੀ ਗੱਲ ਕਰਦੇ ਹਾਂ?

ਤੱਤੀ ਰੇਤ ਜੇਹੇ ਤਸੀਹੇ
ਸਰੀਰ ਬੇਜਾਨ ਕਰ ਗਏ ਸੀ
ਅੱਖਾਂ ਵਧੀਆਂ ਵਾਂਗ ਦਰਿਆਵਾਂ
ਜਜ਼ਬਾਤ ਲੋਆਂ ਵਾਂਗੂੰ ਵੱਧ ਪਏ ਸੀ
ਸੀਨਾ ਬਣਿਆ ਖਾ-ਖਾ ਧੱਕੇ
ਹੱਥ ਲਹੂ ਨਾਲ ਗਾੜੇ ਭਰ ਗਏ ਸੀ
ਸਿਖਰ ਦੁਪਹਿਰੇ ਕੰਬੇ ਸੀਨਾ
ਚਰਨ ਉਬਲੀਆਂ ਰੇਤਾਂ ਜ਼ਰ ਗਏ ਸੀ
ਸ਼ਾਮਾਂ ਪਈਆਂ, ਹੋਏ ਕੁਵੇਲੇ
ਰੁੱਖ ਵੱਢੇ ਸਾਰੇ ਖਰ ਗਏ ਸੀ
ਕਿੱਕਰਾਂ ਛਾਵੇਂ ਰਾਤ ਸੀ ਲੰਘਣੀ
ਪਰ ਅੱਜ ਜਿਗਰੇ ਇਨਸਾਨਾਂ ਦੇ ਮਰ ਗਏ ਸੀ।

ਇਕੱਲਾ

ਤੇਰਾ ਤਾਂ ਕੁਝ ਵੀ ਨਹੀਂ
ਤੂੰ ਤਾਂ ਇਕੱਲਾ ਹੈਂ
ਸੋਚਕੇ ਤਾਂ ਦੇਖ
ਰਿਸ਼ਤੇ ਛੱਡਕੇ ਤਾਂ ਦੇਖ
ਇੱਕ ਵਾਰ ਪਰਾਂ ਤਾਂ ਹੋ
ਜ਼ਰਾ ਨਵਾਂ ਤਾਂ ਹੋ।
ਨਾਮ ਤਾਂ ਛੱਡ
ਇਹ ਸੰਸਾਰ ਤਾਂ ਛੱਡ
ਇਕੱਲ ਅਪਣਾ
ਜੀਵਨ ਤਿਆਗ
ਇਹਨਾਂ ਗੱਲਾਂ ਨੂੰ ਵੀਸਾਰ
ਦੁਨਿਆਵੀ ਮੋਹ ਨੂੰ ਹਟਾ
ਆਪਣੇ ਅੰਦਰ ਤਾਂ ਝਾਕ
ਰੂਹ ਵੀ ਤੇਰੀ ਨਹੀਂ
ਸਰੀਰ ਵੀ ਤੇਰਾ ਨਹੀਂ
ਤੇਰਾ ਕੀ ਐ?
ਜ਼ਰਾ ਸੋਚਕੇ ਤਾਂ ਦੇਖ
ਥੋੜ੍ਹਾ ਮੰਨਕੇ ਤਾਂ ਦੇਖ
ਤੂੰ ਤਾਂ ਇਕੱਲਾ ਹੈਂ
ਇਕੱਲ ਦੇਖ
ਉਜਾੜ ਸਹਿ।
ਜ਼ਿੰਦਗੀ ਦੀ ਸਚਾਈ ਅਪਣਾ
ਮਾਣ ਨਾ ਕਰ ਸੰਸਾਰ ਦਾ
ਇਹ ਤਾਂ ਤੇਰਾ ਹੈ ਹੀ ਨਹੀਂ
ਤੂੰ ਤਾਂ ਇਕੱਲਾ ਹਾਂ।
ਇਕੱਲਾ

ਜਮਾਂ ਇਕੱਲਾ
ਓਹ ਕੱਲਾ ਜੀਹਦਾ ਕੁਝ ਵੀ ਨੀ ਹੁੰਦਾ
ਉਧਾਰੀ ਮੰਗੀ ਰੂਹ
ਉਧਾਰਾ ਮੰਗਿਆ ਸਰੀਰ
ਜਿਸਦਾ ਮੁੱਲ ਕੋਈ ਨਹੀਂ
ਜਿਸਦਾ ਸਮਾਂ ਕੋਈ ਨਹੀਂ।
ਤੇਰੀ ਰੂਹ ਤੇਥੋਂ ਕੈਦ ਨੀ ਹੋਣੀ
ਤੇਰਾ ਸਰੀਰ ਤੇਥੋਂ ਸਾਂਭ ਨੀ ਹੋਣਾ
ਇੰਨੀ ਲਾਚਾਰੀ, ਇੰਨੀ ਬੇਬਸੀ
ਇੰਨੀ ਇਕੱਲ, ਇੰਨਾ ਉਜਾੜ
ਇੰਨਾ ਬੇਰਾਗ
ਪਰ ਫੇਰ ਵੀ ਹੰਕਾਰ
ਹੰਕਾਰ ਕਿਉਂ?
ਤੇਰਾ ਤਾਂ ਕੁਝ ਵੀ ਨਹੀਂ
ਤੂੰ ਤਾਂ ਇਕੱਲਾ ਹਾਂ
ਜਮਾਂ ਇਕੱਲਾ।

ਜੇ ਅਸੂਲ ਨੇ ਤਾਹੀਂ ਵਜੂਦ ਹੈ
ਤੇ ਵਜੂਦ ਨਾਲ ਹੀ ਰਿਸ਼ਤੇ ਨੇ

ਜੇ ਰਿਸ਼ਤੇ ਨੇ ਤਾਂ ਅਸੂਲ ਆਪ ਨਹੀਂ
ਅਸੂਲ ਹੋਂਦ ਦਾ ਪ੍ਰਮਾਣ ਨੇ

ਰਿਸ਼ਤਿਆਂ 'ਚ ਭੀੜ ਹੁੰਦੀ
ਪਰ ਅਸੂਲ ਇਕੱਲਾ ਕਰ ਜਾਂਦੇ

ਅਸੂਲ ਦਿਮਾਗੀ ਹੁੰਦੇ
ਰਿਸ਼ਤੇ ਦਿਲੀਂ

ਜ਼ਿੰਦਗੀ ਜਿਉਣ ਲਈ ਅਸੂਲ ਜ਼ਰੂਰੀ ਨੇ
ਤੇ ਰਿਸ਼ਤੇ ਜੀਵਨ ਨੂੰ ਸੁਖਾਲਾ ਕਰਦੇ ਨੇ

ਤੇ ਫੇਰ
ਅਸੂਲ ਪਿਆਰੇ ਜਾਂ ਰਿਸ਼ਤੇ?

ਸਾਡਾ ਰਿਸ਼ਤਾ ਦਰੱਖਤ ਤੇ ਮਿੱਟੀ ਵਾਂਗ ਸੀ,
ਜਿਸਦੇ ਪੱਤੇ ਉਮਰ ਨਾਲ ਹਰਿਓਂ ਪੀਲੇ ਤਾਂ ਹੁੰਦੇ ਗਏ
ਪਰ ਉਸਦੀ ਜੜ੍ਹ ਹੋਰ ਮਜ਼ਬੂਤ ਹੁੰਦੀ ਗਈ।

ਅਨਜਾਣ ਰਸਤਿਆਂ ਦੇ ਦੋ ਰਾਹੀ ਸੀ ਅਸੀਂ, ਜਦ ਮਿਲੇ ਤਾਂ ਜੱਗ ਕਿਸੇ ਬਿਆਨੀ ਹੋਈ ਕਿਤਾਬ ਜਾਂ ਕੀਤੀ ਹੋਈ ਕਲਾ ਤੋਂ ਕਿਤੇ ਵੱਖਰਾ ਜਾਪਦਾ ਸੀ। ਸੋਹਣਾ, ਸੁਰੀਲਾ ਤੇ ਚੰਚਲ। ਇੱਕ ਦੂਜੇ ਨੂੰ ਐਵੇਂ ਮੰਨੀ ਬੈਠੇ ਸੀ ਜਿਵੇਂ ਵਿਛੜਨਾ ਹੀ ਨਾ ਹੋਵੇ। ਪਰ ਜ਼ਿੰਦਗੀ ਵੀ ਜੀਵਨ ਦਾ ਹਰ ਰੰਗ ਦਿਖਾਉਂਦੀ, ਚਾਹੇ ਫੇਰ ਜੀਵਨਸਾਥੀ ਦਾ ਵਿਛੜਨਾ ਹੀ ਕਿਉਂ ਨਾ ਹੋਵੇ।

"ਤੇਰਾ ਮੇਰਾ ਸਾਥ ਤਾਂ ਸੀ ਹੀ ਏਥੋਂ ਤੱਕ ਦਾ ਐਵੇਂ ਜੱਗੋਂ ਪਰੇ ਦੀਆਂ ਉਮੀਦਾਂ ਲਾਈ ਬੈਠੇ ਸੀ।"